यश तुमचेच आहे

प्रा. डॉ. प्रमोद जोगदेव

दिलीपराज प्रकाशनाची सर्व पुस्तके आता आपण Online खरेदी करू शकता.
आमच्या website ला कृपया अवश्य भेट द्या.
www.diliprajprakashan.in

यश तुमचेच आहे

(व्यक्तिमत्त्व-विकास)

प्रा. डॉ. प्रमोद जोगदेव

दिलीपराज प्रकाशन प्रा. लि.
२५१ क, शनिवार पेठ, पुणे -४११०३०

यश तुमचेच आहे / Yash Tumachech Aahe

प्रकाशक
राजीव दत्तात्रय बर्वे
मॅनेजिंग डायरेक्टर,
दिलीपराज प्रकाशन प्रा. लि.,
२५१ क, शनिवार पेठ,
पुणे - ४११ ०३०
दूरध्वनी (सर्व फॅक्ससहित)-
२४४७१७२३, २४४८३९९५, २४४९५३१४
Email: diliprajprakashan@yahoo.in

© प्रा. डॉ. प्रमोद जोगदेव

बी.कॉम.(ऑनर्स), एलएल,बी., सीएआयआयबी, एफ.सी.एस.

प्रथमावृत्ती - १५ जून २०१३

प्रकाशन क्रमांक - २०२७

ISBN - 978 - 93 - 82988 - 11 - 3

अक्षजुळणी
स्नॅप आर्ट्स, ७२०/१८,
'दिपक' अपार्टमेंट्स,
नवी पेठ, पुणे - ४११ ०३०

मुखपृष्ठ - सुप्रिया जोगदेव

अर्पणपत्रिका

माझी मुलगी सौ. अमृता बर्वे
आणि
मुलगा प्रसन्न यांना
माझ्या या पुस्तकातून प्रेरणा मिळावी व
त्यांनी यशाची उत्तुंग शिखरे गाठावीत
हीच मनोमन सदिच्छा!

प्रस्तावना

डॉ. प्रमोद जोगदेव यांनी लिहिलेले 'यश तुमचेच आहे' हे पुस्तक मी वाचले आणि माझी खात्री झाली हे पुस्तक यशप्राप्तीसाठी निश्चित उपयोगी आहे, विशेषत: तरुणांसाठी !

येथे मला पं. नेहरूंचे एक वाक्य आठवते. ते म्हणतात, "success often comes to those who dare & act. It seldom goes to timid". या पुस्तकात डॉ. जोगदेव यांनी तरुणांना निरनिराळी उदाहरणे देऊन मार्गदर्शन केले आहे. अनेकदा आयुष्यात दुसऱ्याने केलेल्या उपदेशांचे आचरण करण्यापेक्षा स्वत:च विचार करून मार्ग शोधला तर यशप्राप्ती होते.

२१वे शतक हे तीव्र स्पर्धेचे शतक आहे. आपले जीवनही धावपळीचे व ताणतणावाचे झाले आहे. म्हणूनच यशस्वी होण्यासाठी आपण स्वत: कोण आहोत, आपली बलस्थाने कोणती आहेत, आपल्या कमकुवत बाजू कोणत्या आहेत यांचा अंतर्मुख होऊन वेळीच शोध घेतला तर यश खात्रीपूर्वक मिळू शकते.

यश नको असणारा माणूस शोधूनही सापडणार नाही. किंबहुना प्रत्येक माणसाला यशस्वी होण्याची मनापासून इच्छा असते. एखादा माणूस हिमालयाएवढी संपत्ती मिळवण्यात यश मानतो तर एखादा माणूस आपल्या संपत्तीचा त्याग करून मन:शांतीसाठी हिमालयात जाण्यात धन्यता मानतो. काही माणसं अशी असतात की त्यांना अपलं आयुष्य हे निखळ भटकंती वाटतं. काही माणसं नशिबाने जे जे पुढे येईल त्याचा स्वीकार करत जातात. त्यांना नशिबाने यश मिळतेही पण अशी माणसं अपवादात्मकच आढळतात.

आजच्या युगात यशस्वी होण्यासाठी कौशल्याचा अंगीकार करणे अपरिहार्य

झाले आहे. माहिती-तंत्रज्ञान, संगणक, कम्युनिकेशन, जैव-तंत्रज्ञान, व्यवस्थापन ही व अशी विविध क्षेत्रं आज उपलब्ध आहेत. यातील आपल्या आवडीचं क्षेत्र निवडून त्या क्षेत्रामध्ये यशप्राप्ती केली तर जीवनाची वाट नक्कीच सुकर होईल. मन, मनगट व मेंदू यांचा समतोल विकास घडविण्याचा तरुणांनी मनापासून प्रयत्न केल्यास यशप्राप्ती नक्कीच मिळेल.

डॉ. जोगदेव यांनी या पुस्तकाद्वारे विकासातून यशाकडे जाणारी नेमकी दिशा दाखविण्याचा प्रयत्न केला आहे असे मला वाटते. सहजसुंदर आणि सोप्या भाषेत अनेक उदाहरणांसहित यशाची गुरुकिल्ली देण्याचा डॉ. जोगदेव यांचा उद्देश अभिनंदनीय आहे.

सर्व वाचकांना आपल्या आयुष्यात उत्तम यशप्राप्ती होवो हीच सदिच्छा !

पद्मभूषण डॉ. शां.ब. मुजुमदार
संस्थापक, अध्यक्ष, सिंबायोसिस

लेखकाचे मनोगत

शिकण्याच्या वृत्तीला जिंकण्याच्या वृत्तीत परावर्तित केले, तरच यश मिळते हे साईना नेहवाल, अभिनव बिंद्रा यांसारख्या खेळाडूंनी आणि शिक्षण व्यवसाय यांत उत्तुंग यश मिळवणाऱ्या तरुणांनी सिद्ध केले आहे. जिंकायला आणि यशस्वी व्हायला सर्वांनाच आवडतं, पण त्यासाठी 'लोकशाही' म्हणजे स्वातंत्र्य विसरून प्रयत्नांच्या तुरुंगात स्वत:ला बंदिस्त करावं लागतं. या भिंतींच्या आत माणसाच्या मनावर कोणते संस्कार होतात, कोणत्या कलांचा विकास केला जाऊ शकतो, विचलित न होता संकटातही साध्य कसे प्राप्त करता येते याची जाणीव माणसाला होते. या सर्व गोष्टी तरुणांना कळाव्यात आणि मार्गदर्शक व्हाव्यात या उद्देशाने हे पुस्तक लिहिले आहे. सुरुवात जरी छोटी असली, तरी सततच्या प्रयत्नांनी मोठे यश गाठता येते. याची प्रचिती लेखकाने स्वत: आणि आजुबाजूच्या इतर घटनांमधून घेतलेली आहे. सध्याच्या सामाजिक, राजकीय आणि आर्थिक परिस्थितीमध्ये शिक्षण आहे पण नोकरी नाही, व्यवसाय करायची इच्छा आहे, पण भांडवल व इतर सुविधा नाहीत, प्रयत्न करूनसुद्धा भ्रष्टाचारामुळे निर्माण झालेल्या अनेक अडचणींमुळे यशाचा मार्ग दिसत नाही. अशा परिस्थितीत तरुणांना मार्गदर्शक गोष्टी सांगाव्यात असा हे पुस्तक लिहिण्यामागे हेतू आहे. यश मिळवण्यासाठी कोणत्याही प्रकारचा विशिष्ट फॉर्म्युला उपयोगी पडत नाही. तर प्रयत्न करीत असताना येणाऱ्या अडचणींवर मात करण्याच्या जिद्दीने ज्ञानाची नवीन क्षितिजे समजावून घेण्याच्या ईर्षेने आणि यश मिळवण्यासाठी मला काम केलेच पाहिजे या प्रेरणेनेच यश मिळते, हाच यशाचा मूलमंत्र आहे.

शैक्षणिक गती नसली तरी आपल्या इतर गुणांचा विकास करून, इतरांच्या गरजा ओळखून आणि परिस्थितीयोग्य निर्णय घेऊन प्रयत्न केले तर कोणत्याही प्रकारची नोकरी, व्यवसाय, उद्योग यशस्वी कसा करता येईल याचे थोडक्यात

मार्गदर्शन करण्याच्या दृष्टीने या पुस्तकाची रचना केली आहे. तरुणांना याचा लाभ मिळेल अशी अपेक्षा आहे.

वृत्तपत्रे व इतर प्रसारमाध्यमांच्या द्वारे आपल्या आजुबाजूला घडणाऱ्या यशोगाथा प्रत्येकजण पाहत आणि ऐकत असतो. पण त्यातून यशाचा मार्ग आखण्याची बुद्धी त्याला होतेच असे नाही. लेखकाने अशाच काही उदाहरणांचा दाखला देऊन यशप्राप्तीसाठी कसे प्रयत्न करायला हवेत याविषयी सविस्तर निवेदन केले आहे. लेखकाच्या या प्रयत्नांना पुण्याच्या दिलीपराज प्रकाशनाने पुस्तकाच्या स्वरुपात वाचकांसमोर सादर करण्याची संधी दिली, याबद्दल दिलीपराज प्रकाशनाचे मॅनेजिंग डायरेक्टर श्री. राजीव बर्वे यांचे मन:पूर्वक आभार !

प्रा. डॉ. प्रमोद जोगदेव

अनुक्रमणिका

यश मिळवण्यासाठी...

असणं, करणं आणि मिळणं म्हणजे यश! यश ही काही सहजासहजी मिळणारी गोष्ट नाही. त्यासाठी कठीण परिस्थिती, सहकार्य न करणारे लोक असे अडचणींचे अनेक डोंगर पार करावे लागतात. प्रत्येक गोष्टीत यशस्वी होणाऱ्या लोकांना यश हे सहजासहजी मिळणारे वाटले, तरी ते तसे असत नाही. कारण यश मिळण्यासाठी असणं, करणं आणि मिळणं ह्या गोष्टी योग्य प्रमाणात जुळून याव्या लागतात. हे असणं म्हणजे काय? मनी भाव असणं, चित्ती ठाव असणं आणि वृत्तीत ध्यास असणं महत्त्वाचं आहे. माणूस मनानेच कमकुवत असेल, कठीण परिस्थिती किंवा अडचणी उद्भवल्यावर त्याचे चित्त विचलित होत असेल आणि परिस्थितीशी जमवून न घेता, अडचणींमुळे घाबरून धरसोड करण्याची वृत्ती असेल, तर मिळणारे यशही माणसाला हुलकावणी देण्याची शक्यता असते. परिस्थितीशी योग्य ती तडजोड करून आपलं काम नेटाने करत राहिलं, तरच यश मिळतं. बऱ्याच लोकांना फक्त मिळणाऱ्या यशाचं आकर्षण असतं. त्यासाठी करण्याचा आणि असण्याचा पूर्वाभ्यास, तडजोड आणि आवश्यक ते परिश्रम ते घेत नाहीत. अशा परिस्थितीत यश मिळण्याची टक्केवारी खात्रीलायक राहत नाही.

यशस्वी जीवनासाठी आपण स्वत: कोण आहोत, हे जाणून घेणं फार महत्त्वाचं आहे. तुमची स्वत:ची अशी खास वैशिष्ट्ये आहेत का, ह्या गोष्टीचा अंतर्मुख होऊन विचार करायला हवा. लहान वयात किंवा बाल्यावस्थेत कदाचित हे शक्य नसेल; कारण बुद्धीची आणि विचारांची तेवढी प्रगल्भता नसते, सभोवतालच्या परिस्थितीची पुरेशी जाणीव नसते. प्रतिकूल परिस्थितीतसुद्धा आई-वडील, बहीण-भाऊ आणि इतर मंडळी आपली काळजी घेतीलच, अशी खात्री असते. वाढत्या वयानुसार, बुद्धीच्या प्रगल्भतेनुसार आणि परिस्थितीशी जमवून घ्यायच्या जाणिवेनुसार आपल्या

स्वत्वाची जाणीव मुलाला (माणसाला) व्हायला लागते आणि आपलं असं काही स्वतंत्र यश असावं, अशी मनोवृत्ती बनू लागते. हीच पौगंडावस्था- वय वर्ष १२ ते १८. शारीरिक विकास पुरेसा झालेला असतो, मनाची मशागत आई-वडील आणि गुरुजनांनी केलेली असते आणि कर्तृत्व दाखविण्याची ऊर्मी दाटून आलेली असते. त्यामुळे या वयातील मुले नवीन काही करण्याच्या, शिकण्याच्या आणि त्यातून यश संपादन करण्याच्या आवश्यकतेचा सोपान चढत असतात.

आता वेळ असते काहीतरी प्रत्यक्ष करण्याची. सभोवतालची यशस्वी माणसे पाहून तसे यश मिळविण्याचे स्वप्नरंजन करण्यापेक्षा कृती करण्याची. कृतिशीलतेची ही बीजे पौगंडावस्थेतच जर मनाच्या गाभाऱ्यात खोलवर रुजली, तर यशाचा वृक्ष बहरायला अनुकूल वातावरण निर्माण होते. सुरुवातीला शैक्षणिक आणि त्याचबरोबर कला, क्रीडा, व्यासंग, नंतर व्यावसायिक, व्यावहारिक आणि त्यानंतर कौटुंबिक यश मिळण्यासाठी आवश्यक त्या सर्व गोष्टी करायची माणसाची तयारी होते.

ही मशागत झाल्यानंतर माणूस आपले प्राधान्यक्रम ठरवायला सुरुवात करतो. केवळ उच्चशिक्षण घेणे, लठ्ठ पगाराची नोकरी मिळवणे आणि स्टाइलमधे जगणे ही एक प्राधान्याची गोष्ट. पण उत्तम नोकरीबरोबरच उत्तम कौटुंबिक आणि व्यक्तिविषयक संबंध जपणं, हाही अग्रक्रम असू शकतो. उत्तम नोकरी किंवा व्यवसाय, उत्तम कौटुंबिक स्वास्थ्य याचबरोबर उत्तम सामाजिक संबंध जोपासण्याला प्राधान्य देणारा मात्र नक्की यशस्वी ठरू शकतो. असा यशस्वी माणूस सर्वार्थांनी बहरतो. केवळ उत्तम नोकरी, बक्कळ पैसा, आपलं सुखी कुटुंब यांपलीकडे जाऊन व्यासंग जोपासणारा, चारचौघांत मिसळणारा, यथाशक्ति इतरांना मदत करणारा, सामाजिक जाणीव राखणारा माणूस सर्वांगांनी यशस्वी होतो. त्यामुळे जीवनात यशस्वी होण्यासाठी स्वत:च्या अस्तित्वाचा (Being) प्रथम विकास करा, मग कृती करा (Doing) आणि त्यानंतर यश (Having) सहजपणे तुमच्याकडे चालून येईल.

असणं, करणं आणि मिळण्यातले वैयक्तिक दोष तुमचा यशाचा मार्ग कठीण करतात. त्याचबरोबर तुमची यशाची अपेक्षाही क्षीण व्हायला लागते. हे दोष शारीरिक, मानसिक, वर्तणूक किंवा स्वभावातले अगदी छोटे किंवा मोठेही असू शकतात. पुस्तकांचा किंवा कपड्यांचा पडलेला पसारा, अव्यवस्थित किंवा अजागळ राहणी, शाळेत किंवा मित्रमंडळींत होणारी भांडणे, ऑफिसमध्ये बॉसशी तणाव, बाह्य परिस्थितीचे योग्य आकलन करण्याचा अभाव यांमुळे तुमची वर्तणूक आणि स्नेहसंबंध यांत दोष निर्माण होतात. त्यामुळे यश मिळण्यात अनेक अडचणी निर्माण होऊ शकतात. हे दोष तुमची यशाची शक्ती कमी करतात.

माणसाच्या मनात एका वेळेस साधारणत: १००० विचारांची गर्दी झालेली

असते आणि प्रत्येक विचाराला आपले वजन असते. या वजनाच्या ओझ्याखाली विचारशक्ती दबली गेल्यामुळे प्रत्येक क्षणी तो ताण तुम्ही वाहून नेत असता. मनात येणाऱ्या विचारांमुळे काही गोष्टींबद्दल तुम्ही नाराज असता. ही नाराजी किंवा नकारात्मक विचार काढून टाकणं ही यशाची पहिली पायरी असते. सकारात्मक विचारांनी उत्पन्न होणारी ऊर्जा तुम्हाला चांगले काम करायला, चांगला विचार करायला आणि योग्य दिशा निवडायला मदत करते आणि तुमचे मनोबल वाढवते. हा फायदा मिळविण्यासाठी थोड्या आत्मपरीक्षणाची गरज असते. तुमचे मन:स्वास्थ्य बिघडवणाऱ्या, तुम्हाला न आवडणाऱ्या पाच गोष्टींची तुम्ही यादी केलीत, तर आत्मपरीक्षणाची प्रक्रिया सहज आणि सुलभ होईल. आपल्याला खटकणाऱ्या गोष्टी कामाशी, घराशी किंवा नातेसंबंधांशी निगडित असू शकतील; पण हे कच्चे दुवे तुम्हाला कळणं महत्त्वाचं आहे. या आत्मपरीक्षणानंतर आत्मसर्वेक्षणाची गरज आहे. म्हणजे, या खटकणाऱ्या किंवा न आवडणाऱ्या गोष्टी मी टाळू शकतो का? त्या स्वीकारूनही स्वत:च्या पद्धतीने त्यातून मार्ग काढू शकतो का? सुरुवातीला हे आत्मसर्वेक्षण फारच अवघड वाटेल आणि त्याचाही ताण तुमच्या मनावर यायची शक्यता आहे; पण सततच्या प्रयत्नांनी आणि अभ्यासाने तुम्ही आत्मपरीक्षण करू शकाल आणि अंतिमत: सर्व तणाव दूर व्हायला मदत होईल. तणावरहित मुक्त वातावरणात केलेल्या कोणत्याही चांगल्या गोष्टीला यश हे मिळतेच.

स्वत:ची क्षमता ही आपली एक अदृश्य शक्ती आहे. दिसत नसली, तरी ती खरी असते. त्यामुळेच ती फार शक्तिमान असते. स्वत:ची ही क्षमताच प्रत्येक व्यक्तीला यशाकडे जायला उद्युक्त करते. ही क्षमता संसर्गजन्य असते; म्हणजे एका माणसाची क्षमता दुसऱ्या माणसाला प्रेरणादायी ठरू शकते. यासाठी साधा प्रयोग करता येईल. तुमचे हात एकमेकांपासून दोन किंवा तीन इंच अंतरावर पसरा आणि काय होतंय याचा अनुभव घ्या. आपण आपली ही स्वशक्ती जगात संक्रमित करू शकल्याचा अनुभव तुम्हाला येईल आणि तीच शक्ती अधिक सामर्थ्याने तुम्हाला परतही मिळेल. (कारण दुसरा कोणीतरी असे हात पसरून ह्या चांगल्या शक्ती संक्रमित करण्याचा प्रयत्न करत असेल.) इंग्रजीमध्ये "Like attracts like' अशी म्हण आहे. म्हणजेच 'समसमा संयोग' आपली शक्ती द्विगुणित करू शकतो आणि हा शक्तिसंचय किंवा समृद्धी गणिती प्रमाणात १,२,३,४ न होता भौमितिक प्रमाणात म्हणजे २,४,८,१६,३२ ह्या प्रमाणात संक्रमित होत असते. तुम्ही दुसऱ्याला किंवा जगाला चांगल्या गोष्टी देत असताना जगही अशा चांगल्या गोष्टी भरभरून तुमच्या ओंजळीत कायम टाकत राहतं. 'सुख वाटल्याने वाढते आणि साचवल्याने कमी होते.' ज्ञान, पैसा, क्षमता, सद्विचार यांचंही तसंच आहे. ते वाटल्याने तुमच्याबरोबर इतरांचीही क्षमता वाढत

जाते आणि त्याचा तुमच्या यशाला हातभार लागतो. 'मी कोणती वेगळी गोष्ट करू शकतो', हा प्रश्न स्वत:लाच विचारा आणि पहा, काहीतरी नवीन तुम्ही आकर्षित करू शकाल; ज्याचा तुम्हाला खरंच विचार करावासा वाटेल, सांगावसं किंवा करावंसं वाटेल.

विद्यार्थी, कामगार, पालक किंवा परिचारक म्हणून तुम्ही तुमच्या दैनंदिनीत इतके जखडलेले असता, तुमचे हात तुम्ही इतके घट्ट बांधून घेतलेले असतात, की आपले हात पसरून ही क्षमता देण्याचा किंवा मिळविण्याचा तुम्ही प्रयत्नच करीत नाही. वातावरणातल्या आणि आजूबाजूच्या संवेदनालहरी (Radio frequencies) ग्रहण करण्याची शक्ती बोथट किंवा क्षीण झाल्यामुळे तुम्ही ती मिळवू शकत नाही. तुम्ही थोडी तयारी दाखवलीत, हात पुढे केलेत, तर ती ऊर्जा तुम्हाला नक्कीच मिळेल. रोज सकाळी किंवा संध्याकाळी केलेल्या केवळ पाच मिनिटांच्या या आत्मपरीक्षणानेही ही आत्मशक्ती तुम्ही जागृत करू शकाल. यशाची सुरुवात स्वत:ला व्यवस्थित समजून घेण्याने होते. यशस्वी माणसांची जीवनगाथा अभ्यासली, तर आपल्याला याची प्रचिती येते. त्यांनी स्वत:च्या क्षमता, त्रुटी, संधी आणि धोके यांचा विचार केला आणि ते यशस्वी झाले; तसेच तुम्हीही होऊ शकता हे निश्चित!

तुम्ही केलेला अभ्यास तुमच्या लक्षात राहत नाही? दुसऱ्यांशी बोलताना किंवा मुलाखत देताना तुम्हाला शब्द आठवत नाहीत? एखाद्या गोष्टीचा सतत विचार केल्यानं तुमचं डोकं दुखायला लागतं? या सर्वच प्रश्नांचं उत्तर होकारार्थी असेल, तर तुमच्या शरीराने तुम्हाला दिलेला तो एक स्पष्ट आणि नि:संदिग्ध संदेश समजा. काहीतरी चुकतंय! अशा परिस्थितीत या लक्षणांकडे तुम्ही दुर्लक्ष केलेत किंवा होणारा त्रास सहन करीत राहिलात आणि परिणाम भोगण्याची तयारी केलीत, तर स्वत:त बदल करणे अशक्य आहे. गणिताच्या नावानेच माझ्या पोटात गोळा येतो; विज्ञानापेक्षा कलाशाखेकडे जाणे जास्त सोपे आहे; किंवा कंपनीच्या विक्रीविभागात काम करून यश मिळवणं म्हणजे एक मोठीच जोखीम असते, असे विचार मनात असतील, तर सध्या आपण करीत असलेल्या गोष्टीच आपण अधिक नेटाने करत राहतो. स्वत:ची कुवत, आवड आणि कल बघून आपण त्याच परिघात प्रयत्न करीत राहतो. त्यात आर्थिक यश अधिक मिळाले नाही, तरी मानसिक स्वास्थ्य मिळते; पण बदल स्वीकारायची तयारी दाखवलीत, तर तुमच्या यशाची क्षितिजे विस्तारतील.

तुम्हाला आवडणाऱ्या कामामध्ये स्वत:ला गुंतवून घेणे फार महत्त्वाचे आहे. आपली ही आवड नाच, गाणं, गिर्यारोहण, बागकाम अशी वैयक्तिक आणि घरगुती स्वरूपाची असू शकेल किंवा कॉम्प्युटर प्रोग्रॅमिंग, गाडी-दुरुस्ती, खरेदी-विक्री किंवा सेवा अशा प्रकारची असू शकते. अशा कामात स्वत:ला गुंतवून घेतलेत, तर तुमचा

आत्मविश्वास नक्कीच वाढेल. हा आत्मविश्वास नव्या गोष्टींचा, बदलाचा आणि बदलत्या परिस्थितीचा नव्याने स्वीकार करायला बळ देतो आणि तुमच्या कार्यक्षेत्रात तुम्ही काहीतरी नवीन करू शकता.

आणीबाणीचे प्रसंग

यशस्वी व्यावसायिकांचा विचार करताना जे.पी. मॉर्गन चेस या कंपनीचे अध्यक्ष व मुख्य अधिकारी श्री. जेमी डिमॉन यांचा उल्लेख येणे अटळ आहे. जगातल्या २५ अतिशक्तिशाली व्यावसायिकांच्या यादीत फॉर्च्युन मासिकाने डिमॉनला १५व्या स्थानावर ठेवले आहे. वॉल स्ट्रीट दंतकथा ठरलेल्या या माणसाने धडाडीचा बँकर, निर्दयी, काटकसरी, परिणामकारक नेता आणि त्याबरोबर दानशूर, सामाजिक कर्तव्याची जाण असणारा माणूस अशीही ख्याती मिळवलेली आहे. सिटी ग्रुपबरोबर १६ वर्षे काम केल्यानंतर बाल्टिमोर येथे असलेल्या कमर्शिअल क्रेडिट कॉर्प, शिकागोची बँक वन आणि मॉर्गन स्टॅन्लेमध्ये आपला करिष्मा त्यांनी सिद्ध केला. त्यांच्या कारकिर्दीत जे.पी.ने अमेरिकेतील सर्वांत मोठी आणि सर्वोत्कृष्ट बँक असा लौकिक मिळवला. २००८ च्या सबप्राइम घोटाळ्याच्या काळात सबप्राइमच्या वाढत्या आकर्षणापासून दूर राहण्याचे पथ्य त्याने पाळले आणि जे.पी. मॉर्गनला संकटातून तारले. या सर्वांतून या यशस्वी व्यावसायिकाचे खालील गुण दिसून आले–

१) व्यवस्थापकीय कौशल्य
२) परिणामकारक नेतृत्वगुण
३) धडाडी
४) दूरदर्शीपणा
५) वास्तवाची जाणीव आणि भविष्याचा वेध घेण्याची कुवत
६) वेळेत कृती
७) तडजोडीचे आणि मन वळवण्याचे कौशल्य
८) अपार कष्ट करण्याची क्षमता
९) कठीण परिस्थितीतही निर्णय घेण्याची कुवत
१०) नवे मार्ग धुंडाळण्याची क्षमता
११) नव्या गोष्टी करण्याचे धाडस

हे गुण अंगी नसतील तर प्रसंगी आणीबाणी उद्‌भवते, तणाव निर्माण होतात. तणावाखाली काम करत असताना भीती किंवा औत्सुक्य यांच्या अमलाखाली असताना माणसाच्या मेंदूतून चेतना उत्पन्न करणारा अँड्रेनालिन नावाचा द्राव स्रवतो. या स्रावामुळे आणीबाणीच्या प्रसंगाला म्हणजे fight or flight अशा प्रसंगांना सामोरे जाण्याचे धैर्य माणूस एकवटू शकतो. अशी आणीबाणी संपली आणि नेहमीचे दिनक्रम

सुरू झाले, की सर्वसामान्य माणसाची शरीरक्रिया पूर्ववत होते. पण काही लोकांच्या बाबतीत त्यांना अशा उद्दीपनाची इतकी सवय झालेली असते, की अशा अवस्थेतच आपण निर्मितिक्षम होतो, क्रियाशील बनतो असे त्यांना वाटायला लागते. हळूहळू ती त्यांची सवय बनते. अशी उद्दीपित अवस्था असावी आणि अँड्रेनालिनच्या प्रभावाचा आपल्याला फायदा व्हावा, अशी त्यांची मानसिकता बनते. अशा लोकांना 'अँड्रेनालिन जंकी' अशी संज्ञा वापरली जाते. क्रीडाक्षेत्रातील यशस्वी खेळाडूंच्या बाबतीत दुर्दैवाने अशा प्रकारचे 'अँड्रेनालिन जंकी' आढळून आले आहेत. 'उत्तम रिझल्टसाठी तणाव आवश्यकच आहे', 'तणावाखालीच मी उत्तम काम करू शकतो' किंवा 'टार्गेट पूर्ण करण्याचा दबाव असल्याशिवाय चांगली कामगिरी होतच नाही,' अशी बढाईदेखील ते मारतात. क्रीडाक्षेत्रात पराकोटीची स्पर्धा असताना विक्रमांची बरोबरी करण्यासाठी आणि विक्रम मोडण्यासाठी सेकंदासेकंदाचा परफॉर्मन्स महत्त्वाचा असल्यामुळे खेळाडूंशी अँड्रेनालिन जंकी ही संज्ञा जास्त संबंधित आहे. पण बदलत्या सामाजिक, राजकीय आणि आर्थिक वातावरणात हे लोण इतर क्षेत्रांतही पसरले आहे. वैयक्तिक किंवा खाजगी आयुष्यात असा माणूस नैराश्य किंवा शिथिलता यामुळे ग्रासलेला असला, तरी क्रीडा किंवा व्यवसायाच्या धकाधकीत मात्र चैतन्य आणि धैर्याने हिरिरीने धोका पत्करायला तयार असतो. अशा लोकांना कार्यक्षमतेची पातळी नेहमी १० किंवा ० अशीच लागते. इतर सामान्य लोकांप्रमाणे नॉर्मल परिस्थितीत ते राहू शकत नाहीत. ते अस्वस्थ होतात.

काहीतरी थ्रिलिंग, अचाट, अफाट करून दाखविण्याची मनीषा असणाऱ्या लोकांना असा थरार आणि नाट्य हवेहवेसे वाटते. अग्निशामक दलात काम करणारे, पोलिस यंत्रणेत किंवा सैन्यातील शिपाई यांना आगीत अडकलेल्यांना सोडविण्यात किंवा खतरनाक गुन्हेगाराचा पाठलाग करण्यात जास्त रस असतो. त्यांच्या दृष्टीने इतर सर्व गोष्टी अगदी अळणी आणि बेचव असतात. खाजगी आयुष्यात किंवा व्यवसायातही अशा प्रकारचे 'अकल्पित' आणि चाकोरीबाहेरचे यश मिळवणारे काही लोक असतात. त्यांना 'अँड्रेनालिन' असे म्हणण्याची प्रथा सुरू झाली. त्यांना प्रत्येक गोष्टीत साहस, धोका आणि नाट्य घडविण्याची आवड असते. त्यामुळे व्यवसायातल्या, कुटुंबियांमधल्या इतर लोकांशी त्यांचे नातेसंबंध फारसे सौहार्दपूर्ण नसतात आणि त्यांना स्वत:लाही आयुष्यातला थरार किंवा नाट्य कमी झाले, तर जीवन त्रासदायक वाटायला लागते. परिणामी कधीकधी अपयश येते व त्यांना नैराश्य ग्रासते. माणसाची ही मनोवृत्ती ओळखायची कशी, हे ठरविण्यासाठी एक चाचणी घेता येईल. त्यात पुढील प्रश्नांची 'हो' किंवा 'नाही' अशी उत्तरे दिलीत, तर शरीराने नैसर्गिकरीत्या पुरविलेल्या स्रावांचा किंवा क्षमतांचा तुम्ही योग्य वापर करता की

नाही, हे लक्षात येईल.

१) कामाचा, विचारांचा वेग राखण्यासाठी तुम्ही अधूनमधून चहा/कॉफीसारखे उत्तेजक पेय घेता का?

२) स्वत:ला शांत करण्यासाठी साखर खाता का?

३) स्वत:च्या आवाक्याबाहेर असणारी आश्वासने देऊन ती साध्य करण्यासाठी आयत्या वेळी धावपळ करता का?

४) कल्पित अडचणी निर्माण करून हाती घेतलेले काम सोडायचा विचार करता का?

५) केवळ वाटते म्हणून स्वत:च्या क्षमतेपेक्षा जास्त जबाबदारी घेता का?

६) अनपेक्षित परिस्थितीत कठोर प्रतिक्रिया नोंदवता का?

७) लोकांनी अपेक्षाभंग केल्यावर तुमची चिडचिड (तुमच्या चेहऱ्यावर ते दिसत असले किंवा नसले तरीही) होऊन मन:स्वास्थ्य बिघडते का? दुसऱ्यांमुळे झालेला उशीर, कमी प्रतीचे आणि क्षमतेचे काम ही तुमची वैयक्तिक जबाबदारी आहे, असे तुम्हाला वाटते का?

८) कामाच्या ठिकाणी तुम्ही घाईगडबडीत येता की काम वेळेत सुरू करता?

९) अकस्मात बसणाऱ्या धक्क्यांनी विचलित होऊन स्वत:चे स्वास्थ्य गमावता का?

१०) सतत आंतरिक कोलाहल जाणवत असतो का?

११) मिळालेलं प्रत्येक यश तुम्ही नम्रतेनं स्वीकारता का? असं यश हा परमेश्वराने दिलेला एक दागिना आहे, असे तुम्हाला वाटते का?

१२) अपयश येणार ही जाणीव असूनसुद्धा तुम्ही कठोर परिश्रम करत राहता का?

१३) काम पूर्णत्वास नेण्यासाठी अवघड असला तरी तो मार्ग तुम्ही निवडता का?

१४) तुमचा काहीही दोष नसताना प्रत्येक कामाला तुम्हाला ५-१० मिनिटं उशीर होतो का?

१५) अपेक्षेपेक्षा जास्त अडचणी आणि मनस्ताप तुम्हाला सहन करावा लागतो, असे तुम्हाला वाटते का?

१६) दिवसभरात उद्भवणाऱ्या अनेक गोष्टींसाठी तुम्ही पुरेसा वेळ देऊ शकत नाही का?

१७) लोकांनी ऐकणे बंद केले, तरी तुम्ही बोलत राहता का?

१८) पदरमोड करून आणि अयोग्य असतानाही बळजबरीने तुम्ही लोकांना खूश करायचा प्रयत्न करता का?

यापैकी ५ किंवा अधिक प्रश्नांना तुमचे उत्तर होकारार्थी असेल, तर तुम्ही

यश तुमचेच आहे । १७

अँड्रेनालिन जंकी क्लबमध्ये सामील होता. पण या अवस्थेतून बाहेर पडायला जरा वेळ, धीर आणि कमिटमेंट लागते. त्याचबरोबर स्वत:ला उत्साहित आणि क्रियाशील करण्याचे सुदृढ मार्ग शोधावे लागतात. त्यामुळे युवकांनो, आजच कामाला लागा. उद्या कदाचित उशीर झालेला असेल आणि यशाचे तुमच्या हक्काचे सिंहासन कोणीतरी काबीज केले असेल. ध्यानात ठेवा, Time and Tide wait for none. त्यामुळे गोष्टी उद्यावर ढकलू नका. कारण उद्या कधीच उजाडत नाही. या अँड्रेनालिन टेस्टचे 'हो' नकारात बदलण्याचा प्रयत्न करा, म्हणजे यशस्वी व्हाल.

यश मिळवायला वेळ नाही!

यश मिळवण्याच्या मार्गातला सर्वांत मोठा अडसर म्हणजे 'वेळ नाही.' 'हे काम मी पूर्ण केले असते, पण त्या कामात अडकल्यामुळे वेळच मिळाला नाही.' 'मला फार उशिरा सांगितलं. जरा आधी सांगितलं असतं, तर मी ते नक्कीच यशस्वी करून दाखवलं असतं.' 'थोडा अधिक वेळ द्या म्हणजे मी ते नक्की पूर्ण करीन.' हे आपण नेहमीच ऐकतो. विशेषत: तरुण वर्गाकडून. ज्यांना निसर्गत:च झटपट यशाची अपेक्षा असते, त्यांना वेळ मिळत नाही; कारण त्यांचा उपलब्ध असलेला वेळ बऱ्याच वेळा अनावश्यक गोष्टी करण्यामध्ये आणि आवश्यक गोष्टी न करण्यामध्ये वाया गेलेला असतो. वेळेत एखादी गोष्ट केली नाही, की साहजिकच उशीर होतो, उशिरातून अनिश्चितता निर्माण होते आणि या अनिश्चिततेमुळे बऱ्याच वेळेला यशही हुलकावणी देते. म्हणूनच 'उशीर आणि अनिश्चितता' हे अपयशाचे आई-वडील आहेत- असं केनिंग म्हणतो.

रमेश आणि सुरेश हे स्वामींचे आवडते शिष्य. एकमेकांस अगदी तुल्यबळ. शारीरिक, बौद्धिक, मानसिक क्षमता जवळजवळ सारखीच असणारे. क्रमिक अभ्यासक्रमाच्या आधारावर परीक्षा घेऊन त्यांच्यातील श्रेष्ठ कोण, हे ठरवणे जवळजवळ अशक्यच. अशा परिस्थितीत त्यांच्यात चांगला कोण, हे ठरवणे म्हणजे स्वामींचीच परीक्षा होती. पण व्यासंग आणि व्यवहाराबरोबर वेळेची योग्य सांगड घालण्याची कला साधलेल्या स्वामींनी आपल्या दोन शिष्यांची वेगळीच परीक्षा घ्यायचे ठरवले.

आश्रमापासून थोड्याच अंतरावर असलेल्या दोन अतिथिगृहांचे सुशोभीकरण करण्याची व ते ठरावीक वेळेत पार पाडण्याची जबाबदारी (संध्याकाळी ५ वाजेपर्यंत) त्यांनी दोन्ही शिष्यांवर सोपवली. आवश्यक ते सर्व सामानही त्यांच्या हाती सुपूर्द केले. रमेशने वेळेचे नियोजन करून उपलब्ध सामानात सजावट करून अतिथिगृहाची खोली स्वच्छ आणि सुशोभित केली आणि स्वामी जेव्हा परीक्षणाला आले, तेव्हा त्यांना दाखवली. सुरेश मात्र येताना सुशोभीकरणाच्या इतर साहित्याची जमवाजमव करीत सावकाश येत होता. तो अतिथिगृहावर पोचेपर्यंत तिथले दिवे गेले होते. त्याच

दरम्यान स्वामी तिथे पोचले आणि रमेशने केलेली सर्व व्यवस्था त्यांनी पाहिली व ते खूश झाले. पण उशिरा आल्यामुळे सुशोभीकरणच काय, किमान साफसफाईही सुरेश व्यवस्थित करू शकला नाही. त्यात लाइट गेलेले; त्यामुळे तो गुरुजींना काहीच दाखवू शकला नाही. स्वामी शिष्यावर आणि सुरेश स्वतःवर दोघेही नाराज. अनावश्यक गोष्टी जमवण्यात आपला वेळ व्यर्थ वाया घालवण्यापेक्षा सुरेशने स्वामींचा आदेश फार फाटे न फोडता पाळला असता, तर तोही रमेशसारखाच यशस्वी होऊ शकला असता हे निश्चित!

काम करणाऱ्या प्रत्येकाला असं वाटतं, की आपल्याला बऱ्याच गोष्टी, प्रोजेक्ट्स एकाच वेळी करायच्या असल्यामुळे प्रत्येक गोष्ट पूर्ण करण्यासाठी पुरेसा वेळ उपलब्ध होत नाही. या मीटिंगनंतर ती मीटिंग, या ऑफिसमधून त्या ऑफिसमध्ये, या प्रोजेक्टवरून त्या प्रोजेक्टवर असं करता करता दिवस कसा संपतो, हेच कळत नाही आणि काही वेळेला प्रश्न अनुत्तरितच राहतो, काम मागेच पडतं. दिवसात १२-१४ तास काम करूनही कामाचा व्यापच जास्त असल्यामुळे काही कामं पूर्ण होतच नाहीत आणि परिणामी पदरात अपयश पडतं. अशा परिस्थितीत काय करावं, असा यक्षप्रश्न त्यांच्यासमोर उभा राहतो. यावर उत्तर एकच- वेळेचं व्यवस्थापन करण्यात वेळ घालवण्यापेक्षा वेळ निर्माण करण्यावर लक्ष द्या! मग तुमच्यावर 'वेळ नाही' हे म्हणण्याची पाळी येणार नाही. परिणामी प्रत्येक काम वेळेवर करून तुम्ही नक्कीच यश संपादन करू शकाल. यासाठी दोन अगदी साध्या गोष्टी करणं आवश्यक आहे.

१) प्रत्येक गोष्टीसाठी स्वतःला १० मिनिटे आधीच उपलब्ध करा. आधी उपलब्ध झाल्यामुळे तुम्ही तुमचे विचार केंद्रित करू शकता. रिलॅक्स होऊन कामाचा विचार करू शकता. या दहा मिनिटांत बऱ्याच अनपेक्षित प्रश्नांची किंवा अडचणींची उत्तरे तुम्ही शोधू शकता. उदा., ट्रॅफिक जाममुळे मीटिंगला पोचण्यासाठी होणारा उशीर. त्यामुळे त्या कामाकरिता तुम्ही ती १० मिनिटे जादा दिलेली नाहीत; तर उपलब्ध वेळेतच ती १० मिनिटं तुमच्यासाठी निर्माण केली आहेत. ही सवय झाली, की साहजिकच तुमचा ताण कमी होईल आणि आनंद वाढेल.

२) घाईने हो म्हणण्यापेक्षा 'नाही' म्हणा. यशाची हाव असणाऱ्या लोकांना कोणत्याही कामाला घाईघाईने 'हो' म्हणून टाकण्याची घाई असते. आपण 'नाही' म्हणालो, तर त्या यशाची मालकी दुसऱ्या कोणाकडे तरी जाईल किंवा आपल्या यशात दुसरे लोक वाटेकरी होतील, अशी भीती त्यांना वाटते. त्यामुळेच एखाद्या गोष्टीला 'नाही' म्हणणे बऱ्याच जणांना अवघड जाते. तुम्हाला देऊ केला गेलेला प्रोजेक्ट तुम्हाला आवडलेला आहे आणि तो करण्याची तुमची इच्छाही आहे; पण हातात बरीच कामे असल्यामुळे नव्या प्रोजेक्टला वेळ कसा देणार, हा प्रश्न खरंतर

तुमच्या डोक्यात असला, तरी बहुतांश लोक अशा परिस्थितीत 'हो' म्हणून मोकळे होतात. पुढचं पुढे पाहू, अशी वृत्ती असते. परिणामी मानसिक आणि शारीरिक तणाव, धावपळ आणि अपयशसुद्धा. हेच थोडा धीर करून 'हो' म्हणण्यापेक्षा 'नाही' म्हटलं, तर तुम्ही स्वत:साठी सोय आणि संधी उपलब्ध करू शकला असता.

नवीन प्रोजेक्टला किंवा कोणत्याही नवीन कामाला हो म्हणण्यापूर्वी त्या कामाशी संबंधित सर्व घटकांची माहिती करून घेणे आवश्यक आहे. त्यासाठी प्रसंगी सुरुवातीला 'नाही' म्हटले तरी चालते. नाही म्हणून ते काम तुम्ही दुसऱ्या कोणाला देऊ शकता, पुढे ढकलू शकता किंवा दुसऱ्या कोणावर सोपवू शकता. या तीनही गोष्टींत तुम्ही स्वत:साठी वेळ निर्माण करत असता, जेणेकरून तुम्ही नवीन प्रोजेक्टला नंतर 'हो' म्हणू शकता. त्यानंतर पूर्ण विचारांती तुम्ही तो प्रोजेक्ट स्वीकारला, तर ते काम अधिक वेगाने, सफाईने आणि आनंदाने पूर्ण करू शकता.

खऱ्या यशाची सुरुवात तुम्ही तुमचा उपलब्ध वेळ कशा पद्धतीने वापरता, यापासून होते. वेळेचा वापर स्वत:ला दमवून क्षीण करण्याकरता की स्थैर्य आणि आनंद देण्यासाठी वापरता, यावर अवलंबून असतो. केवळ या दोन गोष्टींमधला मेळ साधून तुम्ही स्वत:साठी बराच वेळ निर्माण करू शकता. जरा प्रयत्न करा. यश मिळवून देण्याच्या या सोप्या युक्तीने तुम्हीही चक्रावून जाल.

वेळेच्या नियोजनाइतकेच शब्दांचे नियोजनही यश मिळविण्यासाठी आवश्यक असते. लिहिलेले, बोललेले किंवा ऐकलेले शब्द आपण किती प्रभावीपणे वापरतो, यावरही बऱ्याच अंशी यश अवलंबून असते. एखाद्या महत्त्वाच्या गोष्टीसंबंधी किंवा कामासंबंधी तुम्ही भरभरून बोललात; पण तुम्ही दुसऱ्या माणसाला ते पटवून देऊ शकला नाहीत, तर तुमच्या कामात यश मिळणे अवघड असते. अशा वेळी एकच विचार येतो– तो म्हणजे संभाषणासाठी अधिक चांगले शब्द वापरता आले असते का, संभाषणाचा सूर वेगळा, अधिक 'कठोर' किंवा अधिक 'मृदू' हवा होता का? किंवा संभाषणासाठी अधिक चांगली किंवा वेगळी वेळ निवडता आली असती का? जेणेकरून संभाषणाची परिणामकारकता यशाला साहाय्यक झाली असती. आपले संभाषण अयशस्वी झाले, आपण दुसऱ्याला पटवू शकलो नाही, आपण हरलो असे वाटले, की हार ठरलेलीच असते. हरलो नाही असे वाटेपर्यंत तुम्ही खेळ जिंकीतच जाता. यासाठी संभाषणाची पुढील तत्त्वे ध्यानात ठेवली, तर अंतिम यश मिळण्यास ते साहाय्यक ठरते.

१) जबाबदारी घ्या. तुम्ही स्वत: जे म्हणता किंवा बोलता, त्याची जबाबदारी स्वीकारा. त्यामुळे दुसऱ्या माणसाला काय वाटेल आणि काय आवडेल, यासाठी न बोलता तुम्हाला जे माहीत आहे आणि जे सत्य आहे, ते बोला आणि त्याची

जबाबदारी स्वीकारायची तयारी ठेवा.

२) 'तू' पेक्षा 'मी' चा वापर करा; त्यामुळे दुसऱ्याशी केलेल्या संभाषणातील तुमची आत्मीयता प्रकट होईल.

३) मन मोकळे ठेवा आणि त्यात इतरांना सामावून घ्या.

यशाकडे टाकली जाणारी पावलं ही नुकत्याच चालायला शिकलेल्या लहान मुलाच्या चालण्यासारखी असतात. पुढचे पाऊल टाकताना ते बरोबर पडेलच की नाही, याची त्या लहानग्याला खात्री नसते. त्याची पावलं डगमगत असतात. पण प्रत्येक छोट्या पावलाबरोबर चालण्याचा त्याचा आत्मविश्वास दृढ होत जातो आणि शेवटी यश मिळते. छोट्या बालकालाही हे माहीत असते, की आत्मविश्वासाने, एकाग्रतेने टाकलेले प्रत्येक छोटे पाऊल त्याला स्वत:च्या पायावर उभे राहून चालण्याचं मोठं ध्येय प्राप्त करण्यासाठी आवश्यक आहे. यशाच्या बाबतीतही तसंच असतं. त्यामुळे जे काम किंवा प्रोजेक्ट काही ना काही कारण दाखवून, अडचणी जाणवल्यामुळे तुम्ही बाजूला ठेवत आला आहात/किंवा अपयशाच्या भीतीने दुर्लक्षिले आहे, ज्यात कामाचा फारच व्याप आहे त्यामुळे पूर्ण करणे अवघड आहे असे तुम्हाला पूर्वी वाटत होते, ते काम किंवा तो प्रोजेक्ट हातात घ्या. स्वत:ला हाताळता येईल, अशा छोट्या भागांमध्ये त्याची विभागणी करा. प्रत्येक छोट्या पायरीचे नियोजन करा. प्रत्यक्ष कृती केल्यानंतर त्या कामाची नोंद करून ठेवा. अशा प्रकारे एखाद्या अवघड कामाची छोट्या भागांत विभागणी करून अंमलबजावणी केल्यास अंतिम ध्येय गाठणे फारसे कठीण जात नाही.

यश:प्राप्तीसाठी स्वत:च्या निर्मितिक्षमतेची जाणीव असणे आणि त्याचा योग्य वापर करणे हे फार महत्त्वाचे असते. परमेश्वराने प्रत्येक माणसाला निर्मितीक्षमतेचे (creativity) वरदान जन्मत:च दिलेले आहे. आणि ही निर्मितिक्षमता प्रत्येकाची स्वतंत्र अशी आहे. ही निर्मितिक्षमता न वापरल्यामुळे आपण फार मोठ्या आनंदाला पारखे होऊ शकतो. निर्मितीचा हा आनंद पिकासोने आपल्या चित्रनिर्मितीतून, मोझार्टने आपल्या वाद्यवृंदातून किंवा बिल गेट्सने माहिती-तंत्रज्ञानात आणि संगणकक्षेत्रात क्रांती घडवून मिळवला. ज्यूलीया कॅमेरॉन तर म्हणते- निर्मितिक्षमता हा आत्म्याचा प्राणवायू आहे. या निर्मितिक्षमतेपासून दूर राहणे म्हणजे रानटीपणा आहे. जे निर्माण व्हायला पाहिजे, ते आपण निर्माण केलेच पाहिजे. त्यामुळे यश मिळवायचे असेल, तर तुमच्या रोजच्या व्यवहारातही निर्मितिक्षमतेला वाव द्या. जुन्या आणि मळलेल्या पाऊलवाटांनी जाण्यापेक्षा नवीन, धाडसी आणि महत्त्वाकांक्षी मार्गाचा अवलंब करा; निदान अशा नवीन मार्गाचा शोध घ्या. सतत काहीतरी नवीन करायचा प्रयत्न करा. त्यात उत्तुंग यश मिळाले नाही तरी चालेल; पण तुमची निर्मितिक्षमता जरी प्रतीत

झाली, तरी यशाचा मार्ग मोकळा होऊ शकेल. निर्मितिक्षमता जागृत करणं आणि योग्य वेळी तिचा वापर करणं म्हणजेच खरं यश! स्वत:च्या निर्मितिक्षमतेबद्दल- नवनिर्मितीबद्दल जरी शंका असली- खात्री वाटत नसली- तरी त्या दृष्टीने थोडेजरी मार्गक्रमण केलेत, तरी तुमचा आनंद आणि यश दोन्हींतही भर पडेल.

संकटांशी सामना

अचानक आलेल्या मुसळधार पावसाने सामान्य नागरिकांची आणि प्रशासनाची ज्याप्रमाणे तारांबळ उडते, त्याप्रमाणेच ध्येयपूर्तीच्या मार्गात अचानक उद्‌भवणाऱ्या अडचणी आणि संकटे यांमुळे माणूस खचून जायची शक्यता असते. नागरिकांच्या सामाजिक स्वच्छतेविषयीच्या कल्पना, ड्रेनेज सिस्टीम, निसर्गाचा लहरीपणा यांतील काही गोष्टी माणसाच्या नियंत्रणाच्या पलीकडे असतात; तर काही बाबतींत जाणीवपूर्वक प्रयत्न करून, योग्य प्रकारचे नियोजन करून किंवा आपत्कालीन संकट निवारण्याची (Disaster management) व्यवस्था करून माणूस या गोष्टींवर मात करू शकतो. त्याचप्रमाणे ध्येय ठरवताना, व्यवसाय सुरू करताना प्रत्येक व्यक्तीने आपत्कालीन संकटांचा सामना करण्यासाठी आवश्यक असलेली मानसिक तयारी ठेवली पाहिजे. कित्येक वेळा श्रम करून, पैसे ओतून किंवा नियोजन करूनही अपेक्षित यश मिळण्यास बराच उशीर लागतो. क्वचित्प्रसंगी यश माणसाला हुलकावणीही देते. अशा वेळी निराश न होता नेटाने प्रयत्न करून, परिस्थितीचा सर्वांगांनी विचार करून धीर राखून काम करत राहिल्यास अडचणींच्या अंधकारातही प्रकाशाचा एखादा किरण दिसू शकतो. त्या प्रकाशाच्या वाटेने सतत जाण्याचे ध्येय ठेवले, तर यश निश्चित मिळते. पण हे पथ्य पाळले नाही, तर तहानभूक विसरून दिवसभर कष्ट करत राहिले, तरी दिवसाच्या शेवटी लक्षणीय अशी प्रगती किंवा ध्येयाच्या दिशेने वाटचाल झालेली नसते. याउलट, काही लोकांना मात्र कमी श्रमांत, कमी वेळात यश मिळाल्यासारखे वाटते. अशा वेळी माझ्याच बाबतीत असे का होते? मलाच नेहमी अपयश का येते? किंवा प्रयत्न करूनही माझ्याच मार्गात अडचणी का येतात? असे प्रश्न सतावू लागतात. त्यातून नाराजी वाढते आणि स्वत:च्या भविष्याविषयी चिंता आणि इतरांच्या यशाविषयी मत्सर वाटू लागतो. पण अशा लोकांनी, परिस्थितीचा मत्सर न करता यश मिळवलेल्या व्यक्तीने कामाची आखणी कशी केली होती, कोणत्या गोष्टीसाठी किती वेळ वापरला होता, याचे परीक्षण करणे गरजेचे आहे. परीक्षणानंतर आत्मपरीक्षणही तेवढेच महत्त्वाचे आहे. कारण त्यामुळे आपल्या असे लक्षात येऊ शकते, की काही वेळेला आपण अनावश्यक आणि कमी महत्त्वाच्या गोष्टींकडे जास्त लक्ष देतो. परिणामी ध्येयप्राप्तीच्या दिशेने नेणाऱ्या यश:प्राप्तीसाठी आवश्यक अशा कामाला आपण कमी महत्त्व देतो. आपल्या कामात एखाद्या वेळेस नावीन्याचा, संशोधक

वृत्तीचा (innovation) अभाव असतो.

इनोव्हेशन किंवा कल्पकता म्हणजे तरी काय? कल्पकता ही विचारांइतकीच वृत्तीतही असावी लागते. दिवसभराच्या कामाची आखणी करताना सर्वच गोष्टींचा एकदम विचार करून गोंधळून जाण्यापेक्षा आपल्या कामाची आखणी करा; ते काम सुरुवातीपासून शेवटपर्यंत वेगवेगळ्या विभागांत वाटा. त्यांपैकी पहिल्या महत्त्वाच्या तीन गोष्टी प्रथम करण्यास प्रारंभ करा. किमान या तीन गोष्टी झाल्या, तर जेणेकरून दिवसाच्या शेवटी तुम्ही म्हणू शकाल की, महत्त्वाच्या गोष्टी झाल्यामुळे आज महत्त्वाचे काम पूर्ण होऊन ध्येयाच्या किंवा कामाच्या पूर्ततेच्या दृष्टीने मार्गक्रमण सुरू झाले आहे. एकाच वेळी अनेक गोष्टी किंवा कामे करण्याच्या घाईने सर्वच कामाचा खोळंबा होऊ शकतो. 'जास्त ते चांगले', असे नेहमीच असते असे नाही, तर अनेक वेळा 'कमी किंवा मोजके' तेही चांगले असते. आणि आपल्याला यशाच्या मार्गाने वाटचाल करायला प्रेरणादायी ठरू शकते. 'ह्यॅ! त्यात काय आहे?'

तीन गोष्टी निवडणं आणि त्या पूर्ण करण्यासाठी प्रयत्न करणं हे फार सोपे आहे, असं तुम्हाला सुरुवातीला वाटेल. प्रत्यक्ष निवडायला गेलात तर तुमचा गोंधळ होईल, कदाचित सगळ्याच गोष्टी प्राधान्याने कराव्याशा वाटतील. पण गोंधळून जाऊ नका, कोणत्याही तीन गोष्टी निवडा, कारण थेंबाथेंबानेच सागर बनतो, किरणाकिरणांतूनच प्रकाश उजळतो. त्याप्रमाणे प्रत्येक छोट्या गोष्टीतूनच आपण यशाची मुहूर्तमेढ रोवत असतो. त्यामुळे 'कमी हेच जास्त' यावर जेव्हा आपण भरवसा ठेवतो, तेव्हा उद्दिष्टपूर्ती आटोक्यात आलेली दिसते. यशस्वितेच्या मार्गावरची सुरुवात पहिले पाऊल टाकूनच सुरू होते. दररोज किमान तीन पावले/तीन महत्त्वाच्या गोष्टी करत राहिलात, तर यथावकाश सर्व गोष्टी पूर्ण होतील आणि यश मिळेल.

कर्म करे जा

माणसाच्या कामाचे फळ अनेक स्वरूपांत असू शकेल. कधी ते दृश्य स्वरूपात तर कधी अदृश्य अशा भावनेच्या स्वरूपात असेल. संपत्ती आपल्याला द्रव्याच्या रूपात मिळते; पण माणसांचे प्रेम, सहानुभूती, कृतज्ञता आणि सद्भावना हीदेखील यशाची (संपत्तीची) अदृश्य रूपे आहेत. बऱ्याच वेळा हे अदृश्य स्वरूपातील यश फार महत्त्वाचे ठरते. भौतिक किंवा दृश्य स्वरूपातील यश लवकर नष्ट होऊ शकते; पण सद्भावना मात्र कायमस्वरूपी असते. महात्मा गांधी तर म्हणत, "आपले कारण न्याय्य असेल, वाटेल तितका त्रास सहन करण्याची ताकद असेल, आणि हिंसा टाळलेली असेल, तर जय नक्कीच मिळेल आणि तो कायमस्वरूपी असेल." अनेक अपयशांतून यशाची निर्मिती होत असते. त्यामुळे सुरुवातीला अनेकदा अपयशही पचवावे लागते. अपयश म्हणजे काही कलंक नाही, कमीपणा नाही. उलट, अपयश

हे अंजन आहे. त्याने दृष्टी साफ होते. पुढचा मार्ग साफ दिसू लागतो.

आत्मविश्वास जपा

स्वत:वरचा विश्वास ही यशाच्या वाटेवरची महत्त्वाची खूण आहे. प्रत्येक माणसामध्ये निसर्गत:च स्वत:ला मार्गदर्शन करण्याची क्षमता असते. अंत:प्रेरणा, अंदाज, अपेक्षा, गट फीलिंग अशा अनेक प्रकारांनी ती वारंवार व्यक्तही होत असते. फक्त त्याचा प्रत्यक्ष वापर कार्यसिद्धीसाठी करणे फार आवश्यक असते. अंत:प्रेरणा ही अशी गोष्ट आहे, की जिला काहीही किंमत मोजावी लागत नाही. तरीही ती व्यक्तीसाठी फार मौल्यवान असते. ती तुमच्या बरोबर सदैव असते, पण दिसत नाही. तुमच्या प्रत्येक प्रश्नाचे उत्तर, अडचणींवरील मार्ग या अंत:प्रेरणेत दडलेला असतो. पण स्वत:चा स्वत:वर, स्वत:च्या कर्तृत्वावर, स्वत:च्या सामर्थ्यावर विश्वास नसेल, तर माणूस अंत:प्रेरणा दुर्लक्षित करून दुसऱ्याच्या विचाराने (खास करून एखाद्या यशस्वी माणसाच्या किंवा यशामुळे जो माणूस आदर्श वाटतो त्याच्या) जाण्याचा विचार करतो. त्या माणसाला मिळालेले यश हे 'त्या' माणसाच्या अंत:प्रेरणेने मिळालेले असते. त्यामुळे स्वत:च्या अंत:प्रेरणेकडे दुर्लक्ष केलेत, तर 'अरेरे! माझे स्वत:चे ऐकले असते, तर ही पाळी आली नसती', असे अपयश आल्यावर वाटत राहणार नाही. 'माझं मन मला सांगत होतं... हे करू नकोस, यात अडचणी आहेत... पण त्याने केलं म्हणून मी केलं...', 'मला जरा शंकाच वाटत होती, पण मी त्याकडे दुर्लक्ष केले आणि दुसऱ्याने सांगितल्याप्रमाणे वागलो म्हणून अपयश आलं', असं म्हणण्याची पाळी बऱ्याच जणांवर येते. पण अशा अनुभवातूनच स्वत:वर विश्वास ठेवायला, अंत:प्रेरणेला प्रतिसाद द्यायला माणूस शिकतो. तो स्वत:लाच प्रश्न विचारायला उद्युक्त होतो–

'मी स्वत:वर इतका अविश्वास का दाखवला?'

'स्वत:वर अविश्वास दाखवून काय फळ मिळाले?'

'या परिस्थितीत मी काय शिकलो?'

'पुढच्या वेळेला मी स्वत:च्या विचारानेच वागणार, म्हणजे यश नक्की मिळेल.'

जीवनात यश किंवा वैभव मिळविण्यासाठी आवश्यक असलेली अत्यंत महत्त्वाची गोष्ट 'बाहेर' कुठेही नसून आपल्या 'आतच' आहे, ह्याचीच आपल्याला जाणीव नसते. त्यामुळे असे प्रश्न विचारण्याची पाळी अनेकांवर येते. पण जे स्वत:वर विश्वास ठेवतात, 'आतला आवाज' ऐकून त्याप्रमाणे कृती करतात, ते यशस्वी होतात. समृद्धीचे रहस्य बाहेर नसून तुमच्या मनात आहे, याची त्यांना जाण असते. त्यामुळेच त्यांनी मिळविलेल्या यशाचा त्यांना अभिमान असतो; गर्व असत नाही.

Eleanor Roosevelt चे एक वाक्य यश मिळविण्याच्या दृष्टीने महत्त्वाचे

आहे. तो म्हणतो- "Nobody can make you inferior without your consent.' तुम्ही निकृष्ट दर्जाचे आहात, तुम्हाला यश मिळणे अवघड आहे, या गोष्टी ठरविणारे इतर कोण? 'प्रयत्ने वाळूचे कण रगडिता तेलही गळे' हे माहीत असेल, तर प्रतिकूल परिस्थितीत, तुमच्या कुवतीबाहेरचे कामही अथक प्रयत्नांनी तुम्ही साध्य करू शकता, हे अनेक उदाहरणांवरून सिद्ध झालेले आहे. नेपोलियनच्या शब्दकोशात 'अशक्य' हा शब्दच नव्हता; त्यामुळे तो जगज्जेता होऊ शकला. प्रयोगशाळेतील सर्व रेकॉर्ड नष्ट झाल्यानंतरही एडिसनने अनेक शोध लावले. स्वातंत्र्यवीर सावरकरांनी तुरुंगाच्या भिंतींवर 'कमला'सारखे खंडकाव्य साकारले. आत्मविश्वास असेल तर संधीचा अभाव, साधनांची कमतरता आणि प्रतिकूल परिस्थितीही तुम्हाला यशस्वी होण्यापासून वंचित करू शकत नाही. यासाठी खालील गोष्टी ध्यानात ठेवून विचार आणि कृती करण्याची आवश्यकता आहे-

१) प्राप्त परिस्थिती मला अनुकूल आहे.

२) माझ्याबद्दल लोकांचे काय मत आहे, हे मला चांगलेच माहीत आहे.

३) स्वत:च्या कृतीवर माझा पूर्ण विश्वास आहे.

४) काम करताना मी फक्त कामाचा आणि माझा विचार करून दिशा ठरवतो.

५) माझी इच्छाशक्ती माझ्या गरजा पूर्ण करायला आणि यशस्वी व्हायला पुरेशी आहे.

६) माझी हुशारी आणि सामर्थ्य मी संकोच न बाळगता प्रकट करू शकतो.

७) माझ्यात आवश्यक तेवढा निर्भीडपणा आहे.

८) माझ्या झालेल्या चुका ही मी शिकण्याची संधी समजतो.

९) यश मिळो न मिळो; यश मिळविण्यासाठी केलेल्या प्रयत्नांचे श्रेय माझेच असते. (मानतो.)

१०) आत्मपरीक्षण करताना (स्वत:चेच प्रतिबिंब आरशात बघताना) मी स्वत:बद्दल समाधानी आहे.

११) घवघवीत यश किंवा दारूण पराभव म्हणजे दैव, नशीब नसून काम पुन्हा नव्या जोमाने करण्याची संधी आहे, असे मी मानतो.

१२) पराभवाचा किंवा अपयशाचा मी हसत स्वीकार करतो.

अमेरिकन दूरचित्रवाणी गाजवणारी आणि जगातील अत्यंत प्रभावशाली व्यक्तींपैकी एक असलेली ऑप्रा विनफ्रे म्हणते, ''मी न आवडण्याची भीती मला जे लोक आवडत नाहीत, त्यांच्याकडूनही जास्त आहे.' (I have a fear of being disliked, even by people I dislike.)

तुम्हाला मिळालेल्या यशाबद्दल इतरांनी तुमच्यावर अभिनंदनाचा वर्षाव केला

यश तुमचेच आहे । २५

तरी हुरळून जाऊ नका; कारण त्यामुळे तुमची काम करण्याची एकाग्रता आणि आसक्ती कमी होण्याची शक्यता आहे. इतरांना तुमचे अभिनंदन करावेसे वाटले तर केलेल्या प्रयत्नांबद्दल तुम्हाला काय वाटते, याचा आढावा घेण्याची आणि स्वतःला ओळखण्याची ही वेळ आहे असे समजा. बऱ्याच वेळा दिलेली कॉम्प्लिमेंट ही आपला मोठेपणा वाखाणण्यासाठी नसून दुसऱ्याचा मोठेपणा दाखविण्यासाठी असू शकते. यशाचे कौतुक किंवा अभिनंदन झाल्यानंतर ते यश टिकविण्याची फार मोठी जबाबदारी निर्माण होते. अभिनंदन स्वीकारताना अभिनंदनाबरोबर चिकटलेले अवाजवी कौतुक जाणीवपूर्वक दूर ठेवा.

कौतुकापेक्षाही टीका ऐकून घेण्याची सवय करणे महत्त्वाचे आहे. सतत यशस्वी होणाऱ्या माणसाला नेहमीच आपले कौतुक ऐकून घेण्याची आणि अभिनंदन स्वीकारण्याची सवय झालेली असते. ते अगदी अंगवळणी पडलेले असते. पण यशात मधेच कधीतरी अपयश आले, तर होणारी टीका तो सहजी सहन करू शकत नाही. टीकेबरोबरच नाकारल्याची भावना समजून घेणेही फार महत्त्वाचे असते. खालील गोष्टींवरून तुम्ही इतरांच्या तुमच्याविषयीच्या भावना समजून घ्या—

१) तुमचे पालक, पत्नी किंवा पती, किंवा बॉस तुम्ही कुचकामी आहात आणि काहीही उत्तम करू शकत नाही, असा शेरा मारतील.

२) तुम्हाला आवडणारी व्यक्ती तुमच्या व्यक्तिमत्त्वाबद्दल तुमच्यावर टीका करेल.

३) काहीतरी कारणं काढून तुमचा मित्र/मैत्रीण तुमच्याबरोबर एखाद्या ठिकाणी येण्याचे टाळेल.

४) एखादी व्यक्ती 'मी तुमचा तिरस्कार करते/करतो.'असे तुम्हाला स्पष्ट सांगेल.

५) ज्या व्यक्तीच्या हुशारीबद्दल तुम्हाला आदर आहे, अशी व्यक्ती तुम्हाला तुम्ही नुकतीच मांडलेली कल्पना वेडगळपणाची आहे असे सांगेल.

६) गटप्रमुख गटाची निवड करत असताना तुमची निवड सर्वांत शेवटी करेल.

७) तुम्ही केलेल्या सूचनांचा तुमच्या गटात चार-चौघांत विचार केला जाणार नाही.

८) तुमच्या दृष्टीने तुम्ही एखादे काम पूर्ण केले असले, तरी तुमचा बॉस तेच काम तुम्हाला परत करायला लावेल.

९) ज्या व्यक्तीच्या संपर्कात राहणे तुम्हाला आवडते, ती व्यक्ती तुमच्याशी संपर्क टाळेल.

१०) तुमच्यासाठी एखाद्या व्यक्तीने काही 'खास' करावे अशी तुमची अपेक्षा

आहे; पण ती व्यक्ती ते काम करणे किंवा तुमच्या अपेक्षेप्रमाणे वागणे नाकारते.

११) तुमची आवडती व्यक्ती तुमचा वाढदिवस किंवा जन्मतारीख विसरते.

या सर्व परिस्थितीत तुमची प्रतिक्रिया वेगवेगळ्या स्वरूपाची असू शकते. उदाहरणार्थ–

१) दुर्लक्ष करा.

२) सडेतोड उत्तर द्या.

३) हसतमुखाने/खिलाडूपणे स्वीकारा.

४) अंतर्मुख होऊन विचार करा.

यांपैकी सडेतोड उत्तराने होणारी हानी भरून न काढण्यासारखी असते. त्यामुळे तोडण्यापेक्षा जोडण्याला प्राधान्य देणारी प्रतिक्रिया दाखवा. प्रतिहल्ला करण्यापेक्षा आपली फक्त प्रतिक्रिया नोंदवा. उदा., 'हे ऐकून मला वाईट वाटले/ या तुझ्या बोलण्याने मी दुखावला गेलो आहे' असे म्हणून दुसऱ्याच्या वृत्तीतला उपरोध ओळखून स्वत:ची खिलाडू वृत्ती प्रकट करा.

अंतर्मुख होऊन विचार करण्याने तुम्हाला बरेच पर्याय उपलब्ध होतात. टीका करणाऱ्या व्यक्तीशी चर्चा करून, त्याला व्यवस्थित समजून घेऊन तुम्ही त्याने केलेल्या टीकेचा/उद्गारांचा पुनर्विचार करू शकता. त्या व्यक्तीच्या उद्गारांनंतर/ टीकेनंतर उद्भवलेले प्रश्न विचारात घेऊन 'तुमचे खरेच काय चुकले', हा आढावा घेऊ शकता किंवा 'तू माझ्यावर रागावलेला दिसतोस', असे म्हणून संभाषणाची नवी सुरुवात करू शकता.

संघर्षाचे समाधान

एखादी गोष्ट मिळविण्याच्या मार्गात जितक्या अडचणी जास्त, तितकी ती गोष्ट मिळाल्यावर, यश मिळाल्यावर, होणारा आनंद जास्त असतो. संघर्षानंतर मिळवलेले यश हे सहजासहजी किंवा विनाअडचण मिळणाऱ्या यशापेक्षा नक्कीच जास्त आनंददायक असते. पण हा आनंद मिळविण्यासाठी संघर्ष करत राहण्याची मानसिकता जोपासावी लागते. एका सर्वसामान्य शेतकरी कुटुंबात जन्मलेले आणि राजकारणात अत्युच्च पदावर पोचलेले व्यासंगी आणि द्रष्टे नेते यशवंतराव चव्हाण नेहमी म्हणत, ''आलं तर आलं तुफान; तुफानाला घाबरून काय करायचं? तुफानाला तोंड द्यायला शिकलं पाहिजे. तुफानापासून पळून जाणाऱ्या माणसाच्या हातून काही घडत नाही. तुफानाला तोंड देण्याची जी शक्ती आणि इच्छा आहे, त्यातूनच माणूस काहीतरी करू शकतो, अशी माझी धारणा आहे.''

जीवनातले खरे युद्ध सत् आणि असत् किंवा शिव आणि अशिव अथवा दैवी गुण आणि असुरी गुण यांच्यामधले आहे. यश मिळविण्याच्या युद्धात सर्व सत्प्रवृत्ती

एकत्र होऊन दुष्ट प्रवृत्तींना पराभूत करतात. त्यामुळे जीवनात आळसाला वाव नाही, गद्दारीला जागा नाही किंवा 'मला काय त्याचे' या भावनेला स्थान नाही. आपल्यातले विकार, वासना आणि नाना प्रकारचे हीन भाव आपल्या 'आत्मशक्ती'ला, अंत:प्रेरणेला पराभूत करू पाहत असतात. अशा वेळी आत्मशक्तीला सर्व सत्ता आपल्या हातात घेऊन आतल्या सर्व हीन प्रवृत्तींना जरब बसविणे व त्यांना कह्यात ठेवणे. हाच यशाचा मार्ग असतो. 'युद्धाय कृतनिश्चय:' अशा भावनेने सर्व शक्ती एकवटून बाह्य जगातील व्यक्तींचे द्वेष, काम, क्रोध, लोभ, कुटिलता या सर्वांशी दृढतेने सामना करणे यशासाठी फार आवश्यक असते. तोच आपला खरा जीवनधर्म आहे. पण त्यासाठी योग्य अशी 'युद्धनीती' कोणती असावी, हे प्रत्येकाला माहीत असावे लागते.

बेचैन करणारे, भंडावून सोडणारे, झपाटून टाकणारे प्रश्न ही माणसाच्या बुद्धिमत्तेला नवे कोंब आणणारी व माणसाचे कर्तृत्व फुलविणारी गोष्ट आहे. बेचैनी नवनिर्माणकारी, नवजीवनाची व उज्ज्वल भविष्याची हमी असते. लहान वयात बेचैन करणारे, भंडावून सोडणारे प्रश्न आपण धाडसाने विचारतो; उत्तर देता न आल्यामुळे प्रसंगी मोठे लोक अडचणीत सापडतात. पण वाढत्या वयाबरोबर जबाबदारीच्या जाणिवेमुळे बऱ्याच वेळा असे धाडसी प्रश्न विचारण्याचे धाडस दाखवण्याचे प्रत्येकजण टाळतो. यामुळे बऱ्याच वेळा आपली वाढ खुंटते, पराभवाची भीती वाटू लागते आणि यशाने मिळणारा आनंदच फक्त हवाहवासा वाटायला लागतो. संघर्षात जेव्हा आनंद वाटायला लागतो, त्यामुळे मी जिवंत आहे असे माणसाला वाटायला लागते, तेव्हाच तो यश मिळवू शकतो. संघर्ष हा माणसाच्या योजनेला, अंत:प्रेरणेला, स्वत्वाला दिलेला व्यायाम आहे. हा व्यायाम करताना कष्ट होतात; पण त्याचे रूपांतर सामर्थ्यात होते. पण ही अंत:प्रेरणा नसेल, तर आयुष्याच्या लढाईत पुष्कळ वेळा नको असलेल्या अनेक तहांवर माणसाला सही करावी लागते. भारताचे पहिले पंतप्रधान पंडित नेहरू नेहमी म्हणत, ''निष्क्रियतेने मरण्यापेक्षा संघर्ष करत मरणेच अधिक चांगले असते. दु:खपूर्ण व निराशेचे जीवन घालविण्यापेक्षा मरणेच श्रेयस्कर असते.''

संघर्षासाठी सुधारणा

संघर्ष करण्याची मनोवृत्ती जोपासण्यासाठी आधी स्वत:मध्ये सुधारणा करणे आवश्यक असते. सुधारणा ही स्थिर वस्तू नाही. ती पुढे चालेल किंवा मागे सरकेल. लहानपणी आईवडिलांनी, गुरुजनांनी, शाळेने माझ्यावर फार चांगले संस्कार केलेले आहेत, त्यामुळे आता मला स्वत:त काही सुधारणा करायची गरज नाही, असे कर्त्या वयात, विशेषत: तरुणपणी (१५ ते २५ वर्षे या वयात) काही जणांना नेहमी वाटत असते. तशी त्यांची धारणा असते. खरी सुधारणा ही मनातूनच झाली पाहिजे; नुसते

नियम करून सुधारणा कधीच होत नाही, किंवा नियमांचे फक्त वरवरचे पालन करून होत नाही; तर त्या नियमांमागील प्रेरणातत्त्व समजून घेणे आवश्यक असते (Not the letter of law, but the spirit behind it). विचार आणि आचार यांची योग्य सांगड घातली तरच योग्य सुधारणा होते. पण तरुण वयात विचार जरी सुसंगत असले, तरी आचार विसंगत असल्यामुळे सुधारणा होणे अवघड असते. उदाहरणार्थ, परीक्षेत किंवा कामात यश मिळविण्यासाठी एकाग्रतेने, नेटाने त्या कामावरच लक्ष केंद्रित करणे आवश्यक असते; पण तारुण्यसुलभ आकर्षणांनी, चंचल वृत्तीमुळे आणि सभोवतालच्या वातावरणामुळे ही एकाग्रता कमी होते. अभ्यास करण्यापेक्षा मित्रमंडळींबरोबर फिरण्यात, मौजमजा करण्यात वेळ घालवावासा वाटतो. कामासाठी घराच्या चार भिंतींत किंवा ऑफिसमध्ये स्वत:ला कोंडून घेण्याऐवजी 'मल्टिप्लेक्स' आणि कॅफे कॉफी डे आणि मित्रमैत्रिणी यांचे जास्त आकर्षण वाटते. ध्येयपूर्तीपेक्षा स्वप्नपूर्तीमधे सुखी जीवनाचे, यशाचे, समृद्धीचे स्वप्न पाहण्यात अधिक आनंद मिळायला लागतो आणि खरे यश दूर दूर जायला लागते. अशा वेळी आईवडिलांचा, आप्तेष्टांचा, समाजाचा विरोध आणि टीका झुगारून तरुण आपल्याच उन्मादात मग्न असतो. कारण त्याला 'प्रवाहाबरोबर' जायचे असते. वेगळी वाट चोखाळणाऱ्या, धाडस करणाऱ्या आणि प्रसंगी प्रवाहाविरुद्ध लढणाऱ्या लोकांचा संघर्ष ते पाहत नाहीत; कारण 'प्रवाहाबरोबर वाहणे सोपे असते, त्याच्याविरुद्ध जाणे कठीण', हे त्यांनी अनुभवलेले नसते.

संधीचा लाभ घ्या!

यश मिळवायचे असेल, तर आलेल्या संधीचा फायदा करून घेण्याची तयारी असावी लागते. एकदा आलेली संधी गमावली, तर कदाचित पुढच्या संधीची वाट पाहत बराच वेळ घालवावा लागेल. शिवाय संधी ही काही आपल्या सोयीप्रमाणे आणि सतत येत नाही. त्यामुळे प्रत्येकाने सतर्क राहणे आवश्यक असते. असा एकही मनुष्य नसेल, की ज्याला भाग्योदयाची एकही संधी मिळाली नाही. तो जर संधीच्या आगमनप्रसंगी निद्रिस्त नसेल, संधीचे स्वागत करायला उत्सुक असेल, तर त्याला त्या संधीचा लाभ अवश्य मिळतो. कामाची संधी मिळवली, की यशाचीही संधी हमखास मिळते; फक्त त्यासाठी प्रामाणिक प्रयत्न करणारा हवा. सर्वोत्तम मनुष्य नेहमी सामान्य संधीतून उज्ज्वल नि मार्गदर्शी विजय प्राप्त करतो. हाती आलेली कोणतीही संधी कमी प्रतीची समजून सोडून दिली, तर एखाद्या वेळेस पश्चात्तापाची पाळी येऊ शकते आणि अशा वेळी निराश माणूस अपयशाचे खापर दैवावर फोडतो.

वास्तविक प्रत्येक परीक्षा ही जीवनातील संधी असते. अडचणीतला प्रत्येक क्षण म्हणजे एक संधी असते. व्यापारातील प्रत्येक अडचण ही संधी असते. प्रत्येक

संधीला तुम्ही सामोरे जा! तिचे स्वागत करा. तुमच्यात त्यामुळे नम्रता येईल, मनुष्यत्व येईल, इमानदारी येईल, मित्र जोडण्याची कला साध्य होईल. संधीला आपल्या शक्तीच्या व कार्याच्या अनुकूल बनवावे लागते. संधी म्हणजे यशाचे 'बीज' असते, त्याला खतपाणी घातले, तरच त्यातून यशाचा वटवृक्ष साकार होतो. कार्यशील आणि दृढवृत्ती नवतरुणच अशा संधीचा योग्य फायदा घेऊ शकतात. तरुणांनी हे लक्षात ठेवायला हवे की संधीची वाट पाहणे, साहसाने आणि कौशल्याने संधी प्राप्त करणे, शक्ती आणि दृढतापूर्वक संधीचा फायदा घेऊन कार्य यशस्वी करणे, हेच यशस्वितेसाठी आवश्यक गुण आहेत. थोर आणि यशस्वी लोकांची उदाहरणे बघितली, तर 'मला कधी संधीच मिळाली नाही', असे निराशाजनक उद्गार त्यांनी कधीही काढलेले दिसत नाहीत. उलट, प्रतिकूल परिस्थितीतही आपल्या प्रयत्नांनी, पराकाष्ठेने त्यांनी संधी निर्माण केल्या आणि यश मिळवले. संधीचा फायदा करून घेऊ न शकणारा माणूस म्हणजे पाण्यात राहून कोरडा राहणारा व बुडणारा प्राणी असतो; तर काहीजण या संधीच्या प्रवाहाचा होडीसारखा वापर करून पैलतीरावर जातात.

यशाची गरज आणि पालकांची भूमिका

जीवनात यशस्वी होण्यासाठी यशाची गरज भासणे फार महत्त्वाचे आहे. सध्याच्या आर्थिक संपन्नतेच्या आणि स्वयंकेंद्रित युगात सर्वांनाच, विशेषत: तरुणांना ही निकड वाटेनाशी झाली आहे. जीवन जगण्यासाठी आवश्यक असणारी सर्व साधनं आणि एकंदरीतच आर्थिक संपन्नता असलेल्या कुटुंबांतील तरुणांना सर्व गोष्टी सहजासहजी मिळत असल्यामुळे, परिस्थितीशी झगडून यश संपादन करण्याची गरजच त्यांना वाटेनाशी होते आणि गरज वाटली तरी अंगमेहनतीने झटून त्यासाठी प्रयत्न करावेत, असे प्रकर्षाने वाटत नाही. याउलट, आर्थिक विपन्नता, विपरीत कौटुंबिक आणि सामाजिक परिस्थितीत असणाऱ्या तरुणांमध्ये ही ईर्षा थोडी जास्त असते, असे दिसून आले आहे. पूर्वी एकूणच कुटुंबाची आर्थिक क्षमता कमी असल्यामुळे १०वी, १२वी किंवा पदवीधर झाल्यानंतर लगेचच अर्थार्जनाच्या दृष्टिकोनातून काहीतरी व्यवसाय, धंदा, नोकरी करून स्वत:च्या व कुटुंबाच्या भविष्यासाठी परिस्थितीशी दोन हात करण्याची गरज मुलांना वाटत होती. अशा कुटुंबात हमखास ऐकू येणारा संवाद म्हणजे

"शाब्बास! १२ वीत छान मार्क मिळवलेस. आता पुढे काय?"

"बाबा, मला इंजिनिअरिंग करायचे आहे."

"ते ठीक आहे, पण यापुढे तुझ्या शिक्षणासाठी अधिक पैसे मला खर्च करता येणार नाहीत. पैशाची व्यवस्था तुझी तुलाच करावी लागेल. आमचा आधार आणि पाठिंबा तुला नेहमीच राहील."

सद्य:स्थितीत विभक्त कुटुंबात आईवडील आणि मुलगा किंवा मुलगी अशीच कुटुंबाची व्याख्या झालेली आहे. कुटुंबातील इतर घटक आजी, आजोबा, काका, मामा व इतर नातेवाईक यांची फारशी जबाबदारी कुटुंबप्रमुखावर आणि तरुण पिढीवरही नसते. आई-वडील बहुतांश दोघेही अर्थार्जन (नोकरी किंवा धंदा) करणारे असल्यामुळे घरात आर्थिक संपन्नता असते. मुलामुलींसाठी कायम आधार देण्याची क्षमता त्यांच्यात असते आणि इतर जबाबदारी नसल्यामुळे तो आधार ते देऊ शकतात. अशा परिस्थितीत एका विशिष्ट वयानंतरही मुलांना स्वतंत्र होण्याची (आर्थिक आणि व्यावहारिक दृष्ट्या) निकड जाणवत नाही. पदवीधर, द्विपदवीधरच काय, पण त्यानंतरही अधिक उच्च शिक्षण घेण्यासाठी मुलांना आधार देण्याची पालकांची तयारी असल्यामुळे मुलांना जबाबदारीची जाणीव प्रकर्षाने होत नाही. 'मी काहीतरी करायलाच हवे', 'मला यश मिळायलाच हवे' असे वाटण्याऐवजी 'आई-वडील आहेतच की! मला आत्ता लगेचच काही करायची काय गरज आहे?' अशी मानसिकता निर्माण होण्याची शक्यता असते. या संदर्भात संवादही बदलतो.

"आता आणखी किती वेळ घालवणार आहेस? पंचविशी आली, आता काहीतरी स्वत:चा मार्ग शोधा."

"बाबा, पण आपल्याला काय कमी आहे? तुम्ही आणि आई रिटायर व्हायला अजून दोन वर्षं आहेत की! तोपर्यंत पोस्टग्रॅज्युएशन करून घेतो."

अशा परिस्थितीत पालकांनी मुलांना स्वतंत्रपणे काही करण्याची, यश मिळविण्याची निकड पटवून देणे आवश्यक आहे.

२५-३० वर्षांपूर्वी माझ्या उमेदीच्या काळात सर्वसामान्य कुटुंबातील मुलांना 'तुला एस.एस.सी. पर्यंत/पदवी परीक्षेपर्यंत शिकवले, आता पुढचं तुझं तू बघ', असाच संदेश मिळायचा. त्यामुळे किमान शैक्षणिक पात्रता मिळविल्यानंतर छोटेमोठे व्यवसाय, नोकरी करून अर्थार्जन करून स्वत:च्या आणि कुटुंबाच्या गरजा भागविण्यासाठी प्रयत्न करण्याची गरज मुलांनाही जाणवत होती. परिस्थितीशी झगडून, आपल्या क्षमतांचा पूर्ण वापर करून त्या वेळची पिढी स्वयंसिद्ध होण्याचा प्रयत्न करीत होती. त्यात स्वत:च्या विकासाबरोबरच कुटुंबाला आणि आईवडिलांना आपल्या परीने मदत करण्याची मानसिकता जोपासली जात होती. आर्थिक संपन्नतेमुळे ही भावना क्षीण झाल्यासारखी वाटते आणि मुलं गांभीर्याने परिस्थितीचा फारसा विचार करत नाहीत, असे दिसते.

'अरे, तुझ्या वयात आम्ही स्वत: कमवून शिक्षणाचा आणि स्वत:च्या खर्चाचा भार सांभाळत होतो', असे सांगणाऱ्या वडिलांना 'बाबा, आत्ता मला नोकरी/ अर्थार्जन करायची काही गरज आहे का? आपली परिस्थिती चांगली आहे ना?

तुमची–आईची नोकरी आहे ना?' असे उत्तर मिळण्याची शक्यता असते. मुलांना बऱ्याच वेळा ही जाणीव होत नाही, की आर्थिक संपन्नता असली, तरी जीवनाच्या ठरावीक वळणावर स्वकर्तृत्वाने काहीतरी करून स्वतःचे अस्तित्व सिद्ध करण्याची आणि आपल्या जीवनाला दिशा देण्याची ही एक संधी आहे. हे न कळल्यामुळे 'पॉकेटमनी'चा आग्रह धरून मौजमजा करत, परिस्थितीचे गांभीर्य न ओळखता जगण्याचा मुलांचा कल वाढतो आहे. अर्थात याला अपवाद आहेत आणि काही तरुणांनी प्रतिकूल परिस्थितीशी दोन हात करून योग्य वयात आपल्या क्षमता सिद्ध करून दाखविल्या आहेत. पण यात 'स्वयंस्फूर्ती'पेक्षाही 'परिस्थितीची निकड' जास्त कारणीभूत आहे. त्यांना जर कायम सुरक्षित कोषात राहता आले असते, तर परिस्थितीशी झगडून स्वावलंबी होण्याची क्षमता त्यांच्यात निर्माण झाली नसती. त्यामुळे पुढच्या पिढीला स्वयंस्फूर्त करायचे असेल, त्यांना विकासाचा, यशाचा मार्ग दाखवायचा असेल, तर पालकांनीही मुलांभोवतीचे 'सुरक्षा कवच' फार जाड करून चालणार नाही. आर्थिक संपन्नता असली आणि लगेच गरज नसली, तरी मुलांना स्वतंत्रपणे काहीतरी करायला प्रवृत्त केले पाहिजे. त्यांच्या बौद्धिक, शारीरिक आणि मानसिक क्षमतांचा विकास करण्यासाठी प्रयत्न केला पाहिजे. अगदी छोट्या छोट्या गोष्टींतून हे करता करता येईल.

१) मुलांच्या अवास्तव खर्चावर – चैनीवर मर्यादा घालणे.

२) मुलांच्या क्षमतेचा विचार करून, सुसंगत विद्यार्जन आणि अर्थार्जनाचे विविध मार्ग दाखवून मुलांना त्याची जाणीव करून देणे.

३) मुलांना आर्थिक स्वावलंबनाची महती पटेल, अशा दृष्टीने स्वतः वागणे.

४) 'कोणतेही काम करण्यात कमीपणा नाही', हा मूलमंत्र मुलांच्या मनावर ठसवणे.

५) पालकांनी स्वतः त्यांच्या उमेदीच्या काळात घेतलेल्या कष्टांची व प्रयत्नांची जाणीव मुलांना करून देणे.

६) सभोवताली असणाऱ्या आणि प्रतिकूल परिस्थितीतही प्रगती करणाऱ्यांच्या उदाहरणावरून आपल्या मुलांना सकारात्मक ध्येयासक्त विचार करण्यास प्रवृत्त करणे.

७) 'शिकू दे की त्याला', 'त्याला नोकरीची काय गरज आहे? घरी गडगंज आहे', असा दृष्टिकोन न ठेवता तुझी यापुढची लढाई तुला स्वतंत्रपणे लढायची आहे आणि आम्ही आधाराला असलो, तरी 'तुझ्या जीवनाचा तूच शिल्पकार आहेस', ही जाणीव मुलांमध्ये वाढवली पाहिजे.

८) पालकांनी स्वतःच्या क्षमतेचे आणि संपन्नतेचे अनाठायी प्रदर्शन करून मुलांना त्या 'कम्फर्ट झोन' मध्ये ठेवण्यापेक्षा, मुलांना वास्तवाची जाणीव होईल

अशी वर्तणूक ठेवली पाहिजे.

९) 'परिश्रमाला पर्याय नाही', हे मुलांना पटवले पाहिजे.

१०) वैयक्तिक आयुष्याबरोबरच कौटुंबिक आणि सामाजिक जबाबदारी स्वीकारणे आवश्यक असल्याची जाण मुलांमध्ये निर्माण केली पाहिजे.

११) स्वत:च्या मनाला वाटेल ते केल्याने सुख लाभत नाही, स्वत:बरोबर इतरांचाही विचार करायला हवा, ही मनोवृत्ती मुलांमध्ये जोपासायचा प्रयत्न पालकांनी केला पाहिजे.

१२) मोठमोठी कामे ताकदीने, बुद्धीने, आर्थिक संपन्नतेमुळे होत नाहीत; तर ती सहनशक्तीने होतात. सहनशक्ती हा चिरस्थायी गुण आहे.

१३) देवावर किंवा दैवावर अवलंबून राहणारा माणूस परावलंबी असतो. कायम 'सुरक्षा कवचा'त राहणाऱ्या माणसाकडून कोणताही पराक्रम होणे अशक्य होऊन बसते.

१४) थोर उद्योजक हेन्री फोर्ड म्हणतात त्याप्रमाणे 'मदतीचा हात कोठे मिळेल, याच्या शोधात तुम्ही आहात काय? तर माझे ऐका, तो हात तुमच्या मनगटाजवळ आहे.'

१५) समर्थ रामदासांचा संदेश- 'जो दुसऱ्यावरी विसंबला, त्याचा कार्यभाग बुडाला । जो आपणचि कष्टत गेला तोचि भला ।' हा मूलमंत्र यशासाठी फार आवश्यक आहे.

१६) स्वावलंबन ही विकासाची पहिली पायरी आहे. त्यामुळे दुसऱ्याच्या परिश्रमावर जगण्यापेक्षा स्वकष्टावर कर्तृत्वाचे शिखर गाठण्यात खरे यश आहे.

१७) जो प्रथमत: स्वत: प्रयत्न करतो आणि नंतर दुसऱ्याचे साहाय्य घेतो; पण त्यावर अवलंबून मात्र राहत नाही, अशा व्यक्तीने कोणताही व्यवसाय केला, तरी तो सदैव यशस्वीच होतो, हे इतिहासाच्या आणि स्वत:भोवतालच्या दाखल्यांमधून तरुणांनी जाणून घेतले पाहिजे.

१८) 'आपले हात, आपली कृती, आपण घडवितो आपली मूर्ती', हेच सत्य आहे.

'यश' म्हणजे जिंकणं, 'यशस्वी होणं', आपल्याला हवं ते साध्य करणं. जगाला जिंकणं एकवेळ सोपं आहे; पण स्वत:ला जिंकणं कठीण आहे. परीक्षेतील यश, व्यवसायातील उत्कर्ष किंवा उत्तम नोकरीची प्राप्ती हे यशाचे मापदंड आहेत. पण या यशातून होणारी व्यक्तीची जडणघडण, त्याचा कुटुंबीय आणि समाजाविषयीचा दृष्टिकोन फार महत्त्वाचा आहे; कारण त्यात व्यक्तीच्या स्वत:च्या यशाबरोबरच त्याच्या कुटुंबियांचे, आप्तांचे आणि समाजाचेही यश सामावलेले असते. उत्तम नागरिक

आणि उत्तम समाज घडविण्यासाठी हे फार महत्त्वाचे आहे.

उद्यमशीलता आणि यश

यशस्वी होण्यासाठी माणसाने सतत उद्योग करीत राहणे फार महत्त्वाचे आहे. उद्योगामुळेच सर्व कार्ये सिद्धीस जातात. केवळ मनोराज्य करीत बसल्याने यश मिळत नाही. उद्यमशीलता मुंगीकडून शिकावी. मुंगी हळूहळू चालत का होईना, हजारो योजने दूर जाते. त्यामुळे यशाचा दूरचा पल्ला गाठायचा असेल, तर प्रयत्नांचे पहिले पाऊल आजच टाकायला हवे. उद्योगासारखा माणसाचा दुसरा सहकारी मित्र नाही. उद्योगी माणूस कधी दु:खी किंवा निराश होत नसतो. याउलट, आळशीपणाने माणूस परावलंबी तर बनतोच; पण त्याला यश न मिळाल्याने तो निराश होण्याची शक्यता असते. हाय रे किस्मत! असे रडगाणे फक्त भित्रे आणि आळशी लोक गात असतात.त्यामुळे दैवावर विसंबून राहणे सोडून, स्वसामर्थ्याने पौरुष-उद्योग करीत राहणे यशासाठी आवश्यक आहे. प्रयत्न केल्यावरही जर यश मिळाले नाही, तर त्यात त्या व्यक्तीचा काहीही दोष नसतो. पंचतंत्राचा बोध असा आहे, की माणसाला जे मिळायचे असते ते मिळेलच. देवदेखील हे विधान टाळू शकत नाही. त्यामुळे प्रयत्न करूनही यश मिळाले नाही, तर निराश होण्याचे कारण नाही.आपण करीत असलेल्या कामाचा, कृतीचा परिणाम काय होणार आहे, याचा विचार मात्र प्रत्येकाने काम सुरू करण्यापूर्वी करणे आवश्यक आहे; अन्यथा घाईगर्दीने केलेल्या कृत्याचे, कामाचे फळ माणसाला विपत्तीच्या किंवा संकटाच्या रूपाने मिळते किंवा मनस्ताप देणारे ठरू शकते. धीर धरणे, समाधानी वृत्ती ठेवणे हे गुण त्यासाठी अंगी असायला हवेत. विधात्याने ज्याच्यात्याच्या कपाळी थोडे किंवा अधिक जेवढे काही सुख, दु:ख, यश लिहून ठेवले आहे, ते मिळणारच हे जरी खरे असले, तरी हातावर हात ठेवून निष्क्रियतेने बसण्यापेक्षा प्रयत्नांची कास धरली, तर यश मिळाल्याचे समाधान जास्त मिळते.

हे जग ही कर्मभूमी आहे. येथे जन्म घेऊन जो माणूस कष्ट, तप, उद्योग करीत नाही, त्याच्यासारखा करंटा तोच. चाणक्यनीतीनुसार आयुष्याच्या पहिल्या पर्वात (बाल्यावस्थेत) विद्याज्ञान मिळवणे, तारुण्यात धनसंपत्ती-यश मिळवणे, वानप्रस्थाश्रमात पुण्य कमावणे ह्या गोष्टी केल्या नाहीत, तर म्हातारपणात काहीच करणे शक्य नसते. ऐन उमेदीत मिळवलेले यश ही उत्तरायुष्याची पुंजी असते. त्यामुळे योग्य वयात यशासाठी झटणं फार महत्त्वाचं आहे.

स्पष्टवक्तेपणा निर्भीडपणा

तुम्ही स्वत:ला किती व्यवस्थितपणे व्यक्त करू शकता आणि दुसऱ्याच्या हक्कांची पायमल्ली न करता स्वत:चे हक्क कसे शाबूत ठेवू शकता, यावर तुमच्या

स्पष्टवक्तेपणाची उपयोगिता अवलंबून असते. थेट, मोकळेपणाचे आणि प्रांजळ संभाषण हे नेहमी स्वत:चे धैर्य वाढवायला आणि यश मिळवायला साहाय्यभूत ठरते. तुम्हाला स्वत:ला काय हवे आणि काय नको, हे स्पष्ट समजायला हवे. किंबहुना एखादी गोष्ट तुम्हाला हवी असेल, तर तसे स्पष्टपणे बोलून दाखवणे आवश्यक आहे. 'ताकाला जायचे आणि भांडे लपवायचे' -म्हणजे एखादी गोष्ट करावीशी वाटते; पण दुसऱ्याला काय वाटेल, त्याची काय प्रतिक्रिया होईल याचा विचार करून आपले मत योग्य असले, तरी ते न मांडण्याचा दुबळेपणा असेल, तर यश मिळणे अवघड आहे. Assertiveness हा जन्मजात असतो; पण यश मिळवायचेच या जिद्दीने त्याची जाणीवपूर्वक जोपासना करणे आवश्यक असते. स्पष्टवक्तेपणा म्हणजे मग्रुरी, अरेरावी किंवा स्वत:चंच खरं करण्याचा स्वभाव नव्हे. स्वत:ला नीट ओळखणे हीच त्यामुळे स्पष्टवक्तेपणाची पहिली पायरी आहे. तुमचे संबंध तुमच्या जीवनसाथीदाराशी, मित्रांशी, सह-कर्मचाऱ्यांशी, वर्गमित्रांशी, वरिष्ठांशी आणि कनिष्ठांशी कसे आहेत, ते आधी तपासून पाहा. चार लोकांत वावरताना तुम्ही कायम पडती बाजू घेता का किंवा इतर लोक तुमच्यावर दबाव आणतात (कुरघोडी करतात)का, हे पाहा. कदाचित तो तुमचा केवळ समज असेल. प्रत्यक्षात तुम्ही स्वत:ला योग्य प्रकारे व्यक्त करू शकत नसल्यामुळे तुम्ही सांगितलेला मुद्दा इतरांना नीट समजत नसेल, त्यांचा गैरसमज होत असेल आणि तुमच्या म्हणण्याचा विपरीत परिणाम होत असेल. या परिस्थितीचे आत्मपरीक्षण करून स्वत:त सुधारणा करण्याचा प्रयत्न करा. स्पष्टपणे मांडलेला मुद्दा आणि त्यामागील व्यावहारिक दृष्टिकोन, व्यावहारिक यश मिळवायला नेहमीच आधारभूत ठरतो. तुमचे मत कितीही स्पष्ट आणि खरे असले, तरी ते व्यावहारिक नसेल तर ते इतरांना मान्य होणार नाही. त्यामुळे तुमचे मत विचारात घेतले जाणार नाही आणि तुम्हाला चार पावले मागे यावे लागेल. अशा वेळी निराश न होता व्यावहारिकतेच्या दृष्टीने आपल्या मनात, विचारात, प्रकटीकरणात कसा बदल करता येईल, याचा अभ्यास प्रत्येकाने करायला हवा. गोष्ट व्यावसायिक असो की वैयक्तिक, यशाचा हा मूलमंत्र प्रत्येकाने शिकायलाच हवा.

रागावर नियंत्रण

चर्चेत दुसऱ्याचे विचार ऐकून तुम्हाला लगेच राग येतो का? येत असेल तर तुम्हाला मिळणारे यश तुम्हाला काही काळ हुलकावणी देणारं, उशिरा किंवा कदाचित अजिबात मिळणार नाही, हे लक्षात ठेवा. तुम्हाला येणारा राग तुमच्या ऐकून घेण्याच्या, समजावून घेण्याच्या क्षमतेत विपरीत परिणाम घडवून आणू शकतो. कारण रागामुळे चित्तवृत्ती उत्तेजित होऊन तुमच्यातला समंजसपणा कमी होण्याचा संभव असतो. त्याचबरोबर रागाने मांडलेला तुमचा मुद्दा कितीही बरोबर असला, तरी इतरांना तो

ग्राह्य वाटत नाही किंवा ग्राह्य वाटला तरी व्यवहार्य वाटत नाही आणि तुम्ही अपेक्षित परिणाम साधू शकत नाही. त्यामुळे रागावर नियंत्रण ठेवणे हे यश मिळवण्यासाठी फार महत्त्वाचे आहे.

शशी मल्होत्रा हे एका मोठ्या मल्टिनॅशनल कंपनीत अधिकाराच्या मोठ्या पदावर आहेत. अर्थातच त्यांची शैक्षणिक गुणवत्ता, कामातील नैपुण्य आणि झटपट काम करण्याची वृत्ती यांमुळे कंपनीच्या वरिष्ठ अधिकाऱ्यांना ते प्रिय आणि हवेहवेसे वाटतात. मल्होत्रांच्या कार्यनैपुण्याबद्दल आर्थिक मोबदला देऊन त्यांचा गुणगौरवही केला जातो, पण त्यांच्या तापट स्वभावामुळे त्यांच्या नियंत्रणाखाली काम करणाऱ्या लोकांना त्यांचे हेच गुण तापदायक वाटू लागतात. त्यामुळे त्यांच्या हाताखाली काम करणाऱ्या अधिकाऱ्यांमध्ये अस्वस्थता निर्माण होते. आपला बॉस कितीही बरोबर, कंपनीच्या आणि कामगारांच्या हिताच्या गोष्टी सांगत असला, तरी त्यांच्या काम करून घेण्याच्या तापदायक पद्धतीमुळे कामं जरी होत असली, तरी ती कामं करणाऱ्या लोकांना समाधान मिळत नव्हतं. परिणामी नाराजी, तंटेबखेडे आणि मल्होत्रांविरुद्ध वरिष्ठांकडे कायम तक्रारी जात असत. मल्होत्रा काम कितीही चांगलं करीत असले, तरी व्यवस्थापनाला या तक्रारींची दखल घेऊन लोकांना शांत करण्यासाठी मल्होत्रांची बदली करणे भाग पडले. मल्होत्रांना (आपल्या रागावर नियंत्रण नसल्यामुळे) तात्कालिक यश मिळत असले, तरी कायमस्वरूपी यश त्यांना कायमच हुलकावणी देत राहिले.

याउलट रवी जाधव. कंपनीत ज्युनिअर क्लार्क म्हणून रुजू झालेल्या व यथावकाश पदोन्नती होत अधिकारी झालेल्या जाधवांकडे उच्च शैक्षणिक पदवी नसली, तरी अनेक वर्षांच्या अनुभवातून आलेली उच्च कार्यनिपुणता आहे. कोणतेही काम करून घेताना आपल्या सहकाऱ्यांना विश्वासात घेऊन, कामातल्या अडीअडचणी आणि धोके समजावून सांगून काम पूर्ण करून घेण्यात त्यांचा हातखंडा आहे. कामाची प्रत आणि वेग अगदी उच्च प्रकारची नसली, तरी कंपनीव्यवस्थापनाला ग्राह्य होईल अशी असल्यामुळे रवी जाधव यांच्या व्यवस्थापनावर त्याचे सहकर्मचारी खूश आहेत आणि त्यामुळे कंपनीही खूश. जाधवांच्या यशाचं एकमेव रहस्य म्हणजे त्यांचा शांतपणा, सोशीकपणा आणि दुसऱ्याला समजून घेण्यासाठी वेळप्रसंगी स्वत:कडे कमीपणा घेण्याची तयारी. केवळ स्वत:चा विचार न करता सर्वांचा विचार केल्यामुळे त्यांच्या यशाला एकप्रकारचे स्थैर्य आहे.

अभिव्यक्ती

थोर विचारवंत एलनॉर रुझवेल्ट म्हणतात त्याप्रमाणे स्वत:ची तत्त्वं किंवा अभिव्यक्ती ही केवळ शब्दांतून व्यक्त होत नाही, तर आपण ज्या पद्धतीने ती व्यक्त करतो, त्या पद्धतीमुळे जास्त प्रमाणात व्यक्त होते. दूरगामी विचार करता स्वत:चे आयुष्य आणि

स्वत:ची अभिव्यक्ती आपणच ठरवू शकतो; कारण जीवनाच्या अखेरपर्यंत अभिव्यक्तीची प्रक्रिया चालूच राहते. आपण ज्या पद्धतीने आपले विचार प्रकट करतो, त्यांच्या चांगल्या व वाईट परिणामांची जबाबदारी आपल्यावरच असते. दांडगा आत्मविश्वास असेल, तर त्यामुळे आपल्या मनावरचा आणि शरीरावरचा ताण कमी होतो. शरीराला अधिक ऊर्जा उपलब्ध होत असल्यामुळे कर्मेंद्रिये अधिक सक्षम आणि कार्यक्षम होतात आणि आपली प्रतिकारशक्तीही वाढते. पण अभिव्यक्तीचे हे सर्व फायदे मिळवण्यासाठी खालील न्यूनगंड दूर झालेले असले पाहिजेत—

१) परिस्थितीत बदल किंवा परिवर्तन करून काम करण्याची आवश्यकता असते, तेव्हा मी असहाय होतो.

२) धोका पत्करणे मला आवडत नाही किंबहुना धोक्यांना / कठीण परिस्थितीला मी घाबरतो.

३) नेतृत्व दुसऱ्या कोणीतरी करायला मला आवडेल. मी उत्तम अनुयायी आहे, नेता नाही.

४) मला काय वाटतं यापेक्षा 'लोक काय म्हणतील', याचा मी जास्त विचार करतो.

५) जबाबदारीच्या ओझ्याने बुडण्यापेक्षा जबाबदारी न घेता तरंगत राहणे मी पसंत करतो.

६) मला जे हवे ते मी स्पष्ट सांगितले किंवा प्रकटपणे बोललो, तर लोक मला स्वार्थी म्हणतील.

७) स्पष्ट बोलून तोंडफाट्या होण्यापेक्षा गप्प बसून वाहवा मिळवणे मी पसंत करतो.

पराभवाच्या भीतीने या आपल्या विचारांमध्ये बदल न केल्यामुळे बदलत्या परिस्थितीशी जमवून घेणे अवघड जाते आणि मग माणसाला अपयश येते. त्यामुळे परिस्थितीनुरूप बदलण्याची क्षमता माणसाने अंगी बाणवली पाहिजे. अशी क्षमता मिळवण्यासाठी किंवा वाढवण्यासाठी पुढील गोष्टी करणे आवश्यक आहे—

१) आपले वर्तन दुसऱ्यांना ग्राह्य वाटेल, असे आदर्श ठेवावे.

२) आदर्श वर्तणुकीतही परिस्थितीनुसार बदल करावेत.

३) सततच्या अभ्यासाला परिश्रमाची जोड देऊन या आदर्श वर्तनात सुधारणा कराव्यात.

४) इतरांकडून या वर्तणुकीच्या बरेवाईटपणाबद्दलचे स्पष्ट मत जाणून घ्यावे (Rapid Feed back).

तुम्ही (Assertive) स्पष्टवक्ते असाल, तर तुम्हाला स्वत:वर स्वत:च ताबा

मिळवता येईल. दुसऱ्यांवर अवलंबून राहण्यामुळे येणारे नैराश्य तुम्ही टाळू शकाल. यासाठी तुम्ही खालील गोष्टी करणे आवश्यक आहे.

१) तुमचा विचार आणि वृत्ती यांतून तुमचा स्पष्टवक्तेपणा व्यक्त करा.

२) उद्भवणाऱ्या संभाव्य धोक्यांपासून दूर राहण्यासाठी किंवा पराभवाची नामुश्की टाळण्यासाठी तुम्ही स्पष्टवक्तेपणा वापरू नका.

३) पूर्वायुष्यात आलेले प्रसंग आणि व्यक्ती यांमुळे आलेले औदासिन्य टाळून त्यापासून धडा घेऊन तुम्ही नवीन परिस्थितीत क्रियाशील होण्याचा प्रयत्न करा.

४) सकारात्मक परिणाम साधण्यासाठी तुम्ही तुमच्या चित्तवृत्तीमधे बदल करा.

५) तुम्हाला निरुत्साही करणाऱ्या व्यक्तींपासून दूर राहण्याचा प्रयत्न करा.

६) तुमची क्रियाशीलता पाहून तुमचे कौतुक करणाऱ्या व्यक्तीबरोबर राहा / त्यांना शोधा.

७) नकारात्मक दृष्टिकोन ठेवून क्रियाशील होण्यापेक्षा नेहमी सकारात्मक दृष्टिकोन बाळगून काम करा. म्हणजे तुम्हाला जास्त आनंद, अनुभव आणि समाधान मिळेल.

वैयक्तिक आयुष्यातील व्यावसायिक, शैक्षणिक यशामध्ये ऑलिम्पिक किंवा तत्सम आंतरराष्ट्रीय खेळांमध्ये मिळवलेले यश म्हणजे यशाची परिसीमा मानली जाते. असे यश मिळवायला वर्षानुवर्षांचे परिश्रम, मेहनत आणि जिद्द या गोष्टींची आवश्यकता असते. स्पर्धेत किंवा कोणत्याही विशिष्ट क्रीडाविभागात यश मिळवण्यासाठी त्या विशिष्ट खेळातील नैपुण्याला आणि त्या वेळच्या सादरीकरणाइतकेच त्यापूर्वीच्या तयारीला आणि मानसिक दृष्ट्या संतुलित व शांत होण्याला फार महत्त्व असते. तणावाखाली केलेल्या सादरीकरणापेक्षा मोकळ्या मनोवृत्तीने आणि यशापयशाच्या कोणत्याही दडपणाशिवाय केलेला परफॉर्मन्स हा अंतिम यशासाठी फार महत्त्वाचा असतो. यासाठी मनावरील ताण व दडपण दूर करून, शांत राहून स्वतःवर पूर्ण ताबा मिळवणे गरजेचे असते. ध्यानधारणा, चित्तवृत्ती प्रफुल्लित करणारे गाणे ऐकणे, दीर्घ श्वसन करणे या गोष्टींचा सराव खेळाडूला खेळाइतकाच महत्त्वाचा असतो, हे ऑलिंपिकपदक विजेत्या खेळाडूंनी अनुभवले आहे. पण हे यश अनुभवण्यासाठी खालील गोष्टींचा विचार केला पाहिजे-

१) मी स्वतःच्या आत्म्याचा आवाज ऐकून माझी वृत्ती ठेवतो का? त्यामुळे प्रसंगी माझ्या सुरक्षित आणि परिचित प्रकट वृत्तीला धोका पोहोचू शकतो.

२) आत्मसन्मान टिकवताना दुसऱ्याचा नकार पचवून, धोका पत्करण्याची माझी इच्छाशक्ती आहे का?

३) मला जे वाटते, जाणवते, ते साध्य करण्यासाठी माझ्या सवयी बदलायला मी तयार आहे का?

४) माझ्या आत्मप्रेरणेला अनुसरून वर्तणूक करताना, वागताना येणारा अपराधीपणा आणि होणाऱ्या चुका मान्य करण्याची माझी मानसिक तयारी आहे का?

५) मला मनापासून वाटते ते प्रांजळपणे स्वीकारायची माझी तयारी आहे का? मग ती गोष्ट जगाच्या दृष्टीने अगदी योग्य नसेलही.

६) माझा माझ्या स्वत:वर विश्वास आहे का? मला यश मिळालंच पाहिजे, अशी माझी मला खात्री असणे फार आवश्यक असते.

दारी येणाऱ्या विक्रेत्याशी होणाऱ्या संभाषणातून बऱ्याच वेळा तुमच्या चित्तवृत्ती कशा पद्धतीने काम करतात, याचा अंदाज येतो. एकाच घटनेकडे माणसे वेगवेगळ्या दृष्टिकोनांतून पाहतात आणि आपली वृत्ती ठरवतात. उदाहरणार्थ-

१) मला सेल्समनने आणलेली वस्तू नको होती हे खरंय; पण मी ते त्या सेल्समनला इतक्या रूक्षपणे आणि त्रासून सांगायला नको होतं. पुढच्या वेळेला मी नम्रपणे नकार देण्याचा प्रयत्न करीन.

२) सगळं ऐकून घेतल्यावर हो म्हणायला काय हरकत होती? त्याने त्या मालाचे पैसे मागितल्यावर मग नाही म्हणून मला विनाकारण त्रास दिल्याची शिक्षा मी त्याला देऊ शकलो असतो.

३) अशा लोकांना दारात उभे करायलाच नको. या वेळा मी शांतपणे ऐकून घेतले. पण पुढच्या वेळी मी बरोबर हिसका दाखवीन (मी इतका सौजन्याने वागणार नाही.)

४) काहीही भीडभाड न ठेवता त्या विक्रेत्याला मी नाही म्हणू शकलो, हे फार चांगले झाले.

असलेल्याचा विचार

यशाची अपेक्षा करताना प्रत्येकाने आपल्याकडे उपलब्ध असलेल्या ऊर्जासाधनांचा विचार करणे आवश्यक आहे. शारीरिक क्षमता, मानसिक स्वास्थ्य, आर्थिक पाठबळ, उपलब्ध साधनसामग्री, सहकाऱ्यांचा आधार आणि पाठबळ यांच्या जोरावर कष्ट करून यश मिळवण्याचा प्रयत्न करायला हवा. पण अनेकवेळा लोक नसलेल्या गोष्टींचाच विचार आणि चिंता करत राहतात आणि कार्यारंभीच माशी शिंकते. माझ्याकडे हे नाही, ते नाही असे म्हणून चांगल्या कामाची सुरुवात करायचेच टाळतात किंवा पुढे ढकलतात. वास्तविक अनेकदा सुरुवातीला वाटणारे किंवा भेडसावणारे हे अडसर स्वत:च्या प्रयत्नाने किंवा दुसऱ्यांच्या मदतीने दूर होऊ शकतात. त्यामुळे नकारघंटा वाजविण्यापेक्षा कार्यारंभी रणशिंग फुंकणे जास्त आवश्यक आहे. कदाचित अशा रणभेदी सुरुवातीने वाटेत येणारे अडसर दूर व्हायला मदत होईल आणि कार्यपूर्तीसठी पुढचा मार्ग सुलभ होईल. अनेक नवीन गोष्टी 'एकला चलो रे।'

म्हणून सुरू कराव्या लागतात. महर्षी कर्व्यांनी विधवा विवाह किंवा स्त्रीशिक्षणाची, कर्मवीर भाऊराव पाटील किंवा वसंतदादा पाटलांनी शिक्षणसंस्थांची, किरण बेदी, टी.एन.शेषन यांनी शासकीय व्यवस्थापन आणि निवडणूक प्रक्रियेत बदल घडवून आणण्याची मुहूर्तमेढ रोवली नसती, तर सुरुवातच झाली नसती. म्हणजेच यशाच्या मार्गावर अपेक्षित कामाच्या पूर्ततेसाठी नवे सहकारी मिळतात; पण त्यासाठी स्वत: पहिले पाऊल धाडसाने टाकावे लागते.

सगळ्याच गोष्टी सहज उपलब्ध होतील किंवा एखादा दैवी चमत्कार घडला तरच तुमच्या सर्व अडचणी दूर होतील, अशी अपेक्षा बाळगणे चुकीचे आहे. कारण तुमचे दैव हे शेवटी तुमच्या कर्मावरच अवलंबून असते. असं म्हणतात की सर्वसामान्य माणूस नेहमी सुरक्षिततेची अपेक्षा करतो, तर असामान्य माणूस संधीची वाट पाहत असतो. आपली सुरक्षितता ही बऱ्याच वेळा दुसऱ्यांवर अवलंबून असते. उदा. गाडी पकडण्यासाठी रेल्वे स्टेशनवर सुरक्षित आणि वेळेवर पोहोचण्यासाठी सुरळीत ट्रॅफिकची आवश्यकता असते. धंद्यात वाढ करून यश मिळविण्यासाठी बँकेच्या अर्थसाहाय्याची गरज असते, कामातील कौशल्याची (गुणवत्तेची) वाढ करण्यासाठी तंत्रज्ञानाची गरज असते. या सर्व बाहेरच्या गोष्टी. प्रयत्नांची कास न धरणारा माणूस या गोष्टी मिळाल्या नाहीत, तर हिरमुसला होतो आणि प्रयत्न सोडून देतो. मग त्याला यश कसे मिळणार? पण संधीचे सोने करण्याची मानसिक तयारी असलेला माणूस संधी पाहून साधनांची जमवाजमव करतो आणि यशस्वी होतो.

तंत्रकौशल्यात पारंगत असणाऱ्या प्रसन्नने जलशुद्धीकरणाचे एक अभिनव यंत्र शोधून काढले. शुद्ध पाणी ही सर्वांचीच प्राथमिक गरज असल्यामुळे त्याच्या तंत्रज्ञानाचे व्यापारी मूल्य खूप मोठे आहे, ही प्रसन्नला खात्री आहे. आणि त्यासाठी यंत्राचे व्यापारी तत्त्वावर उत्पादन करणे जरुरीचं आहे. यासाठी जागा, खेळते भांडवल, विक्रीव्यवस्था अशा गोष्टींची आवश्यकता आहे, जे त्याच्याजवळ नाही. पण या कमतरतेमुळे निरुत्साही न होता तो आपले नवे तंत्रज्ञान इतरांना समजावत राहतो. पाण्याचा मोठ्या प्रमाणावर वापर करणाऱ्या अनेक व्यक्ती आणि संस्थांशी, सरकारी यंत्रणांशी संपर्क साधून आपले तंत्रज्ञान पटवून देण्याचा प्रयत्न करतो. परिणामी एका शीतपेय बनविणाऱ्या कंपनीने आपल्या उत्पादनाकरिता शुद्ध पाणी पुरविण्यासाठी त्याला आवश्यक ती आर्थिक मदत करण्याची तयारी दाखवली. आर्थिक क्षमता नाही म्हणून प्रसन्न स्वस्थ बसला असता, तर ही संधी कधीच मिळाली नसती. आणि परिणामत: यशही त्याच्यापासून दूर गेले असते. पण संधी शोधत राहिल्याने त्याला अंतिम यश मिळाले.

बारावीच्या परीक्षेत उत्तम मार्क मिळवून पास झालेल्या प्रकाशला पुढे शिकायची

इच्छा होती; पण घरच्या बेताच्या आर्थिक परिस्थितीमुळे कॉलेजशिक्षणाचा खर्च त्याला परवडण्यासारखा नव्हता. स्वत: कमवायचे आणि शिकायचे, हा एकच पर्याय त्याच्यासमोर उपलब्ध होता; पण नोकरी मिळविण्यासाठी आवश्यक असणारी डिग्रीही आत्ता त्याच्याकडे नव्हती. प्रकाश नाउमेद झाला नाही. कौटुंबिक ओळखीतूनच एका कारखान्यात अर्धवेळ काम करून कॉलेजच्या फीएवढे पैसे मिळवायला त्याने सुरुवात केली. शारीरिक श्रमाचे काम करता करता कॉलेजशिक्षणाच्या माध्यमातून बौद्धिक मशागतही चालू ठेवली. कारखान्याच्या मालकांनी प्रकाशची चिकाटी आणि तळमळ पाहून अभ्यासाच्या दृष्टीने आवश्यक त्या सवलती प्रकाशला उपलब्ध करून दिल्या. परिणामत: पदवीधर आणि द्विपदवीधर होऊन प्रकाशला त्याच कारखान्यात यथावकाश 'व्यवस्थापक'पदाची नोकरी मिळाली.

एकनाथची यशोगाथाही अशीच स्फूर्तिदायक आहे. गरीब कुटुंबात जन्मलेल्या एकनाथला शिकवण्याची त्याच्या वडिलांची इच्छा असली, तरी आर्थिक क्षमता नव्हती. आयुष्यभर वाहनचालक म्हणून काम केलेल्या एकनाथच्या वडिलांनी एकनाथला 'चालका'चे कौशल्य मात्र शिकवले होते. त्यामुळे 'ड्रायव्हर' म्हणून नोकरी करता करता एकनाथने शिक्षण चालू ठेवले. सुदैवाने ज्या लोकांच्या गाडीवर एकनाथने ड्रायव्हर म्हणून काम केले, ते शिक्षणाची कदर करणारे असल्यामुळे त्यांनी एकनाथला सतत प्रोत्साहन दिले. प्रसंगी आर्थिक मदत आणि मानसिक आधार दिला, एकनाथच्या शिक्षणप्रवासात उद्भवणाऱ्या इतर अडचणींचा म्हणजे शैक्षणिक मार्गदर्शन, अभ्यासक्रमाची निवड, एकनाथच्या बुद्ध्यंकाशी अनुरूप शिक्षणक्रमाचा पाठपुरावा वगैरे. त्यामुळे मालकाच्या गाडीवर 'ड्रायव्हर' म्हणून हजेरी लावणारा एकनाथ मोकळ्या वेळात उच्च शिक्षण घेत गेला. मिळालेल्या प्रत्येक क्षणाचा आणि संधीचा पुरेपूर वापर त्याने आपली शैक्षणिक कुवत वाढवण्यासाठी केला. पदवी, पदव्युत्तर आणि अगदी डॉक्टरेट मिळवणाऱ्या एकनाथची चिकाटी आणि कष्ट हेरून तो ज्यांच्या संपर्कात सतत आला, त्या लोकांनी विद्यापीठामध्ये एकनाथला मोठी मानाची आणि अधिकाराची नोकरी देऊ केली. महाराष्ट्राचे मुख्यमंत्री, भारताचे ऊर्जामंत्री आणि एका राज्याचे राज्यपाल म्हणून पद भूषविणाऱ्या श्री. सुशीलकुमार शिंदे यांची जीवनगाथाही अशीच स्फूर्तिदायी आहे.

फिदा यश

पिकासोच्या जोडीचा चित्रकार म्हणून प्रसिद्धी मिळविलेल्या चित्रकार मकबूल फिदा हुसेन यांना मिळालेली जागतिक कीर्ती सहजासहजी मिळाली नव्हती. कुंचल्याचे किमयागार असणाऱ्या मकबूल फिदा हुसेन यांनी भारतातील आधुनिक चित्रकलेवर स्वत:ची नाममुद्रा उमटवली. स्वत:च बनविलेल्या समांतर विश्वात रममाण होणाऱ्या या

कलाकाराने लौकिक जगाची, तेथील मापदंडांची आणि रूढी-शिरस्त्यांची फारशी फिकीर कधीच केली नाही. पंढरपुरात जन्मलेल्या या चित्रकाराने स्वत:ची वाट स्वतंत्रपणे चोखाळून बंडखोरी केली. संकेतांचे आणि परंपरांचे बंधन झुगारून देत त्यांनी खास 'हुसैनी' शैली तयार केली होती. रस्त्यावरचा साधा पोस्टरपेंटर ते जागतिक कीर्तीचा चित्रकार हा त्यांच्या यशाचा प्रवास थक्क करणारा आहे. लौकिक शिक्षण फारसे नसले, तरी प्रखर आत्मविश्वास, स्वत:च्याच मार्गाने जाण्याची जिद्द असलेला हा कलाकार मुंबईत आला, तेव्हा त्याच्यावर फुटपाथवर राहण्याची वेळ आली होती. शिंप्याकडे कटिंगचे काम करण्यापासून ते खेळण्याची डिझाइन करण्यापर्यंत अनेक कामे त्यांनी केली. सुरुवातीला शंभर-दीडशे रुपयांना विकली जाणारी चित्रे हळूहळू हजारांत आणि नंतर लाखांतही विकली जाऊ लागली. त्यांच्या मुक्त, बेबंद, स्वच्छंद आणि बेधडक व्यक्तिमत्त्वाचा जोश आणि जोम त्यांच्या चित्रांतही होता.

एम. एफ. हुसेन यांना भारतीय 'पिकासो' म्हटले गेले. पिकासोनेही गरिबी आणि वैभवाची दोन टोके अनुभवली. या प्रवासात समाजात घडत असलेली उलथापालथ, गुंतागुंत आणि अंतर्विरोध सहन केला. 'सद्‌भिरुची सर्जनशीलतेला मारक ठरते', अशी खळबळजनक मनोभूमिका अशा विजेत्यांनी स्वीकारली होती. वादळे अंगावर ओढवून घेता घेता त्या वादग्रस्त प्रतिमेतच त्यांनी स्वत:ला बंदिस्त केले. सर्जकता कमी झाल्यामुळे, विसंगतीची ओढ असल्याने किंवा आशयापेक्षा माध्यमाला महत्त्व देण्याच्या वृत्तीमुळे कदाचित ते कायम 'प्रकाशझोतात' राहिले. असं प्रकाशझोतात राहणं म्हणजेच यश, अशी काही लोकांची कल्पना असते; पण या प्रकाशाला सर्जनशील प्रतिभेचं कोंदण नसेल तर यश अल्पायुषी ठरतं. हुसेन यांची प्रतिभा आयुष्याच्या विविध टप्प्यांवर विविध अंगांनी बहरत गेल्यामुळे ते आपल्या कामाचा कायमचा ठसा जनमानसावर उमटवून गेले.

***

यश म्हणजे काय?

परीक्षेत ८०% पेक्षा जास्त मार्क मिळवणे, शिक्षण पूर्ण झाल्यावर प्लेसमेंटमध्ये झटकन नोकरी मिळणे, इतरांना साधारण २५-३० हजार पगार मिळत असताना आपल्याला ५००००/- पगार किंवा उत्पन्न मिळणे, अल्पावधीत व्यवसायाचा चांगला जम बसणे... या व इतर तथाकथित गोष्टी म्हणजे यश आहे का? सुशिक्षित, सुखवस्तू कुटुंबात राहणारा, प्रत्येक विषयासाठी स्वतंत्र क्लास लावणारा, पुस्तकं, सरावमालिका या सर्व गोष्टी सहजासहजी उपलब्ध असणाऱ्या मुलाला ८०% किंवा त्याहीपेक्षा जास्त मिळाले, तर त्या यशाचा आनंद नक्कीच आहे. पण अत्यंत हलाखीच्या परिस्थितीत असणारा, अशिक्षित आई-वडील असणारा, क्लास काय पण कॉलेजमध्येही प्रवेश घेण्याची ज्याची ऐपत नाही, स्वत:ची पुस्तके परवडत नसल्यामुळे मित्रांच्या किंवा लायब्ररीच्या पुस्तकांचा आधार असणाऱ्या मुलाला ५०% मार्क जरी पडले तरी ते ८०% मार्क मिळविणाऱ्या मुलापेक्षा अधिक लक्षणीय असते.

परीक्षेत ५०%च मार्क असले तरी कला, क्रीडा, वाचन, छंद या गोष्टी जोपासणारा, एखाद्या कलेमध्ये प्रावीण्य मिळवणारा मुलगा जास्त यशस्वी म्हणायला हवा. शिक्षण पूर्ण झाल्यावर नोकरी मिळत असतानाही वेगळी वाट धुंडाळून स्वत:चा व्यवसाय सुरू करून तो यशस्वी करून दाखविणारा मुलगा जास्त यशस्वी म्हणता येईल. अल्पावधीत व्यवसायाचा जम बसवून चांगली आर्थिक प्राप्ती करण्यापेक्षा व्यवसायातील नीतिमूल्ये पाळून, स्वत:बरोबर समाजाच्या स्वास्थ्याचाही विचार करणारा अधिक यशस्वी म्हणता येईल. पण यश, पैसा, प्रसिद्धी या कशाचीही अपेक्षा न ठेवणारा आणि निरपेक्ष बुद्धीने एखादे कार्य चिकाटीने करत राहणारा सर्वात जास्त यशस्वी ठरेल; कारण भौतिक यशाला कधीतरी ग्रहण लागण्याची, ओहोटी येण्याची शक्यता असते. पण निरपेक्ष बुद्धीने काम करून मिळवलेल्या यशाला पराभवाचा सामना

करावा लागत नाही.

अवघ्या बावीसाव्या वर्षी स्वत:ला आणि देशाला विजेतेपदाची बक्षिशी मिळवून देणारा स्पेनचा राफेल नदाल जगातील सर्व तरुणांचा आदर्श ठरला आहे. ५ जून २०११ रोजी झालेल्या फ्रेंच खुल्या टेनिसमध्ये आपले कौशल्य दाखवीत कोट्यवधी टेनिस शौकिनांच्या गळ्यातील ताईत होऊन सलग ६ वेळा ग्रँडस्लॅम विजेतेपद मिळवून बियॉन बोर्गच्या विक्रमाची त्याने बरोबरी केली. तंदुरुस्ती, संयम, कौशल्य आणि फटक्यांचे टायमिंग या बळावर त्याने हे अभूतपूर्व यश मिळवले. आपल्या यशावर भाष्य करताना नदालने दिलेली प्रतिक्रिया फार बोलकी आहे- 'खडतर वाटचालीमुळे विजेतेपद सुखद वाटते', असे तो म्हणाला.

या स्पर्धेत 'राफा' (नदालचे टोपणनाव) ला 'राफा'चेच आव्हान होते. त्यातील एकाने याअगोदर चांगला खेळ केला होता, तर दुसऱ्याला चांगला खेळ करण्यासाठी झगडावे लागले होते. अशी स्वत:चीच दोन रूपे यशासाठी झगडत होती. जीवनाच्या कोणत्याही क्षेत्रात यश मिळविण्यासाठी प्रत्येकाला प्रसंगी अशा आव्हानांना सामोरे जावे लागते. पण प्रतिकूल परिस्थिती पालटविण्याची क्षमता असेल, तर मिळणारे यशही उत्तुंग असते, हे तरुणांनी ध्यानात घ्यायला पाहिजे.

महिला एकेरीत अजोड कामगिरी करणारी चीनची ली ना ही चीनमधील युवक पिढीची 'पोस्टर गर्ल' ठरली आहे. यशासाठी केवळ महत्त्वाकांक्षा बाळगून चालत नाही, तर ती पूर्ण होण्यासाठी प्रयत्नांची जोडही द्यावी लागते. शटल 'स्मॅश' करणाऱ्या ली मध्ये टेनिससम्राज्ञी होण्याचे गुण आहेत, हे तिच्या प्रशिक्षकांनी वेळीच हेरले आणि त्या दृष्टीने तिला घडवले. त्यांच्या प्रयत्नांच्या जोडीला अपार मेहनत आणि जिद्द दाखवून ली ना हिने ग्रँड स्लॅम स्पर्धेच्या विजेतेपदावर शिक्कामोर्तब केले. हे करण्यासाठी विजिगिषू वृत्ती हवी. ती रक्तात असावी लागते.

थोडक्यात सांगायचं झालं, तर यश मिळविण्यासाठी ठरावीक गुण अंगात असणं आवश्यक असतं. इतिहासाच्या कोणत्या कालखंडात यशस्वी माणसाने हे यश मिळवलं किंवा कोणत्या क्षेत्रामधे त्यांना हे यश मिळालं, हे फारसं महत्त्वाचं नसतं; कारण असे गुण जोपासणारी व्यक्ती कोणत्याही कालखंडात आणि कोणत्याही कार्यात (क्षेत्रात) यशस्वी होणार ही खात्रीच असते. त्यामुळे अशा यशस्वी व्यक्तीच्या आयुष्याचा, आचारधर्माचा, सवयींचा अभ्यास करून त्यातील काही गुण अंगी जोपासण्याचा प्रयत्न आपण केला, तर आपण यशाच्या जवळपास निश्चित जाऊ. यश मिळविणाऱ्या किंवा कायम अपयशी ठरणाऱ्या व्यक्तींमध्ये सतत काही समान गुणवैशिष्ट्ये दिसून येतात. त्या गोष्टी जर आपल्याला करता आल्या किंवा टाळता आल्या, तर निदान पराभवाचा सामना तरी करावा लागणार नाही.

आपल्यातला आपण शोधा!

'स्व'चा शोध आवश्यक आहे, कारण पुष्कळशी माणसं चांगलं काम करत असतात; पण त्यापेक्षा अधिक चांगलं काम करण्याची त्यांची क्षमता असते. बऱ्याच लोकांना कामात सुधारणा करण्यासाठी, आपले जीवनमान सुधारण्यासाठी, यश मिळविण्यासाठी काय करायला हवे, हे माहीत असते. पण तरीही अनेक वेळा ते त्या गोष्टी करत नाहीत. स्वतःबद्दलचा अहंभाव किंवा न्यूनगंड, लोक काय म्हणतील याविषयी अवाजवी विचार, आळशीपणा किंवा एकाच वेळी अनेक गोष्टी करण्याची आणि त्यातून आलेली धरसोड वृत्ती यांमुळे स्वतःचा शोध घ्यायला त्यांना वेळच मिळत नाही. परिणामी स्वतःच्या क्षमतेपेक्षा कितीतरी कमी प्रमाणात ते कामात इनव्हॉल्व्ह होतात. त्यामुळे त्यांना मिळणारे यशही अपेक्षेपेक्षा कमी असते. पूर्ण क्षमतेने कोणतीही गोष्ट व्हायची असेल, तर त्यासाठी आंतरिक तळमळ आणि तडफ प्रज्वलित करणं फार आवश्यक आहे. मला हे करायलाच हवं, आता एकच ध्येय... या जिद्दीने काम केल्यास यशःपूर्तीचे समाधान काही वेगळेच असते.

राष्ट्रसंत तुकडोजीमहाराजांनी म्हटलेच आहे की, 'इच्छा-प्रयत्नेची देव. काल धर्म/देती फळे.' फळ मिळायला हवे असेल, तर तीव्र इच्छा आणि प्रयत्न प्रथम आणि मग देवधर्म आणि कालाची (वेळेची) महती. जन्म हाचि इच्छेचा खेळ! जगी अनेक इच्छांचा मेळ! तेथे संघर्ष असे अटळ! सुख-दुःख फळ कर्माचे! पेरले तसेच उगवते, या उक्तीप्रमाणे जेवढे कष्ट तेवढेच फळ मिळणे आणि त्यातही फळाची अपेक्षा न ठेवता काम केले, तर अधिक यश मिळणे शक्य असते. फक्त कर्मस्वातंत्र्य माणसाच्या हातात आहे. प्रयत्न केला तर उद्धार नक्कीच होतो. त्यामुळे आपणच आपले मित्र किंवा शत्रू बनतो. संस्कृतमध्ये एक सुंदर सुभाषित आहे–

उद्धरेदात्मनात्मानं आत्मानम् अवसादयेत्।

आत्मैव हि आत्मनो बन्धुः, आत्मैव रिपुरात्मनः।।

म्हणजे तूच तुझ्या भविष्याचा शिल्पकार आहेस. किंवा थोडक्यात असे म्हणता येईल की,

होते केले असती। सर्व मिळते धरिता हाता।

अभ्यास तव ब्रह्मसत्ता। पावती योगी।।

म्हणजे जे होते, जे केले आणि पुढेही अस्तित्वात असेल (अविनाशी तत्त्व) त्या साधनांचा योग्य वापर केला आणि स्वतःच्या हाताने अभ्यासपूर्वक एखादे काम केले, तर सामान्य माणसालाही ब्रह्मसत्ता मिळवण्याइतके यश मिळते; त्यासाठी योगी किंवा फार ज्ञानी असण्याची आवश्यकता नाही.

आत्मशोधाच्या बाबतीत श्री समर्थ रामदास स्वामींचा उपदेश लक्षात घेण्यासारखा

आहे. स्वामी म्हणतात-

शुद्ध सात्त्विकता प्रकट करावी। लौकिकी तीच जगवावी।
आपुल्या चारित्र्याने संभाळावी। सुव्यवस्था जगाची।।
व्यक्तिधर्म, कुटुंबधर्म। समाजधर्म, गावधर्म।
बळकट होइ राष्ट्रधर्म। प्रगतिपथाचा।।

स्वत:च्या समाजाच्या आणि राष्ट्राच्या उन्नतीसाठी केलेला प्रत्येक प्रयत्न हा निश्चितच यश देणारा आणि प्रगतिपथावर नेणारा असतो. यासाठी

निर्भयता, शरीरश्रम। परस्परांशी अभेदप्रेम।
पूरक व्हावया विद्या-सत्कर्म। सकामासाठी।।

माणसाचे शरीर, मन, वाणी, इंद्रिये, बुद्धी आणि धर्माचरण माणसाला विकासाच्या मार्गावर नेते. हे सर्व करण्यासाठी कोणत्याही प्रकारची व्यवस्थापन तत्त्वे शिकायची गरज नाही. थोरामोठ्यांचे आदर्श आणि संतवचने जरी अभ्यासली, तरी स्वत:चा शोध घेण्याची ताकद व्यक्तीमध्ये येईल. साधारणत: वय वर्षे २५ ते ५० या वर्षांमध्येच या 'स्व'ची ओळख पटली पाहिजे. ब्रह्मचर्याश्रमात व्यक्तीची जडण-घडण होते, गृहस्थाश्रमात स्वत:ची कर्तव्ये आणि जबाबदाऱ्या समजतात आणि हाच उमेदीचा काळ असतो. वानप्रस्थाश्रमात निवृत्ती पत्करून इतरांना आपल्या कर्तृत्वाचा उपयोग करून द्यायचा असतो. म्हणूनच आपल्या पूर्वजांनी आश्रमव्यवस्था निर्माण केली असावी. त्यासाठी माणसाचे आयुष्य शंभर वर्षे कल्पून त्याचे चार भाग केले. निम्म्या भागात कर्म आणि धर्माची शिकवण, तर उर्वरित आयुष्यात कृती आणि कर्म करणे अपेक्षित आहे.

व्यक्ती तितक्या प्रकृती म्हणतात त्याप्रमाणे प्रत्येकाच्या प्रयत्नाच्या, कर्तव्याच्या व्याख्या वेगवेगळ्या असू शकतात. पण प्रत्यक्षात सर्वांच्या अंतर्यामी असणारी प्रेरणा एकच असते आणि त्या शक्तीला कोणतीही सीमा नाही. प्रेरणेत अनंत सामर्थ्य असते आणि ते अभ्यासाने(प्रयत्नाने) प्रकट करावे लागते. त्या आत्मशक्तीचा अंत अजून कोणालाही कळलेला नाही. हे सामर्थ्य प्रकट होण्यासाठी प्रेरणा असावी लागते. अनेक लोकांच्या बाबतीत इतरांनी सांगितल्यामुळे किंवा इतर करतात म्हणून ते प्रेरित होतात. वास्तविक यश मिळविण्याची जबरदस्त इच्छा असेल, तर अंत:प्रेरणाच उपयोगी पडते. कित्येक वेळा आपण ऐकतो, की तो हुशार आहे, कष्टाळू आहे; पण आवश्यक ती प्रेरणाशक्ती त्याच्याकडे नसल्यामुळे त्याला यश मिळत नाही. त्याची कामे अर्धवट राहतात किंवा त्याच्या कामाचे श्रेय अचानकपणे दुसऱ्याला मिळते. काही लोकांच्या बाबतीत पैसा मिळवणे हे मोटिव्हेशन असू शकते. काही जणांना अधिकाराचं पद, काहींना प्रतिष्ठा ही प्रेरणा देणारी साधनं असतात आणि त्यांच्या

बाबतीत ह्याच गोष्टी त्यांचे साध्य होतात. पण खऱ्या यशामध्ये अधिकार, प्रतिष्ठा, पैसा ही फक्त साधनं असतात आणि यश हेच साध्य असते. त्यामुळे असे यश मिळविण्यासाठी अनेकजण झटत असतात. त्यात कदाचित त्यांना ह्या सर्व साधनांचा त्याग करावा लागतो किंवा इतरांच्या तुलनेत अशा यशस्वी माणसाला पैसा, प्रतिष्ठा, प्रसिद्धी मर्यादित प्रमाणातच मिळते. पंडित भीमसेन जोशींनी संगीतामध्ये कायम सुरांचाच विचार केला. उस्ताद अल्लारखाँ किंवा झाकीर हुसेन यांनी फक्त तालाचाच विचार केला, मंगेश तेंडुलकर व शि.द. फडणीस यांनी सतत रेषा आणि चित्रांचा विचार केला, त्यामुळे पैसा, प्रतिष्ठा, प्रसिद्धी ही साधनं थोडी दूर राहिली, तरी आपल्या क्षेत्रात उत्तुंग यश मिळविण्याचे साध्य त्यांनी पूर्ण केलं.

काही लोकांना प्रेरणाच मिळत नाही; तर काही लोकांच्या बाबतीत प्रेरणा ही स्वार्थातून निर्माण होणारी असते. काहींना परोपकारासाठी तर काहींना समाजकार्यासाठी ही प्रेरणा मिळते. स्वार्थातून प्रेरणा घेणारे बी. रामलिंगम राजु किंवा ऊर्जा स्पेक्ट्रमच्या व्ही.बी. राजूसारखे लोक धोकादायक ठरतात आणि या देशातील १०० कोटी जनतेच्या टाळूवरील लोणी टक्कलासकट पद्धतशीरपणे व निगरगट्टपणे हडप करतात. अशा लोकांना फक्त त्यांचे काम होण्याशी, स्वार्थाशी मतलब असतो. त्यासाठी इतरांना जी किंमत मोजावी लागते, त्याची या लोकांना फिकीर वाटत नाही. शिवाय असे लोक आपले प्रश्न सोडविण्यासाठी, आपला हेतू साध्य करण्यासाठी एकाच मार्गाचा अवलंब करतात असे नाही; तर शक्य असेल त्या सर्व वैध-अवैध मार्गांचा अवलंब करून ते आपले ईप्सित साध्य करतातच.

परोपकारातून प्रेरणा घेणारे मायक्रोसॉफ्टचे बिल गेट्स व मेलिंडा गेट्स किंवा इन्व्हेस्टमेंट गुरू वारन बफेटसारखे लोक आपल्या यशस्वी उद्योगातून मिळणारा बराचसा पैसा समाजोपयोगी कामांसाठी सामाजिक ऋण समजून देतात. बाबा आमटे, मेधा पाटकर, राजेंद्र पचौरीसारखे लोक समाजकार्याच्या आवडीने प्रेरित होऊन सामाजिक कर्तृत्वाचे काही मापदंड निर्माण करतात. पण काही लोक मात्र दुसऱ्याने केलेल्या कामाचे श्रेय स्वत: हडपण्याचा प्रयत्न करतात.

काही वेळा यश मिळविण्यासाठी लोक यंत्रणेविरुद्ध जाऊन, काही लोकांना हाताशी धरून आपल्याजवळ असलेल्या माहितीचा (अगदी गोपनीय) गैरवापर करण्याचे धारिष्ट्य दाखवितात. प्रसारमाध्यमाचे सर्वेसर्वा रुपर्ट मुडरॉक यांच्या बाबतीत नुकताच झालेला गौप्यस्फोट याची साक्ष देतात. सी.बी.आय. सारख्या संस्थेने पत्रकारांना कह्यात ठेवण्यासाठी फक्त एकच गोष्ट करायची असते आणि ती म्हणजे त्यांना चोरून बातम्या देणे. विनाप्रयास यश मिळविण्याची चटक लागलेले काही लोक ते अडचणीत आलेले असताना (बदली/चौकशी वगैरे) असल्या अवैध मार्गांचाही अवलंब करतात.

पुष्कळ लोक आपली नोकरी टिकेल एवढेच काम करतात; कारण तुम्ही जेवढे अधिक काम कराल तेवढ्या जास्त चुका होण्याची शक्यता असते, असे त्यांना नेहमी वाटते. त्यांना नोकरी टिकविण्यात मतलब असतो. यश/अपयश याची किंमत त्यांच्या लेखी शून्य असते.

प्रेरणा म्हणजे काय?

तुम्हाला उत्साहित करून विशिष्ट कार्य करायला प्रवृत्त करतो अशा विचाराला प्रेरणा म्हणता येईल. तुमच्यातील स्फुल्लिंग जागृत करणाऱ्या शक्तीला प्रेरणा म्हणता येईल. आतून मिळणारी प्रेरणा आणि बाहेरून मिळणारी प्रेरणा असे दोन प्रकार असू शकतात. पैसा, समाजमान्यता, प्रसिद्धी किंवा नाचक्कीचे भय ह्या बाह्यप्रेरणा आहेत. मी काम चांगले/व्यवस्थित केले नाही, तर माझा बॉस मला कामावरून काढून टाकेल, ही भीती बऱ्याच वेळा चांगले/निदान आवश्यक तेवढेतरी काम करण्याची प्रेरणा देते. भीतीपोटी मिळणाऱ्या प्रेरणेचे फायदे म्हणजे काम लवकर होते, काम वेळेत झाल्यामुळे उशिराने होणारे नुकसान टळते आणि हळूहळू व्यक्तीत सुधारणा होते. अत्यंत हलाखीच्या परिस्थितीत वाढलेल्या आई-वडिलांनी केलेल्या कष्टाची कल्पना असणारा माणूस अंत:प्रेरणेने कष्टसाध्य यश मिळवण्याचा प्रयत्न करतो आणि यशस्वी होतो. ही आतून मिळणारी प्रेरणा. समाजातील आदर्श पुरुषांची, गुरुजनांची तळमळ आणि चिकाटी पाहून वैयक्तिक आकांक्षेच्या पलीकडे जाऊन काहीतरी ठोस करण्याचा निश्चय करणाऱ्या क्रांतिकारकांनी पुढची पिढी घडवली ती याच प्रेरणेतून.

प्रेरणा ही फार प्रभावी असते. या प्रेरणेने माणूस प्रेरित होतो. त्याला एखादी गोष्ट मनापासून पटते आणि त्याप्रमाणे काम करायला तो उद्युक्त होतो. सकारात्मक कृती करण्यास उद्युक्त करणारा विचार म्हणजे प्रेरणा असे म्हणता येईल. प्रेरणा ही अशी शक्ती आहे, की ज्यामुळे तुमचे अख्खे आयुष्य बदलू शकते. दक्षिण आफ्रिकेतील निग्रोंवर ब्रिटिशांनी केलेले अत्याचार बघून 'काळ्या लोकांवरील' अत्याचार कमी होण्यासाठी आंदोलन उभारण्याची आणि त्यातून भारताचा स्वातंत्र्यसंग्राम सुरू करण्याची प्रेरणा महात्मा गांधींचे जीवनकार्य बदलून गेली. व्यापार उद्योगात भारतीयांची अडवणूक करण्याच्या ब्रिटिशांच्या नीतीला झुगारून 'देशी उद्योग स्थापून' भारताला स्वयंपूर्ण करण्याची प्रेरणा जमशेटजी टाटा, नवलमल फिरोदिया, सेठ वालचंद हिराचंद यांनी घेऊन स्वतंत्र उद्योगांची पायाभरणी केली. यशस्वी होण्याच्या, स्वतंत्र होण्याच्या ईर्षेतून ही प्रेरणा मिळाली. भारत स्वतंत्र आणि स्वयंपूर्ण झाल्याशिवाय भारतीय खरे सुखी, समाधानी आणि समृद्ध होणार नाहीत, या जाणिवेतून ही प्रेरणा उत्पन्न झाली. अल्पसंतुष्टता हा प्रेरणेचा सर्वांत मोठा शत्रू आहे. अल्पसंतुष्टता असेल तर माणसाची

वाढ खुंटते, प्रगती थांबते आणि तो दुसऱ्यावर अवलंबून राहतो. जीवनाची खरी इतिकर्तव्यता कशात आहे, कोणत्या ध्येयासाठी माणसाने जगायला पाहिजे, हे त्याला कळत नाही.

अंत:प्रेरणेची प्रक्रिया काय आहे? मन, बुद्धी, संस्कार, वृत्ती ही चतु:सूत्री एकदा माणसाला कळली, की तो प्रेरित होतो. ती प्रेरणा जागृत करून आपल्या जीवनाचे ध्येय गाठायला तो उद्युक्त होतो. जीवनात यशस्वी होण्यासाठी ही चतु:सूत्री फार महत्त्वाची आहे. त्यामुळे तुम्ही स्वत:बरोबर इतरांचाही विकास करता. त्यांचे प्रेरणास्थान बनू शकता. तुमची अंत:प्रेरणा ही तुमच्या जीवनमार्गाचे उद्दिष्ट ठरते. त्याचप्रमाणे तुमची वृत्तीही बनत जाते. अंत:प्रेरणेने जागृत झालेला माणूस ध्येयापासून त्याला दूर नेणाऱ्या इतर गोष्टींची, सोयी-सुविधा, ऐषोआराम यांची तमा न बाळगता काम करत राहतो. प्रयत्नाने इतरांकडूनही सकारात्मक प्रतिसाद मिळवतो. हे साध्य करण्यासाठी फार पूर्वीपासून ॲथलेट्स(खेळाडू) एक महत्त्वाचे शस्त्र वापरत आले आहेत; ते म्हणजे स्वयंसूचना. वर्तमानात राहून स्वत:ला सातत्याने सकारात्मक सूचना देत राहिल्यास अंत:प्रेरणा विकसित होते. स्वत:शीच केलेला हा सकारात्मक संवाद असतो. समजा, तुम्ही काही नवीन काम सुरू करत आहात; अशा वेळी दिवसात अनेक वेळा तुम्ही स्वत:ला 'मला अधिकाधिक विश्वास वाटत आहे, मी यशस्वी होणारच, हे काम पूर्ण करणारच', अशी सूचना दिलीत, तर तुमचा आत्मविश्वास वाढेल आणि तुम्ही त्या कामात यशस्वी व्हाल. अगदी घरातले उदाहरण पहा ना- खोड्या काढणाऱ्या आणि बालसुलभ हरकतींनी आईला त्रस्त करून सोडणाऱ्या राहूलला न रागावता आणि चिडचिड न करता आटोक्यात आणणारी आई नेहमी असाच विचार करते की,'आज राहुलने कितीही खोड्या केल्या, दंगा केला, तरी त्याच्याशी बोलताना मी संयम पाळीन.' आईचा हा संयम यथावकाश राहूलमध्ये आमूलाग्र बदल घडवतो आणि त्याला आईच्या सांगण्याचे, सूचनांचे महत्त्व पटायला लागते. सकारात्मक विचार करण्याची आईची ही प्रेरणा राहूललाही सकारात्मक बनवते.

स्फूर्ती आणि प्रेरणा या दोन वेगवेगळ्या गोष्टी आहेत. आपल्या एखाद्या चांगल्या कृतीने उद्युक्त करून तुम्ही इतरांना प्रेरणा देता. असे प्रेरणादायी वातावरण तुम्ही तुमच्या कृतीतून निर्माण करता. उद्युक्त करणे हा विचार आहे, तर प्रेरणा ही कृती आहे. पैसा, मान्यता, प्रगती, आप्तेष्टांचे प्रेम यांपैकी कोणत्या गोष्टींपासून माणसाला प्रेरणा मिळेल हे समजून घेता आले, तरच त्या माणसाला एखादी गोष्ट करण्याला किंवा न करण्याला आपल्याला उद्युक्त करता येईल. प्रत्येक व्यक्तीला भौतिक समृद्धीमध्येच रस वाटेल असे नाही. ज्या लोकांना चांगला आचार, चांगला

विचार, चांगली संस्कृती यांबद्दल प्रेम असेल, त्यांची अंत:प्रेरणा वेगळी असू शकते. ही अंत:प्रेरणा संकल्पसिद्धीसाठी सतत प्रज्वलित ठेवली पाहिजे. तुमची श्रद्धा, तुमच्यावरचे संस्कार आणि तुम्ही अंगी बाणवलेले चांगले गुण हे अंत:प्रेरणेचे इंधन आहे. अंत:प्रेरणेने कायमस्वरूपी सुधारणा होते. बाहेरून येणाऱ्या प्रेरणेने होणारी सुधारणा तात्कालिक किंवा तेवढ्या वेळेपुरतीच मर्यादित असू शकते. प्रेरणा अंत:प्रेरित नसेल, तर खालील धोके उद्‌भवू शकतात-

१) जेव्हा प्रेरणा देणारी व्यक्ती, घटना, परिस्थिती नजरेसमोरून नाहीशी होते, तेव्हा प्रेरणाही लुप्त होते.

२) प्रेरणा देणाऱ्या इतर व्यक्तीच्या उपस्थितीने /बाह्य घटनांमुळे मनावर ताण निर्माण होतो.

३) फलनिष्पत्ती फक्त आवश्यकतेपुरतीच होते. अगदी आवश्यक तेवढेच कष्ट करायची मानसिकता बनते.

४) जसजसा वेळ जाईल, तसतशी प्रेरणेची धार बोथट होऊन परिणामी फलनिष्पत्ती कमी होते.

५) बाह्यप्रेरणा ही माणसाच्या निर्मितिक्षमतेला कधी कधी मारक ठरते. कारण प्रत्येक वेळी नवीन काही करण्यासाठी तुम्हाला नव्या आदर्शाची, घटनेची, बदलत्या परिस्थितीची गरज भासायला लागते. कारण तुमची प्रेरणा बाहेरच्या घटकांवर अवलंबून असते.

६) मिळणारा प्रतिसाद/अपेक्षित यश कमी व्हायला लागले, तर साहजिकच ते काम करण्याची प्रेरणाही क्षीण होत जाते.

व्यवसाय-उद्योगांमध्ये काम करणारे विक्रीप्रतिनिधी किंवा मुख्य कार्यकारी अधिकारी वगैरे मोठी पदे भूषविणाऱ्या व्यक्ती आणि त्या उद्योगाचा जनक यांच्या प्रेरणांमध्ये हाच फरक दिसून येतो. वार्षिक ध्येयपूर्ती झाल्यावर विक्रीप्रतिनिधींची प्रेरणा थोडी कमी होते आणि पुढच्या वर्षासाठी काहीतरी नवे आणि उच्च ध्येय गाठण्याची नवी प्रेरणा देणे व्यवस्थापनाला आवश्यक असते. त्यामुळे व्यवस्थापनातर्फे परत एकदा पुढील वर्षासाठीची ध्येयनिश्चिती करण्यात येते. त्याच्याशी संबंधित आणि त्याच्या आनुषंगिक इतर फायदे कर्मचाऱ्यांना समजावून (पटवून) सांगण्यात येतात आणि नव्या ध्येयासाठी प्रेरित केले जाते. पण अंत:प्रेरणेने असा व्यवसाय सुरू करणारा उद्योजक किंवा त्या व्यवसायाचा जनक (प्रमोटर) नेहमी दीर्घकालीन उद्देशानेच प्रेरित झालेला असतो.

उजळणी करा

यशस्वी व्हायचे असेल, तर यश मिळविण्यासाठी आवश्यक ठरणाऱ्या गोष्टींची

सतत उजळणी करत राहणे आवश्यक असते. सततचा ध्यास लागतो. तुमच्या उद्दिष्टांची यादी बनवून ती सतत डोळ्यासमोर ठेवावी लागते. सकाळ, संध्याकाळ, जागृत आणि निद्रिस्त अवस्थेत, घरात आणि घराबाहेर कुठेही आणि केव्हाही एकच ध्यास ठेवावा लागतो. केलेल्या कामाची, उपसलेल्या कष्टाची, आत्तापर्यंत मिळालेल्या यशाची उजळणी करत राहिले, तर अधिकाधिक वरची उद्दिष्टे दृष्टिपथात यायला लागतात. दुसऱ्याने केलेले कौतुक आणि विश्वासाने तुमच्यावर टाकलेली जबाबदारी तुम्हाला यशस्वी व्हायला प्रेरणादायी ठरतात. दुचाकीवर अख्ख्या कुटुंबाला (आई,वडील,मुलगा,मुलगी) घेऊन जाणारे कुटुंब बघून श्री रतन टाटा यांना सर्वसामान्यांना परवडेल अशी चारचाकी 'नॅनो' उत्पादन करण्याची प्रेरणा मिळाली. पण या प्रकल्पाची अंमलबजावणी करण्यात प्रमुख भूमिका निभावणारा अभियंता श्री.वाघ याच्यावर श्री. रतन टाटा आणि त्यांच्या व्यवस्थापनाने जो विश्वास दाखवला आणि कौतुक केले, त्यामुळे अशक्यप्राय आणि अनेकांच्या रोषाला आणि टीकेला कारण ठरलेले 'नॅनो'चे उद्दिष्ट टाटा गाठू शकले. सरकारी यंत्रणांची उदासीनता, स्थानिक लोकांचा विरोध, पुढाऱ्यांचे राजकारण अशा अनेक गोष्टींनी मोठे अडसर निर्माण केले. पण त्यांतूनही मार्ग काढीत टाटांनी उद्दिष्टपूर्ती केली, हे खरे यश. अंमलबजावणी करणारा अभियंता नंतर ही स्वतःचीच जबाबदारी समजू लागला आणि टाटांच्या 'महत्त्वाकांक्षी प्रकल्पाचा' स्वतःच एक अविभाज्य हिस्सा बनला. ही या यशामागची खरी प्रेरणा आहे. अभियंत्याला किंवा त्याच्या टीमला मिळणारे आर्थिक फायदे हा एक भाग असला, तरी काहीतरी अभूतपूर्व आणि नवीन केले त्यामुळे चार लोकांकडून मिळणारा सन्मान, आदर त्यांना जास्त महत्त्वाचा वाटला. योग्य किंवा इतरांच्या सुखाची गोष्ट करण्यात मिळणारा सहभाग हाच कित्येक लोकांना प्रेरणादायी ठरतो.

एखाद्या घटनेतून, गोष्टीतून किंवा सामाजिक परिस्थितीतून एखाद्याला सकारात्मक दृष्टी मिळून तो नवीन काही करण्यास उद्युक्त होतो ; तर त्याच परिस्थितीचा नकारात्मक विचार करून परिस्थितीतले दोष शोधून काही विध्वंसक काम करायला एखादा उद्युक्त होतो. घटना एक असली तरी माणसामाणसांतील संस्कारांमुळे त्याचे होणारे परिणाम भिन्न-भिन्न असू शकतात.

धारावीच्या झोपडपट्टीत आपल्या आई-वडिलांबरोबर राहणारी दोन मुले. परिस्थितीने गांजलेल्या अवस्थेत कसेबसे आपल्या मुलांचे पालन-पोषण करणारे त्यांचे आई-वडील. शिक्षण, संस्कार, सोयी यांच्या कमतरतेमुळे या मुलांपैकी एक आहे ती परिस्थिती स्वीकारून, कष्टाने, प्रसंगी चोरीमारी, धाकदपटशा या मार्गाचा अवलंब करत त्या वस्तीत आपला दरारा निर्माण करतो. अरेरावी, शारीरिक सामर्थ्य,

बेदरकार स्वभाव या त्याच्या सवयी बनतात आणि त्यांच्या आधारानेच तो यशाचा मार्ग शोधायला लागतो. बऱ्याच वेळा यशस्वीही होतो. पण समाजाची उपेक्षा, समाजाची अवहेलना आणि वाईट कृत्यांबद्दल व्यक्त केला जाणारा तिरस्कार त्याच्या वाट्याला येतो. मिळालेले यश, पैसा, दबदबा हा निर्भेळ, निर्व्याज आणि स्थायी वाटत नाही. हवे ते काम करून घेणारा आणि पैशासाठी नीतिअनीतीचा विचार न करणारा 'भाई' होतो; पण प्रसंगी आधार देणारा आणि जपण्याची भावना असणारा 'भाऊ' होऊ शकत नाही.

त्याच परिस्थितीत वाढलेला दुसरा भाऊ भोवतालची परिस्थिती कशी सुधारता येईल, येणाऱ्या अडचणींना, समस्यांना आणि अडथळ्यांना कसे सामोरे जाता येईल आणि पुढचे आयुष्य परिश्रमाने कसे सुखी करता येईल, आई-वडिलांनी घेतलेले कष्ट आपल्या परिश्रमाने कसे हलके करता येतील, याचा सतत विचार करतो. प्रयत्नपूर्वक रात्रशाळेत जाऊन शिक्षण घेतो. झोपडपट्टीत चालणाऱ्या घरगुती उद्योगांची माहिती करून घेऊन त्यांच्या आधारे आईवडिलांना थोडीफार आर्थिक मदत करण्याचा प्रयत्न करतो, त्यामुळे तो कुटुंबाचा आणि समाजाचाही विश्वास संपादन करतो आणि सकारात्मक विचार करून समाजातल्या इतर माणसांप्रमाणे आपल्या भावी आयुष्याची पायाभरणी करून हळूहळू यशस्वी होतो आणि आई-वडिलांनाही सुखी करतो. 'वास्तव' किंवा अमिताभ बच्चनच्या बऱ्याचशा गाजलेल्या चित्रपटांना खाद्य पुरविणारी ही परिस्थिती! फक्त त्यातून कोणी कशी प्रेरणा घ्यायची, हा व्यक्तिव्यक्तींतील फरक आहे.

यशाचा पाठपुरावा करण्यासाठी उपलब्ध परिस्थितीचा विचार करणे फार महत्त्वाचे असते. त्यात पुढील गोष्टी येतात –

१) आपले स्वत:चे स्थान- कौटुंबिक किंवा सामाजिक स्थान.

२) दुसऱ्यांच्या तुमच्याकडून असलेल्या अपेक्षा.

३) काय करावे आणि काय करू नये, याचे तारतम्य.

४) आपल्या समोरचे आदर्श आणि श्रद्धास्थाने.

५) कुटुंबाला आणि समाजाला कोणत्या गोष्टी ग्राह्य आहेत आणि कोणत्या टाकावू आहेत, याचे ज्ञान.

६) उपलब्ध साधनसामग्री.

वर दिलेल्या उदाहरणात उपलब्ध साधनसामग्री किंबहुना त्याचा अभाव दोन्ही मुलांच्या बाबतीत सारखेच होते. पण काय वाईट, काय चांगले, स्वत:बरोबर इतरांना काय ग्राह्य किंवा टाकावू वाटते, याचा विचार करण्याचे आणि त्याप्रमाणे आपले आचरण ठेवण्याचे तारतम्य बाळगल्यामुळे एक मुलगा सुशिक्षित होऊन समाजाला

मान्य होईलसा समाजाचा घटक बनला. पण या सर्व गोष्टींना, चांगल्या संकेतांना फाटा देणारा मुलगा 'भाई' झाला, कारण त्याच्या अंत:प्रेरणा सर्वस्वी वेगळ्या होत्या.

प्रोफेशनली मॅनेज्ड कंपन्यांमध्ये नवीन दाखल होणाऱ्या कामगारांना साधनसामग्रीचा योग्य वापर कसा करावा, हे शास्त्रशुद्ध रीतीने समजावून सांगण्यासाठी खास प्रशिक्षण कार्यक्रम राबवले जातात. या कार्यक्रमांमुळे नव्या कामगारांच्या मनाची आणि कामाची योग्य रीतीने आखणी होते. संस्थेच्या, व्यवस्थापनाच्या आणि स्वत:च्या दृष्टीने काय योग्य व अयोग्य, ग्राह्य आणि त्याज्य याची बरोबर कल्पना त्यांना या प्रशिक्षणादरम्यान दिली जाते. त्यामुळे पुढे त्यांच्या कामाचा दर्जा सुधारतो आणि मिळणारे यशही चढत्या श्रेणीचे असते. पण कालांतराने सभोवतालच्या परिस्थितीने, सहकर्मचाऱ्यांच्या वागणुकीने या स्वयंप्रेरित माणसातही पुढील कारणांमुळे बदल व्हायला लागतो,—

१) अवाजवी टीका.

२) नकारात्मक मनोवृत्ती.

३) चारचौघांत केलेला पाणउतारा. (Public Humiliation)

४) नतद्रष्टांना मिळणारे संरक्षण किंवा मोबदला.

५) अपयशाची भीती.

६) यशामुळे येणारी अल्पसंतुष्ट वृत्ती.

७) मार्गदर्शनाचा अभाव.

८) मोजता येण्याजोग्या साधनांचा अभाव

९) स्वप्रतिभेचा अभाव.

१०) क्रमवारी ठरविण्यातील असमर्थता.

११) स्वत:लाच दिलेले नकारात्मक संदेश– हे तुला जमणार नाही, तू पडशील.

१२) व्यवसाय/ऑफिसमधील राजकारण.

१३) असमान वागणूक.

१४) ढोंगीपणा.

१५) कमी प्रतीचे काम.

१६) सततचे अवाजवी बदल.

१७) अधिकार न देता लादण्यात आलेली जबाबदारी.

काही वेळा हे बदल व्यवस्थापनाच्या ढिसाळ आणि अपारदर्शक वृत्तीमुळेही घडून येतात. परिणामी अपेक्षित यश मिळणे कठीण होते.

***

प्रतिकूल परिस्थिती

'संकटं कधीही सांगून येत नाहीत', असं म्हणतात आणि ते खरंही आहे. कारण संकटं किंवा अडचणी म्हणजे आपल्या अपेक्षांपेक्षा विपरीत घडणाऱ्या गोष्टी. अशा गोष्टी वैयक्तिक, कौटुंबिक, सामाजिक, आर्थिक किंवा व्यवस्थापनविषयक कारणांमुळे घडतात. यांपैकी बऱ्याचशा गोष्टी परिस्थितिसापेक्ष असल्यामुळे बदलणाऱ्या परिस्थितीप्रमाणे, कालमानाप्रमाणे माणसाला बदलावे लागते. जो बदलत नाही, तो संपतो. 'थांबला तो संपला', हा निसर्गाचा नियम आहे. बदलणाऱ्या परिस्थितीचा योग्य अंदाज घेऊन प्रसंगी बचावात्मक किंवा आवश्यक असेल तेव्हा आक्रमक पवित्रा घेण्याचा शहाणपणा जे दाखवतात, तेच यशस्वी होतात. बचावात्मक अशासाठी की आवश्यक असेल तेव्हा चार पावले मागे येऊन, आपल्या भावनांवर ताबा मिळवून सावधपणे प्राप्त परिस्थितीचा आढावा घेऊन धोरण ठरवणे आवश्यक असते. जेव्हा आपण परिस्थिती बदलू शकत नाही (अणि बऱ्याच वेळा तीच शक्यता असते), तेव्हा आपण परिस्थितीप्रमाणे बदलणे क्रमप्राप्त असते. हा बदल स्वत:त सुधारणा करायला, वस्तू आणि सेवा यांच्यामधे बदल करायला, उत्पादकता वाढवायला, परस्परसंबंध सुधारायला उपयोगी पडतो.

तुमच्या प्रयत्नांनंतरही 'प्रतिकूल' परिस्थिती 'अनुकूल' बनेलच असं नाही. पण आपण केलेल्या प्रयत्नांमुळे प्रतिकूलतेची धार जरा बोथट होईल आणि पुढची वाटचाल करायला आवश्यक असणारी हिंमत तुमच्यात येईल. यासाठी आपत्कालीन उपाययोजनांची व्यवस्था करून ठेवणे जीवनाच्या प्रत्येक बाबतीत आवश्यक आहे. या व्यवस्थेमुळे संकटकाळात आपल्यासमोर एकापेक्षा अनेक पर्याय उपलब्ध होतात, ज्या पर्यायांचा थोडासा विचार आपण पूर्वीच केलेला असतो. त्यामुळे त्याची अंमलबजावणी करणेही फारसे अवघड जात नाही. मुख्य म्हणजे अशा परिस्थितीला

सामोरे जायला आपण मानसिक दृष्ट्या तयार असतो. यश मिळविण्यासाठी ही मनाची उभारी फार आवश्यक असते. मानसिक दृष्ट्या खचलेला माणूस परिस्थितीवर मात करू शकत नाही. कारण कितीही पैसा, साधनसंपत्ती उपलब्ध असली, तरी त्याचा योग्य वापर करण्याची कुवत मानसिक दृष्ट्या खचलेल्या माणसात नसते. अर्थशास्त्राचा, संसाधनांचा कमाल उपयोग करून घेण्याचा हा नियम परिस्थिती जेव्हा सामान्य असते, तेव्हाच लागू पडतो. परिस्थिती बदलली, की साधनांच्या वापरात किंवा उपयोगात आवश्यक ते फेरबदल करावे लागतात.

संपर्कमाध्यमांच्या उपलब्धतेमुळे, प्रगत तंत्रज्ञानामुळे आणि बदललेल्या मानसिकतेमुळे आता बदललेल्या परिस्थितीत झटकन निर्णय घेऊन बदल करायला खूप मदत होते. एवढेच काय, आता कॉम्प्युटरच्या साहाय्याने एकाच वेळेस अनेक शक्यतांचा विचार करून त्याप्रमाणे गणिते मांडणारी किंवा उपाय सुचवणारी सॉफ्टवेअर प्रणालीही उपलब्ध आहे. विविध शक्याशक्यतांचा विचार यामुळे करणे शक्य झाले आहे. पण ही उपलब्धता असतानासुद्धा बदललेली परिस्थिती स्वीकारायची मानसिकता नसेल, तर माणूस गोंधळून जाईल, हतबल होईल आणि त्याची विचार आणि कृती करण्याची क्षमता कमी होईल. अशा परिस्थितीत भौतिक साधनांपेक्षा मानसिक सामर्थ्य अधिक उपयोगी आणि प्रेरणादायी ठरेल.

वृत्तीतला ताठरपणा किंवा लवचीकता यावर तुम्ही बदल कसा स्वीकारता, बदलाला कसे सामोरे जाता आणि परिस्थितीतून मार्ग काढण्यासाठी काय उपाययोजना करता, हे अवलंबून असते. परिस्थितीमुळेच माणसामाणसांतील फरक कळायला खरी मदत होते. माणसं विविध प्रकारची असतात.

१) काही फक्त कल्पनांविषयी बोलतात, तर काही व्यक्तींविषयी बोलतात.

२) काहीजणांची वृत्ती दुसऱ्याची काळजी घेण्याची असते, तर काही फक्त टीका करतात.

३) काही कोणत्याही परिस्थितीत नम्र असतात, तर काही उद्धट असतात.

४) काही दुसऱ्याच्या अधिकाराचा आदर करतात, तर काही दुसऱ्याच्या अधिकाराविरुद्ध बंड करतात.

५) काहींना स्वत:विषयी प्रचंड विश्वास असतो, तर काही लोकांची कायम गोंधळलेली स्थिती असते.

६) काहीजण जबाबदारी स्वीकारतात, तर काही कायम दुसऱ्यावर जबाबदारी टाकतात.

७) काही स्वत: काम करतात आणि आदर्श घालून देतात, तर काही दुसऱ्याने काम करावे, आदर्श निर्माण करावेत, अशी अपेक्षा करतात.

८) काही आशावादी असतात, तर काही निराशावादी असतात आणि परिस्थितीतील प्रतिकूलता तेवढी विचारात घेतात.

९) काहीजण असेल त्यात वेळप्रसंगी समाधान मानून आपल्या अपेक्षांना लगाम लावतात, तर काही असमाधानी आणि सतत अधिक मिळण्याची अपेक्षा करतात.

१०) काहींची नवीन काही शिकायची नेहमी तयारी असते, तर काहींची 'आपल्याला सर्व काही कळते' हीच वृत्ती असते.

११) काहीजण विचारविनिमय करून निर्णय घेतात, तर काही दुसऱ्यावर आपला निर्णय लादतात.

१२) काही सुसंवादाने परिस्थितीतून सर्वांना ग्राह्य असा मार्ग काढण्याचा प्रयत्न करतात, तर काही वाद घालत बसतात आणि आपला हेका सोडायला तयार होत नाहीत.

वाढत्या वयाप्रमाणे, मानसिक परिपक्वतेने हळूहळू माणसाच्या वृत्तीत बदल घडत जातो. तरुण वयात आग्रही, धडाकेबाज असलेला तरुण हळूहळू समंजस, सावध आणि सहनशील होतो. हा बदल नेहमी परिस्थितीच घडवून आणते. 'स्वभावाला औषध नाही' हे खरे असले, तरी 'परिस्थितीला पर्याय' नसतो, तेव्हा माणसाचा स्वभावच काय सर्वकाही बदलणे आवश्यक असते, या वस्तुस्थितीचा स्वीकार करायला पाहिजे. विशेषत: तरुणांनी हे कायम लक्षात ठेवायला पाहिजे.

आपण परिस्थितीवर मात करू शकतो, असा आव आणणे त्रासदायक ठरू शकते. स्वत:विषयी असुरक्षितता वाटणाऱ्या लोकांना असा आभास निर्माण करावा लागतो. खरी क्षमता असणारे लोक केवळ बोलघेवडेपणा किंवा गाजावाजा न करता प्रत्यक्ष कृती करून परिस्थितीवर नियंत्रण मिळवतात. आपल्या कृतीतून आपली वृत्ती प्रकट होते, त्यासाठी 'नाटक' करायची जरुरी नाही. ही जडणघडण खालील गोष्टींवर अवलंबून असते-

१) कशा प्रकारच्या लोकांच्या सहवासात तुम्ही असता?

२) दुसऱ्याला तुम्ही कशा प्रकारची वागणूक देता, वरिष्ठ, वयस्क आणि विकलांग लोकांशी तुम्ही कसे वागता?

३) तुम्हाला कोणत्या प्रकारची पुस्तके, मासिके आणि संगीत आवडते?

४) आपली विनोदाची, विश्रांतीची आणि आरामाची कल्पना काय आहे?

वरील गोष्टींवर आपली वृत्ती अवलंबून असते. तुमची स्वत:ची वृत्ती निर्मळ, प्रेमळ आणि सहकार्याची असेल, तर तुमच्या कृतीत तीच प्रतिबिंबित होईल आणि इतरांप्रति तुमची वृत्ती तशीच असेल. दुसऱ्याला मदत करायची असेल, तर प्रथम

स्वत: सामर्थ्यवान असणं आवश्यक आहे. स्वत:ची वृत्ती चांगली ठेवायची असेल, तर स्वत:ला नेहमी सकारात्मक विचार करण्याची सवय लावायला हवी. माझी स्मरणशक्ती दगा देते, मला कॉम्प्युटरमधले काही कळत नाही, मला बेशिस्त अजिबात आवडत नाही किंवा आता काहीही करायचे त्राण माझ्यात नाहीत असे म्हणून चालणार नाही. अशा विचारांमुळे तुमची क्षमता कितीही असली तरी परिस्थितीला सामोरे जाण्याचे धाडस दाखवून तुम्ही बदल घडवून आणू शकत नाही.

प्रतिकूल परिस्थितीवर मात करायला तुमच्या लहानपणी तुमच्यावर जे संस्कार झालेले असतात, तुम्ही ज्या वातावरणात लहानाचे मोठे झालेले असता, त्याची फार मदत होते. अतिशय संरक्षित वातावरणात वाढलेल्या, स्वत:चा प्रत्येक हट्ट पुरवून घेण्याची सवय लागलेल्या मुलांना, प्रतिकूलता ही फारशी मानवणारी नसते; कारण त्यांना तशी सवयच नसते. परिणामी प्रतिकूल परिस्थितीत नक्की काय करावे, कोणाचा सल्ला घ्यावा, कुठे आधार शोधावा याचा विचारच ते करू शकत नाहीत. याउलट, परिस्थितीशी झगडत वाढलेला, प्रसंगी स्वत:च्या स्वभावाला आणि सवयीला मुरड घालून वागणारा, दुसऱ्याने दिलेल्या सूचनांचा स्वीकार करणारा आणि दिलेल्या मदतीचा आदर करणारा माणूस प्रतिकूलतेतही अनुकूलता शोधायचा प्रयत्न करतो. इतरांशी विचारविनिमय करून प्रसंगी त्यांनी मदतीसाठी पुढे केलेल्या हातांचा आधार घेतो. त्यात त्याला कमीपणा वाटत नाही; कारण आपण स्वयंभू आहोत, मला कोणाची गरज नाही, मला सगळ्यांतले सगळे कळते आणि कोणत्याही अडचणीतून मार्ग काढायला मी समर्थ आहे, असा अहंभाव त्याच्यात नसतो. क्षमता आणि अहंभाव यांत फरक आहे. क्षमतेमध्ये तुम्ही स्वत:च्या प्रयत्नांबरोबर इतरांच्या सहकार्यालाही महत्त्व देता आणि परस्परसहकार्याने, सामंजस्याने परिस्थितीवर तोडगा काढू शकता. अहंभाव दुसऱ्याबद्दल तुच्छतेची आणि स्वत:बद्दल अतिरेकी क्षमतेची समजूत निर्माण करतो. अहंभाव जोपासणारा माणूस मग इतरांची मदत नाकारायला प्रवृत्त होतो. कारण मदत स्वीकारली, सल्ला मानला, तर स्वत:चे महत्त्व कमी होईल, असे त्याला वाटते. आपल्या यशाचे सर्व श्रेय त्याला एकट्यालाच हवे असते. यशात कोणी वाटेकरी होणे त्याला आवडत नाही. पण वेळीच मदत स्वीकारली, दुसऱ्यांचा सल्ला ऐकला, तर त्याला मिळणाऱ्या यशात दुसऱ्याची मदतच होणार आहे, हे तो विसरतो. हे सामंजस्य दाखवले नाही, तर एखाद्या वेळेस त्याला अपयशही स्वीकारावे लागते. सगळे वार पचवता येतात; पण अहंकारावर झालेला वार परतवता येत नाही आणि पचवताही येत नाही त्यामुळे अहंभाव/अहंकार बाळगणे हा यशातला एक मोठा अडसर ठरतो. अहंकारी माणूस सहकाराचे महत्त्व विसरतो. त्यामुळे अभिमान असावा पण अहंकार नसावा, असा सूज्ञांचा सल्ला असतो. 'कृती करावी पण कर्ता

उरू नये' हे तत्त्व न कळल्यामुळे सगळे श्रेय माझेच आहे, असा त्याचा गैरसमज झालेला असतो. अहंकार संपूर्ण नष्ट झाल्याशिवाय हे होणे शक्य नसते. त्यामुळे अहंभाव बाळगू नये. सुज्ञ लोक आपल्या यशाचे श्रेय नेहमी वाटतात. आपल्या यशामध्ये आपल्याला मदत करणाऱ्या प्रत्येकाचाच वाटा आहे, हे मान्य करतात आणि मदत करणाऱ्यांना आपल्या यशाचे काही श्रेय देतात. 'या यशात मी फक्त निमित्तमात्र आहे, खरे शिल्पकार तर तुम्हीच आहात,' ही भावना बोलून दाखवतो. यशस्वी उद्योजक, व्यवस्थापक, तंत्रज्ञ, प्रवर्तक आपल्या यशात वाटेकरी असणाऱ्या लोकांना धन्यवाद देण्यासाठी, त्यांच्याप्रति आपला आदर आणि विश्वास व्यक्त करण्यासाठी संधी शोधत असतात. कंपनीची सर्वसाधारण सभा, ऑफिसातला एखादा महत्त्वाचा समारंभ, कार्यालयातील कामासाठी घेतलेली मीटिंग, निवृत्त कर्मचाऱ्याविषयी आदर दाखविण्यासाठी आयोजित केलेला निरोपसमारंभ हे कृतज्ञता व्यक्त करण्याचे व्यासपीठ आहे, अशी त्यांची धारणा असते आणि अशा संधीचा यशस्वी माणूस नेहमी उपयोग करून घेतो. जो कोणी आत्मप्रौढी करील त्याची मानखंडना होईल, आणि जो कोणी नम्रतेने राहील, दुसऱ्याला त्याचे योग्य श्रेय देईल, त्याची प्रतिष्ठा होईल, असे येशू ख्रिस्तानेही म्हटले आहे.

व्यवस्थापनतज्ज्ञ असलेल्या डॉ. शेजवलकरांनी यशाचा एक महत्त्वपूर्ण निकष सांगितला आहे. ते म्हणतात, 'आपणा सर्वांमध्ये एक चांगदेव असतो.' चांगदेव हा अहंकाराचे प्रतीक आहे. अहंकारातून उद्धटपणा आणि बेफिकिरी निर्माण होते. आपल्या वागण्यातील माणूसपण नाहीसे होते. समतोल वागण्याचे भान हरपते. विचार बोथट होतात. माणूस निर्दय होतो. वागण्यातील तारतम्य जाते आणि मग 'मी म्हणतो तेच खरे' किंवा 'मी म्हणतो तेच झाले पाहिजे' असे त्याला वाटायला लागते. अहंमन्य माणूस कधीच कृतज्ञ नसतो. आपल्यासाठी कोणी कधी काही केले, असे त्याला वाटतच नाही. त्यामुळे सगळ्या यशाचा स्वामी मीच, ही त्याची भावना होऊन बसते. सामान्य बुद्धी असलेल्या माणसाला समजावून सांगणे, त्याची समजूत घालणे सोपे असते, ज्याला परिस्थितीची जाण आहे त्याला समजावणे सोपे असते पण थोड्याशा ज्ञानाने, यशाने, प्रसिद्धीने जो गर्विष्ठ होतो, त्याची समजूत ब्रह्मदेवही घालू शकत नाही, असे म्हणतात. त्यामुळे यशाच्या धुंदीत, परिस्थिती नीट न ओळखता असा माणूस अपयशाच्या मार्गाने वाटचाल करायला लागतो. जनाबाईंनी अगदी साध्या दृष्टांतातून ही गोष्ट स्पष्ट केली आहे-

शूराचे ते शस्त्र । कृपणाचे धन।
विश्वासिला प्राण । हाता न ये।
गजामाथी मोती । सर्पाचा तो मणी ।

असलीया प्राण। हाता न ये।
सिंहाचे ते नख। पतिव्रतेचे स्तन।
असलिया प्राण। हाता न ये।
मृगाची कस्तुरी। व्याघ्राचे आसन।
असलीया प्राण। हाता न ये।
विरल्यावाचून। देह अहंभाव।
जनी म्हणे देव। हाता न ये।

त्यामुळे प्रतिकूलच काय, पण अनुकूल परिस्थितीतही अहंभाव ठेवणे यशाचा मार्ग खडतर करते.

तुम्ही तयार आहात का?

हो! यश मिळवायचेअसेल, तर ते स्वीकारण्याची तुमची तयारीही हवी. अन्यथा मिळणारे यश पचवायला फार अवघड जाते. म्हणजेच पुस्तक वाचून, व्याख्याने ऐकून किंवा सतत यशाचा विचार करून तुम्ही यश मिळवायला अधिर झालेले असता; पण ते टिकवण्याची शारीरिक, आर्थिक, मानसिक ताकद तुम्ही अजून वाढवलेली नसते. त्यामुळे 'यशाचा मूलमंत्र' अंगी बाणवतानाच 'मी यशस्वी होणारच' ही खात्री धरून त्या यशाला सामोरे जाण्याचा सततचा अभ्यास आवश्यक आहे. यासाठी सर्वांत महत्त्वाची आहे शारीरिक क्षमता. व्यक्तीला विषयांचे ज्ञान होण्यासाठी साधन म्हणून काम करणारा शरीरभाव म्हणजेच इंद्रिय होय. या इंद्रियाच्या साहाय्याने माणूस ज्ञान ग्रहण करतो. विचार करून मग कृती करतो. ज्याची परिणती यश किंवा अपयशात होऊ शकते. डोळ्यांनी वस्तू पाहिली असे आपण म्हणतो, तेव्हा डोळा या अवयवातील चक्षू या इंद्रियाने वस्तूचे ज्ञान करून दिलेले असते. डोळ्यांचे आरोग्य व्यवस्थित असेल, पण आतल्या चक्षुरेंद्रियाने स्वत:चे काम केले नाही, तर डोळ्यांना वस्तू दिसणार नाही. इंद्रिये आरोग्यवान असतील, तर जीवन संपन्न होईल. स्वत:चा विषय ग्रहण करण्यास पंचमहाभूतांपासून बनलेल्या इंद्रियांना पंचमहाभूतांच्या माध्यमातून मिळणाऱ्या शक्तीमुळेच यश मिळायला मदत होते.

कोणत्याही वस्तूचे ज्ञान व्यवस्थित होण्यासाठी, कर्म व्यवस्थित घडविण्यासाठी इंद्रियांचे आणि इंद्रिये ज्यांच्या आधाराने राहतात त्या अवयवांचे आरोग्य नीट टिकवणे आवश्यक असते. झटपट यशाच्या अपेक्षेने शॉर्टकट वापरून यश मिळविण्याच्या नादात तुमची शारीरिक, मानसिक, बौद्धिक क्षमता कधीकधी पूर्ण विकसित होऊ शकत नाही; त्यामुळे कायमस्वरूपी यश मिळवायला तुम्ही तयार होत नाही. पाच ज्ञानेंद्रिये कान-नाक-डोळे-जीभ आणि त्वचा; पाच कर्मेंद्रिये हात-पाय-गुद-जननेंद्रिय

आणि वाचा आणि मन(उभयेंद्रिय) अशा एकूण ११ इंद्रियांच्या मदतीने माणूस कार्यभाग साधतो. ही इंद्रिये तयार असतील, सुदृढ असतील, त्यांची जडणघडण व्यवस्थित असेल, तर यशासाठी प्रयत्न करणे सुखकारक होते. ती तयारी प्रत्येकाने जाणीवपूर्वक केली पाहिजे. त्यामुळे कष्टाबरोबरच शरीरस्वास्थ्य बळकट राहील यासाठी नियमित आहार-विहार आणि व्यायामही आवश्यक आहे. अन्यथा मिळालेले यश टिकवायला उभारी राहणार नाही आणि यशाचा आनंद घ्यायला शरीर स्वस्थ राहणार नाही. कर्म म्हणजे कार्य. शरीराकरवी कोणतेही कार्य घडविण्यासाठी पाच कर्मेंद्रिये कारणीभूत असतात. याही ठिकाणी प्रत्यक्ष कार्य करणारा अवयव हा त्या कर्मेंद्रियांचा केवळ आधारभूत असतो.

इंद्रिय कार्यप्रवण राहावीत यासाठी उत्तम आहार, शास्त्रोक्त रसायन, व्यवस्थित काळजी घेऊन केलेले पंचकर्म हे मुद्दे महत्त्वाचे असतात. त्याबरोबरच इंद्रिय ज्या अवयवात राहते, त्या अवयवाची शक्ती व आरोग्य नीट राहणेही आवश्यक असते. 'कठोर परिश्रमाला पर्याय नाही' हे जरी खरे असले, तरी हे परिश्रम योग्य वेळी, योग्य स्थळी आणि योग्य कारणासाठी केले नाहीत, तर परिश्रमांचे प्रतिबिंब यशात दिसण्याऐवजी अपयशात परिवर्तित होण्याची शक्यता असते. माहितीतंत्रज्ञान क्षेत्रात काम करणाऱ्या लोकांच्या बाबतीत हा धोका फार संभवतो. अतिपरिश्रम, नियमिततेचा अभाव, कामातील तणाव, यशासाठी चाललेली चढाओढ, निराशा, तणाव आणि वैफल्यात संक्रमित होतात. आय.टी. आणि सर्वसाधारणपणे उच्चविद्या-तंत्रज्ञानविभूषित तरुणांमधील वाढते नैराश्य, व्यसनाधीनता, आत्महत्या, कौटुंबिक सामंजस्याचा अभाव या सर्व गोष्टी ते तरुण स्वत:ची तयारी योग्य वेळेत आणि योग्य रीतीने करीत नाही म्हणून अपयशाला कारणीभूत होतात. तुम्ही तयार नसाल, तर एखाद्या वेळेस तुमची बलस्थाने हीच 'कच्चा दुवा' ठरू शकतात. यश मिळविण्यासाठी निसर्गनियमांकडे पूर्ण दुर्लक्ष केले, तर तुमची तयारी योग्य होऊ शकत नाही. रात्रीची विनाकारण जाग्रणे, खाण्यापिण्यातील अनियमितता अपवाद म्हणून घडत असेल तर मान्य आहे; पण ही अनियमितता जेव्हा निकष वाटायला लागते, तेव्हा तुमच्या कर्मेंद्रियांवर विपरीत संस्कार होऊन परिणामी ती तुमच्या अपयशाला कारणीभूत ठरू शकतात.

स्वत:ला विसरू नका

यश मिळविण्याच्या नादात तुम्ही स्वत:ला विसरण्याची शक्यता असते. यशासाठी काम, यशासाठी धडपड, यशासाठी धावपळ करताकरता स्वत:कडे दुर्लक्ष केल्यामुळे कायमचा थकवा येण्याचा धोका किंवा भीती असते. माफक पण नियमित व्यायाम, मनोरंजक छंद, त्रासांचे निवारण करण्याची औषधे आणि प्रसंगी मानसोपचार जर वेळीच घेतले, तर यश मिळवायला आवश्यक असणारी शरीराची आणि मनाची

स्फूर्ती (उत्साह) तुम्ही टिकवू शकता. त्यामुळे स्वत:ला न विसरता अतिशय धावपळीच्या, व्यग्र आणि तणावग्रस्त वेळापत्रकात स्वत:साठीही थोडा वेळ ठेवा. अन्यथा 'क्रॉनिक फटिग सिंड्रोम' सारख्या विकारांमुळे तुम्हाला शारीरिक आणि मानसिक दौर्बल्य येण्याची शक्यता असते. या आजाराचे निदान करता येईल, अशी कोणतीही तपासणी उपलब्ध नसल्यामुळे बऱ्याच काळापर्यंत हा विकार छुपा हल्ला करत राहतो. अशी व्यक्ती पुष्कळदा शारीरिक दृष्टिकोनातून धडधाकट दिसते. जबाबदारीची कामे करीत असते आणि तिचा दिनक्रम अतिशय व्यस्त असतो. पण हळूहळू चिंता, खिन्नता, मरगळ, संशयी वृत्ती, कल्पित ॲलर्जी, असुरक्षितता अशा गोष्टी वाढीला लागतात. त्याचा विपरीत परिणाम शारीरिक आणि मानसिक आरोग्यावर होतो.

जीवनव्यापार म्हणजे ज्याला आपण जगणे म्हणतो, त्यात बाह्य जगताशी संतुलन साधावे लागते आणि त्यासाठी ज्ञानेंद्रियांना जोड लागते कर्मेंद्रियांची. अवयवांच्या मागे त्यांना कार्यरत करण्यासाठी असतात कर्मेंद्रिये. ज्ञानेंद्रियांकडून आलेली माहिती मनापर्यंत पोचली, की त्यातील स्वत:च्या आवडीच्या विषयाचा स्वीकार करून बुद्धीने निश्चित केलेली कर्मेंद्रिये काम करण्यास प्रवृत्त होतात. यश मिळविण्यासाठी अतिव्यग्रतेच्या नादात हा जीवनव्यवहार- 'देहधर्म'- माणूस विसरतो किंवा त्याकडे दुर्लक्ष करतो. त्यातच मनाने स्वीकारलेला संकुचितपणा किंवा 'मी' पणा अहंकाराला जन्म देतो. हा अहंकार मी इतरांपेक्षा वेगळा (स्पेशल) आहे, माझी आवड-निवड काहीतरी वेगळी आहे हे ठरवून आलेल्या माहितीचे चांगल्या-वाईटात वर्गीकरण करतो आणि त्यानंतर कर्मेंद्रियांना कर्म करण्यासाठी चालना मिळते. पण इंद्रियांचे संतुलन बिघडले, तर कर्मेंद्रियांना चालना मिळत नाही. शरीरधर्म आणि जीवनधर्म (कर्म) यांत संघर्ष सुरू होतो. संघर्षातून मिळणाऱ्या आनंदापेक्षा तो आनंद शांतीतून मिळावा म्हणून स्वत:ला न विसरणे हा उत्तम उपाय आहे. सृष्टिचक्राची संकल्पना कार्यान्वित राहावी म्हणून परमेश्वराने उत्पन्न केलेले धन व ऋण, वस्तु व शक्ती, पृथ्वी व आकाश, स्त्री व पुरुष यांच्यातील आकर्षण लक्षात ठेवायला हवे.

श्रीमद् भगवद्गीतेत या संतुलनाचा मूलमंत्र दिलेला आहे. भगवंत म्हणतात-

यदा संहरते चायं कूर्मोऽङ्गानीव सर्वशः।

इन्द्रियाणीन्द्रियार्थेभ्यः तस्य प्रज्ञा प्रतिष्ठिता।।२-५८।।

इंद्रियांना संतुलित ठेवण्यासाठी कासव ज्याप्रमाणे आपले अवयव प्रथम आत ओढून घेते व नंतर सावकाश विचारपूर्वक कार्यप्रवण होते, तसे बुद्धी इंद्रियांना त्यांच्या विषयापासून आवरू शकली व मनुष्य विचारपूर्वक कर्मप्रवृत्त झाला, तर संतुलन शक्य होते.

स्वत:ला विसरू नका; म्हणजेच 'संतुलित रहा.' अवयवांना कशा तऱ्हेने संतुलित करायचे, याचा सराव यश मिळत असतानाही करणे आवश्यक आहे. काही वेळेस स्वत:ला विसरल्यामुळे मिळालेल्या यशाने माणूस बेडकासारखा फुगतो आणि स्वत:चे संतुलन बिघडवतो. संतुलनात आहार, विहार, विचारांचे संतुलन महत्त्वाचे आहे. मनाला प्रिय आणि प्रकृतीला अनुकूल असा गंध, चव, रूप वगैरे असणारे अन्न सेवन केले असता ते शरीराबरोबरच प्राणालाही बल देते आणि इंद्रियांना पुष्ट करते. स्वत:ला विसरलात, तर हे होणार नाही.

स्वत:चे भविष्य स्वत: घडवा. 'गतं न शोच्यम्.' जे झाले ते होऊन गेले; त्याबद्दल खंत करीत बसू नका. वाहिले ते पाणी आणि राहिली ती गंगा, असे म्हणतात. भविष्यकाळ तुमच्यापुढे विस्तारलेला आहे. त्याचा विचार करा. तुमचा प्रत्येक शब्द, प्रत्येक विचार नि प्रत्येक कृती तुमच्या गंगाजळीत संचित राहील. या संचिताचाच तुम्हाला भविष्यात 'ध्रुवताऱ्यासारखा' उपयोग होणार आहे. याउलट, तुम्ही केलेला प्रत्येक कुविचार आणि तुम्ही केलेली वाईट कृत्ये वाघासारखी तुमच्यावर झेप घेण्यास टपून आहेत. त्यामुळे भूतकाळाचा आढावा घेऊन भविष्यकालीन योजना आखण्यासाठी वर्तमानाचा उपयोग करा. हा विचार केला तरच स्वत:मध्ये किती शक्ती दडलेली आहे, याचा तुम्हाला अंदाज येईल. बरेच लोक जीवनात असफल होतात याचे कारण त्यांच्यात शक्तीचा किंवा कुशलतेचा अभाव असतो हे नाही, तर स्वत:ची शक्ती ते विशिष्ट लक्ष्यावर केंद्रित करीत नाहीत, हे आहे. स्वत:चे दुर्गुण स्वत:लाच दाखवील, असा एक आरसा प्रत्येकाजवळ असतो. त्याला म्हणतात 'आत्मविश्वास.' स्वत:चा विचार करताना त्या आरशात पहा, त्यात तुम्हाला तुमचे प्रतिबिंब दिसेल. तुम्ही स्वत:ला आत्मपरीक्षणाची (म्हणजे आपले दोष आपणच ओळखण्याची) सवय अंगी बाणवून घ्या. त्यामुळे अपयशाबद्दल इतरांना दोष देण्याची आणि इतरांवर रागावण्याची वेळ तुमच्यावर येणार नाही. तुमचा प्रगतीचा मार्ग या गुणदोषांच्या प्रतिबिंबातूनच तुम्हाला दिसेल आणि पुढील मार्गक्रमण सुखद होईल.

यश मिळवायचे असेल, तर 'नक्कल' करू नका, 'अनुकरण' करा. अनुकरण करताना तुम्हाला तुमच्या सुप्त शक्तींची प्रचिती येईल. 'महाजनो येन गत: स पन्था:' यशाच्या मार्गावरून पुढे गेलेल्या, आदर्श ठरलेल्या महानुभावांचे अनुकरण करता करता तुम्हाला 'अस्सल' काय ते कळेल.

जगज्जेता मुष्टियुद्ध खेळाडू मुहम्मद अली (कॅशिअस क्ले) याचे वर्णन 'तो मुष्टियोद्ध्याबरोबरच बरेच काही होता, असे केले जाते. कृष्णवर्णीयांच्या शक्तीचा तो प्रतीक मानला जात असे, तो मनोरंजन करणारा खेळाडू होता आणि इस्लाम-प्रसारकही होता.' यशस्वी माणसाचा विकास कसा विविधांगी असतो, याचे मुहम्मद

अली हे उत्तम उदाहरणआहे. स्वत:ला 'ग्रेटेस्ट' म्हणवून घेणारा तो जागतिक हेविवेट चँपियनशिप तीन वेळा जिंकणारा पहिला मुष्टियोद्धा होता. विशेष म्हणजे स्वत:वरील प्रचंड विश्वासाने आपला विजय तो आधीच घोषित करायचा. इतर मुलांच्या तुलनेत लवकर चालायला-बोलायला लागलेल्या कॅशिअसने म्हणजेच मोहम्मद अलीने उच्चारलेला पहिला शब्द गी...गी (gee gee). असा होता. मागे वळून पाहताना जगज्जेता मोहम्मद अली म्हणतो, ''लहानपणीच मी 'मीच ग्रेटेस्ट' आहे किंवा 'गोल्डन ग्लोव्हज'चा मानकरी आहे'' असे जाहीर केले होते. प्रतिस्पर्ध्याला एकाच ठोशात मी गारद करीन, अशी आव्हानात्मक विधाने तो लढण्यापूर्वीच करायचा आणि प्रतिस्पर्ध्याचे धैर्य खच्ची करायचा. यशाची शिखरं गाठणाऱ्या मोहम्मद अलीची गाठ १९६०च्या रोम ऑलिंपिकमध्ये लाईट-वेट, हेवी-वेट चँपियन फ्लॉइड पॅटरसनबरोबर पडली. त्यावेळी प्रेक्षकांकडे बघून क्लेने मोहम्मद अलीने आरोळी ठोकली, 'फ्लॉइड पॅटरसन, एक दिवस मी तुझा खातमा करीन; कारण मीच ग्रेटेस्ट आहे.' त्यावर हसत पॅटरसन उत्तरला, 'तू अजून बच्चा आहेस, प्रयत्न करीत राहा.'

जॅक जॉन्सन उर्फ 'ब्राउन बंपर', ज्यो लुईस, आर्चीमूर, जर्सि जो, वॉलकॉटसारख्या चँपियन बॉक्सर्सच्या उदाहरणावरून मोहम्मद अलीने लहानपणीच ठरवले होत की, कृष्णवर्णीयांसाठी हमखास आणि झटपट पैसे मिळविण्याचा एकच मार्ग आहे तो म्हणजे 'मुष्टियुद्ध'. हे ओळखून त्याने तोच मार्ग स्वीकारला. त्याचे हात लहान होते. पण पाय उंच असल्यामुळे त्यांचा अधिक वापर तो मुष्टियुद्धात करून घेत असे. प्रतिस्पर्ध्यांकडून येणारा 'पंच'(टोला) हेरून त्यातून सावरण्याचा आणि प्रतिटोला लगेच लगावण्याचे आंतरिक सामर्थ्य त्याने प्रयत्नांनी विकसित केले. जणू त्याच्या शरीरात त्याने एक प्रकारची 'रडार' यंत्रणाच निर्माण केली होती. सर्वांत महत्त्वाचे म्हणजे त्याची सकारात्मक मानसिकता त्याला फक्त जिंकायचेच, असे बजावायची आणि विजयाव्यतिरिक्त इतर सर्व गोष्टी त्याला गौण वाटायच्या. बॉक्सिंग ही कला जितकी शारीरिक आहे, तितकीच मानसिकही आहे. आपल्या प्रतिस्पर्ध्याच्या मानसिकतेवर दडपण आणून रिंगणात उतरण्यापूर्वीच मुष्टियुद्ध कसे जिंकायचे, याचा वस्तुपाठच जणू मोहम्मद अलीने घालून दिला.

जगज्जेता असूनही कृष्णवर्णी असल्यामुळे अमेरिकेतील उपाहारगृहात त्याला 'आदरातिथ्य' मिळत नव्हते. त्यामुळे उद्विग्न होऊन आपले ऑलिंपिक सुवर्णपदक त्याने ओहिओ नदीत फेकून दिले आणि तो कॅशिअस क्लेचा 'मुहम्मद अली' झाला. अलीची प्रत्येक मॅच ही फक्त 'मुष्टियुद्धाची मॅच' नव्हती, तर त्याच्या 'अजिंक्य' वृत्तीचा आणि इस्लामवरील भक्तीचा तो आविष्कार होता; म्हणूनच तो सतत विजयी होत गेला. अमेरिकेतील वर्णद्वेषी विचारांमुळे मुहम्मद अलीचे जगज्जेतेपद हिसकावून

यश तुमचेच आहे । ६३

घेण्यात आले आणि मुष्टियुद्धापासून त्याला दूर ठेवण्यात आले. जगाला त्यानंतर जिमी एलीस आणि ज्यो फ्रेजरसारखे जगज्जेते मिळाले; पण अलीच्या अनुपस्थितीत मुष्टियुद्धाचे आकर्षणच हरवले. नीग्रोंना नीग्रो असल्याचा सार्थ अभिमान वाढविण्याचा आणि गोऱ्यांशी बरोबरी करण्याचे धैर्य देण्याचे श्रेय मुहम्मद अलीकडे जाते.

विन्स्टन चर्चिल इंग्लंडमधल्या टोरी पार्टीत फूट पाडणारा असला, तरी सुसंस्कृत जगाची रचना करणारा थोर राजकारणी होता. दुसऱ्या महायुद्धाच्या काळात ब्रिटिश जनतेचे नेतृत्व करणारा तो एक महान नेता होता. त्याची उत्साहवर्धक भाषणे दोस्तांना विजयश्री मिळविण्यास उपयोगी पडली. त्यानंतर १९४५मध्ये निवडणूक हरल्यानंतर पुन्हा १९५१मध्ये इंग्लंडच्या पंतप्रधानपदी त्याची निवड झाली. pre-matuar जन्माला आलेला, अशक्त प्रकृतीचा आणि आई-वडिलांचा फारसा सहवास न लाभलेला विन्स्टन स्वभावाने तापट आणि चंचल मनोवृत्तीचा सर्वसाधारण मुलगा होता. वर्गात नेहमी उशिरा येणारा, विसराळू, निष्काळजी असल्यामुळे त्याने मिलीटरीची शिस्त शिकावी, असे त्याच्या वडिलांना वाटे; तर विन्स्टनची युनिव्हर्सिटीत जाण्याची इच्छा होती. आपल्या राजकीय कारकिर्दीची सुरुवात त्याने अगदी ज्युनिअर ऑफिसरच्या हुद्द्यापासून केली. आणि पत्रकार म्हणून जगभर फिरताना खूप अनुभव गाठी बांधले.

बोअर तुरुंगातून पलायन केल्यानंतर प्रेटोरिया राज्यातून स्थलांतर करत, धावत्या ट्रेनमधून उडी मारून, खाणीत आश्रय घेऊन ३०० मैलांचा प्रवास करीत कसेबसे ब्रिटिश राज्यात विन्स्टन परतला आणि बोअर अधिकाऱ्यांना त्याने तारसंदेश पाठवला, 'तुमच्या सुरक्षारक्षकांच्या चुकीमुळे मी निसटलो नाही.' त्यानंतर १९०१ मधील पहिल्या राजकीय विजयानंतर तो Protectionist policy, unfair economic policies, high military spendings च्या विरोधात उभा राहिला आणि एक स्पष्टवक्ता राजकारणी म्हणून त्याने नाव कमावले. मुक्त व्यापार, मुक्त स्पर्धा, सामाजिक बांधिलकी आणि पददलितांचा उद्धार या विचारांनी त्याला आकर्षित केले. त्याच्या जोडीला साहसी वृत्ती असल्यामुळे केवळ ३३व्या वर्षी कॅबिनेटमध्ये प्रेसिडेंट ऑफ बोर्ड ऑफ ट्रेड (१९०८) असे मानाचे पद त्याने भूषविले. विधवांना पेन्शन, गरिबांसाठी करसवलती आणि वर्णभेद नष्ट करण्याची धडपड या समाजहिताच्या योजनांना संरक्षण देण्यात त्याचा मोठा सहभाग होता. दोन महायुद्धांचे नेतृत्व केलेला चर्चिल सर्वसामान्य रिवाजाप्रमाणे विरोधी पक्षाचा नेता नव्हता. कारण विरोधी नेत्यांना आवश्यक असणारा संयम त्याच्याजवळ नव्हता. तरीही एका ध्येयासाठी तो सतत लढा देत राहिला. त्याच्या या ध्येयासक्तीमुळेच प्राइममिनिस्टर विन्स्टन चर्चिल याला १९५३मध्ये साहित्याचे नोबेल पारितोषिक मिळाले. सत्तेबाहेर असूनही सर्वात जास्त आदर असणारा हा एक महान नेता होता.

स्वत:जवळ कुवत असताना, ती न ओळखता काहीही सहन करत, खालमानेने इतर सांगतील तेवढे काम करत राहणाऱ्यांची सर्वांत जास्त कीव येते. त्यांच्या ज्ञानाचा, कौशल्याचा, सचोटीचा इतर सर्वजण उपयोग करून घेतात आणि पुढे जातात. त्यांच्यापेक्षा गुणवत्तेत कमी असलेले लोकही यशस्वी होऊन नाव, पैसा, प्रसिद्धी कमावतात. पण त्यांना घडविणारे, त्यांची काळजी घेणारे हे द्रुह्लाचार्य मात्र आहेत तिथेच राहतात. डोळे असून आंधळे, कान असून बहिरे, पाय असून पांगळे असलेल्या माणसांसारखी त्यांची अवस्था असते. स्वत:जवळ सर्व असूनही त्याचा वापर स्वत:ला यशस्वी करण्यासाठी ते करू शकत नाहीत. पैसा, प्रसिद्धी या गोष्टी मिळाल्या नाहीत, तरी आपण कर्तव्यनिष्ठेने काम करतो, हे समाधान त्यांना पुरेसे असते. पण आजच्या जगात अशा लोकांना फारशी किंमत मिळत नाही. उलट, स्वत:च्या फायद्यासाठी इतर लोक त्यांचा वापर मात्र करून घेतात. पैसा मिळवणं हा त्यांना गुन्हा वाटायला लागतो. स्वत:पेक्षा इतरांच्या भावभावना, वेळ जास्त महत्त्वाचा आहे, अशी ते स्वत:ची समजूत करून घेतात आणि स्वत:लाच विसरतात. यशाच्या मार्गात हा मोठा अडसर आहे. दुसऱ्यासाठी काम करताना त्यांची प्रतिभा बहरते; पण स्वत:चा वेगळा दृष्टिकोन जपण्याची, वेगळं काही करण्याची त्यांची निर्मितिक्षमता स्वत:च्याच 'फोबियात' अडकते. पैसा मिळवणे हे उद्यमशीलता किंवा निर्मितिक्षमतेच्या मानाने दुय्यम आहे, स्वत:ला प्रसिद्धी मिळण्यापेक्षा दुसऱ्याला मदत करणे जास्त महत्त्वाचे आहे असं म्हणणारी, आव आणणारी माणसे महागाईने त्रस्त झाल्याची आणि अमुक एका व्यक्तीला फारशी गुणवत्ता नसतानाही खूप प्रसिद्धी मिळत असल्यासंबंधी नाराजी व्यक्त करतात. असे गंड, ढोंगीपणा दूर करण्याचा प्रयत्न केला तर त्यांना यश मिळेल हे नक्की. त्याचप्रमाणे भविष्यात येणारी न्यूनगंडाची भावनाही दूर होऊ शकेल.

लॉरेन्स ऑफ अरेबिया म्हणून ख्याती मिळवलेले टी.इ.लॉरेन्स हे 'मिस्टरी मॅन' म्हणून ओळखले जातात. पुरातत्त्वशास्त्रज्ञ, फोटोग्राफर, इंटेलिजन्स ऑफिसर, योद्धा, स्टेट्समन, लेखक, वैमानिक अशा बहुविध क्षेत्रांतील त्यांच्या कामगिरीमुळे ते एक दंतकथा झाले. आपल्या आईला विरोध करणाऱ्या समाजाकडून खंबीरपणा आणि स्वयंप्रेरणा हे दोन गुण त्यांनी घेतले होते. अरबमुक्तीसाठी लढा देणारा लॉरेन्स युद्धानंतर (२४ ऑक्टोबर१९१८) इंग्लंडमध्ये आल्यावर पुढील तीन वर्षे राज्यसत्तेचा 'अरब मुक्तीला' पाठिंबा मिळविण्याचा प्रयत्न करीत राहिला. जो त्याने शस्त्रांच्या बळावर न मिळवता शास्त्राच्या बळावर मिळवला; म्हणूनच त्याला 'व्हाइट किंग ऑफ अरब' किंवा 'किंग ऑफ डेझर्ट' असे संबोधण्यात येते.

***

ध्येयनिश्चिती करा

न्यायाने, ध्येयाने आणि प्रेमाने यश मिळवा !

यश मिळविण्यासाठी आवश्यक असणारे सर्व गुण तुमच्यात असतात. ते जन्मजात किंवा स्वप्रयत्नाने मिळवलेलेही असू शकतात. चिकाटी, कष्ट करण्याची तयारी, अडचणींशी दोन हात करण्याची साहसी वृत्ती वगैरे वगैरे. पण तुम्ही विशिष्ट ध्येय ठेवून काम केले नाहीत, तर तुमच्या यशाची नौका शीड नसलेल्या जहाजासारखी भरकटेल. यासाठी ध्येयनिश्चिती करणं यश मिळविण्याकरिता अगदी आवश्यक आहे. तुमच्या आवश्यकतेप्रमाणे, कुवतीप्रमाणे आणि उपलब्ध साधनसामग्रीच्या आधारावर अल्प मुदतीचे किंवा दीर्घ मुदतीचे ध्येय तुम्ही ठरवू शकता. किंबहुना कोणतेही काम सुरू करताना, प्रॉजेक्ट हातात घेताना, जबाबदारी स्वीकारताना प्रथम ध्येनिश्चिती करणे फारच आवश्यक असते. प्रवासाला निघताना कुठे पोचायचे, कसे पोचायचे आणि कधी पोचायचे याचा आराखडा आपल्या मनात तयार असतो आणि मगच आपण प्रवासाला निघतो. मग यशस्वितेच्या प्रवासाला निघताना ध्येय काय आहे हे आधीच ठरवले, तर ध्येयाच्या निष्ठेने अचूक काम होते. पण ध्येयच ठरलेले नसेल किंवा ध्येय चुकीचे असेल, तर निष्ठा उपयोगास येणार नाही. तुम्ही केलेले काम, यशासाठी घेतलेली मेहनत ही निरर्थक धावपळ ठरेल. पण मला माझ्या जीवनात किमान अमुक इतक्या गोष्टी गाठायच्या आहेत– मग त्यात पैसा, प्रसिद्धी, शिक्षण, कौटुंबिक आणि सामाजिक महत्त्वाच्या सर्व गोष्टी येतील. या अपेक्षांची पूर्तता करणे हेच तुमचे ध्येय असेल आणि त्या दिशेने प्रयत्न केलेत तर यश नक्की मिळेल.

दुर्दैवाची गोष्ट अशी आहे, की बऱ्याचजणांना आपल्याला कोणत्या गोष्टी गाठायच्या आहेत, याचीच जाणीव नसते. बाल्यावस्थेत इतरांवर अवलंबून असल्यामुळे, तारुण्यात वेळीच स्वत:ची दिशा न ठरवल्यामुळे आणि प्रौढावस्थेत गोष्टी बऱ्याच अंशी स्वत:च्या

नियंत्रणाबाहेर गेल्यामुळे केवळ परिस्थितीच्या बदलाप्रमाणे सतत स्वत:ला बदलून टिकून राहणे एवढेच त्यांना जमते. बऱ्याच वेळा ते फक्त दुसऱ्याचा आदर्श डोळ्यापुढे ठेवतात किंवा मार्गदर्शनासाठी दुसऱ्यावर विसंबून राहतात. पण परिस्थितीशी झगडून, प्रवाहाच्या विरुद्ध जाऊन, इतरांनी जे केले त्याच्यापेक्षा काहीतरी वेगळे करण्याचे ध्येय ते बाळगत नाहीत.

आई-वडील डॉक्टर, त्यामुळे त्यांना साहजिकच आपला मुलगा डॉक्टर व्हावा असे वाटते. अशा वेळी स्वत:ची आवड, व्यवसायाची निवड आणि यशाची निकड यांचा मेळ घालण्यासाठी मुलाने स्वत:च्या कौशल्याचा विचार करून भविष्याचा मार्ग स्वत:च ठरवायला हवा. अन्यथा कला किंवा अभियांत्रिकीची आवड असणारा केवळ आई-वडिलांकडे बघून डॉक्टरी पेशा निवडायचा विचार करेल आणि आपल्या आयुष्याची दिशा हरवून बसेल. आपले ध्येय नक्की काय आहे, हे ठरवता न आल्यामुळे यशापासून दूर भरकटत जाईल.

वडील खासगी कंपनीत उच्चपदस्थ अधिकारी, आई बँकेत नोकरीला अशा वेळी मुलाला शिक्षणानंतर नोकरी पत्करून आपले आयुष्य घडविण्याचा सरधोपट मार्ग जास्त सुखकर वाटायला लागेल. पण नोकरीव्यतिरिक्त व्यवसाय, धंदा, कला, वाङ्मय, सल्लागार अशा विविध क्षेत्रांत फार मोठी संधी उपलब्ध असल्याची जाणीव त्याला येणार नाही. चार्टर्ड अकाउंटंट, कंपनी सेक्रेटरी, कॉस्ट अकाउंटंट, कायदेविषयक सल्लागार अशा व्यावसायिक अभ्यासक्रमांकडे तो आकृष्ट होणार नाही. त्यामुळे आई-वडील आणि घरच्या कर्त्या लोकांनी मुलाला संस्कारक्षम वयात या गोष्टींची जाणीव करून देऊन त्याची क्षितिजे विस्तारली पाहिजेत. मुलाने घेतलेला त्याच्या भावी आयुष्याचा निर्णय जाणीवपूर्वक घेतला असेल, तर पुढे त्याला अपयशाचा सामना करावा लागणार नाही. पुढच्या ३०-४० वर्षांत ज्यातून आपल्या आयुष्याची जडणघडण होणार आहे, तो मार्ग योग्य रीतीने ध्येयनिश्चिती करूनच सापडेल. अन्यथा आयुष्यातील महत्त्वाची ३०-४० वर्षे दुसऱ्याने ठरवलेले ध्येय गाठण्याकरता वाया घालवण्याचा मूर्खपणा ठरेल. बहुतांश लोक हाच मूर्खपणा करतात आणि आयुष्यात मनासारखे/अपेक्षित यश मिळाले नाही म्हणून त्याचे खापर नशिबावर फोडतात.

माणूस हा चिंतनशील प्राणी आहे. विचार करण्याची दैवी देणगी परमेश्वराने माणसाला दिलेली आहे आणि तीच त्याची खरी ताकद आहे. मग स्वत:च्या ध्येयाचा स्वत: विचार न करता दुसऱ्यांवर अवलंबून राहण्याचा, दुसऱ्याच्या सल्ल्याने जाण्याचा अविचार का? माणूस आणि इतर प्राणी यांच्यातील फरक 'बुद्धीच' दाखवू शकते; जी परमेश्वराने फक्त माणसाला दिलेली आहे. मग ती बुद्धी वापरून स्वत:चा उत्कर्ष करून घेण्याचा प्रयत्न माणसाने करायला नको का? बुद्धीचा उपयोग जास्त

परिश्रम करण्यासाठी, आपल्याला न आवडणाऱ्या ध्येयांचा पाठपुरावा करण्यामधे खर्च करण्याऐवजी परिश्रम कमी करण्यासाठी आणि आपल्या आवडीच्या कलांचे, कुवतीचे काम करण्यातच आहे. शाळा संपवून कॉलेजमध्ये प्रवेश घेताना, शिक्षण संपवून नोकरी घ्यायची की नाही हे ठरवताना, संधी उपलब्ध झाल्यावर नोकरी सोडून व्यवसाय किंवा इतर आवडीचे क्षेत्र निवडण्याची संधी आलेली असताना प्रत्येकालाच या प्रश्नाला सामोरे जावे लागते. आणि बऱ्याच वेळा हे निर्णय आई-वडील किंवा घरातील इतर वडीलधारी मंडळीच घेतात. 'तू लहान आहेस, तुझ्या भल्याचाच विचार आम्ही नेहेमी करू', अशा संरक्षित वातावरणातच जर मुलं राहिली, तर त्यांच्या अस्तित्वाचा स्वतंत्र ठसा ती उमटवणार कधी? हा विचार पालकांनी केला पाहिजे. जसजसे आपण चुकीचे निर्णय घेत जातो, तसतसे आपण ध्येयापासून आणि परिणामी यशापासून दूर जातो आणि आयुष्याच्या शेवटी आपण आपल्यापासून इतके दूर जातो, की आपणच आपल्याला ओळखत नाही. मला चित्रकार किंवा गायक व्हायचे होते; पण आई-वडिलांच्या, वडीलधाऱ्यांच्या आग्रहामुळे इंजिनिअरिंग किंवा मेडिकलला कष्ट करावे लागले आणि कलेचा आनंद हरवून बसलो, अशी खंत वाटायला लागते. पण योग्य वेळी स्वतःच निर्णय घेतला असता, स्वतःचे ध्येय स्वतःच ठरविले असते आणि आपला निर्णय भविष्यकाळातही कसा फायदेशीर ठरणारआहे, हे इतरांना पटवून देण्याचे धाडस दाखवले असते, तर ही अपयशाची सल राहिली नसती. चित्रकार व्हायच्या ऐवजी डॉक्टर किंवा वकील झालो, हे लौकिक अर्थाने यश असले, तरी स्वतःच्या दृष्टीने हे यश १००% शुद्ध नाही. या यशाने (लौकिक यशाने) आपली अंतःप्रेरणा मारली गेली, हे फक्त तुम्हालाच माहीत असते. त्यामुळे त्या यशाचा निर्भेळ आनंद तुम्ही घेऊ शकत नाही. काय कमावले याच्याचबरोबर काय गमावले, याचा ताळेबंद मांडायची वेळ येते, तेव्हा ह्या निसटलेल्या यशाची किंवा चुकीच्या निर्णयाची खंत वाटायला लागते.

जगप्रसिद्ध होंडा मोटार कंपनीचे संस्थापक सोइचिरो होंडा म्हणतात, 'Success is 99% failure'. म्हणजेच अनेक अपयशांनंतर एकदा यश मिळते. त्यामुळे अपयशाची भीती बाळगून चालणार नाही. काही लोक अपयश येते तेव्हा इतके नाराज होतात, की ते स्वतःकडे 'अपयशी' म्हणून पहायला लागतात आणि प्रयत्न सोडून देतात. तुम्ही जेव्हा प्रयत्न करणेच सोडून देता, तेव्हा खरे तुम्हाला अपयश येते. बऱ्याच वेळा याची बीजे मुलांना त्यांचे आई-वडील, शिक्षक आणि सहकर्मचाऱ्यांनी किंवा त्यांच्या बॉसने त्यांना दिलेल्या वागणुकीत दडलेली असतात. वर्गातल्या ५० विद्यार्थ्यांना गणित सोडवायला सांगणारे शिक्षक गणित बरोबर करणाऱ्या ४५ जणांचे तोंडभरून कौतुक करतीलच असे नाही; पण चुकणाऱ्या पाच मुलांना फैलावर घेतात आणि

सगळ्या वर्गासमोर मुलांना अपमानास्पद असे शब्द वापरतात. त्यामुळे त्या चुका करणाऱ्या या मुलांमध्ये फक्त पराभवाचीच भावना रुजण्याची शक्यता असते. याउलट, शिक्षकांनी त्या पाच मुलांना इतर ४५ मुलांनी मिळवलेल्या यशाचे गमक स्पष्ट करून सांगितले, तर परिणाम चांगला होईल. बऱ्याच वेळा आपण- विशेषत: आपल्या अवतीभवतीचे लोक म्हणजे पालक, शिक्षक, बॉस- यश हे गृहीत धरून चालतो. पण यश गृहीत न धरता प्राप्त परिस्थितीचा त्यांनी विचार केला, तर अपयश मिळविणाऱ्या पाच मुलांचा (छोट्या घटकाचा) सहानुभूतिपूर्व विचार करण्याची त्यांची मानसिकता तयार होऊ शकते. मग अशा पाच मुलांना फैलावर न घेता त्यांच्या अडचणी समजून घेऊन पुढच्या वेळेला त्यांना यश कसे मिळेल यासाठी, त्यांना मार्ग दाखविण्याचे योग्य काम ते करू शकतात. कोणत्याही माणसाला अपयश नकोच असते. पण काही वेळा परिस्थितीमुळे, त्याच्यावरच्या संस्कारांमुळे किंवा 'मिळायला हवे' या दडपणामुळेसुद्धा तो अपयशी होऊ शकतो. अपयश ही काही हेतुपुरस्सर केलेली कृती नसते; तर अनवधानाने, दुर्लक्ष केल्यामुळे आलेले एक तात्पुरते सावट असते. सावधानता (सतर्कता) बाळगली, योजना केली, तर ते दूर होऊ शकते.

अनेक नामवंत लेखकांनी आणि विशेषत: कवींनी आपल्या वाङ्मयप्रवासाचा आढावा घेताना त्यांच्या उमेदीच्या काळात त्यांना आलेल्या अपयशांबद्दल मुद्दाम सांगितले आहे. हेतू हा, की यश-अपयश हा कर्माचाच एक भाग आहे. त्याला नशिबाची साथ असेल तर यश मिळते आणि नशिबाची साथ नसेल तर अपयश येते. यावरही अनेकांचा आक्षेप असतो. त्यांच्या म्हणण्याप्रमाणे तुम्ही योग्य मार्गाने कष्ट केलेत, तर तुम्हाला यश मिळायलाच हवे. अपयशाबद्दल नशिबाला दोष देणे म्हणजे नाकर्तेपणा आहे. पण यशाच्या मार्गात येणाऱ्या अनेक अडचणी ह्या प्रयत्न करणाऱ्या माणसाच्या आवाक्याबाहेरच्या परिस्थितीमुळे निर्माण झालेल्या असू शकतात; ज्यांच्यावर प्रयत्न करणाऱ्या माणसाचे काहीच नियंत्रण नसते. परिणामी प्रयत्न करूनही अपयश येते. पण अपयशाला सामोरे जात त्यातून काहीतरी नवीन शिकून यशाच्या शिखरावर विराजमान झालेल्या अनेक लोकांची उदाहरणे आपल्या आसपास दिसतील. त्यांनी पहिल्या अपयशानंतर प्रयत्न करणे सोडून दिले असते तर? संगीतक्षेत्राला किशोरकुमारसारखा चतुरस्र गायक मिळाला नसता. गायक, संगीतकार, निर्माता, लेखक, दिग्दर्शक, विनोदी अभिनेता अशा अनेक अंगांनी बहरलेला किशोरकुमार चित्रपटसृष्टीत आला, तेव्हा गायक म्हणून अपयशी ठरला होता. 'अँग्री यंग मॅन' आणि 'स्टार ऑफ द मिलेनियम' अशी बिरुदं मिळवून वयाच्या सत्तरीतही सिनेसृष्टीवर अधिराज्य गाजवणारा अमिताभ बच्चन फार वर्षांपूर्वीच दृष्टिआड झाला असता. पण अनेक अपयशे पचवून या 'बाबूमोशाय'ने आपल्या पायातली 'जंजीर' आपल्या

प्रयत्नांनी तोडून टाकली.

अपयशी माणसाची त्याने केलेल्या प्रयत्नांना इतरांनी दाद द्यावी आणि त्यापेक्षा अधिक प्रयत्न करायला प्रोत्साहन मिळावे अशी अपेक्षा असते. उत्तम गुण मिळालेल्या मुलाच्या पाच विषयांतील प्रगतीची स्तुती करून त्या विषयांत त्याने मिळविलेल्या यशाला दाद देऊन मग कमी मार्क मिळालेल्या विषयांसंबंधीच्या मुलाच्या अडचणी समजून घेऊन पुढच्या वेळेला त्या विषयांतही तुला यश मिळेल, असा विश्वास मुलामध्ये निर्माण केला पाहिजे. पण प्रगतिपुस्तकातील फक्त कमी मार्क मिळालेले विषय किंवा लाल रेघाच जर पालकांनी आधी बघितल्या आणि टीका करून त्या मुलाला निरुत्साहित केले, तर पुढच्या वेळेस त्याची कामगिरी अधिक निकृष्ट होण्याची शक्यताच जास्त असते. सुप्त मनामध्ये साठविलेल्या अपयशाच्या भावनेला सकारात्मक विचारांच्या, आदेशांच्या आणि कृतीच्या भावनेने सामोरे गेल्यास 'मी पुढच्या वेळेला यापेक्षा जास्त प्रयत्न करेन', 'यशस्वी होईनच', ही जिद्द माणसात निर्माण होते आणि त्याला यश हमखास मिळते, याचे अनेक दाखले देता येतील. दुसऱ्यांनी यशाबद्दल माफक कौतुक केले आणि अपयशाबद्दल जागरूकता निर्माण केली, तर पुढच्या प्रयत्नात माणूस यशस्वी होण्याची खात्री असते; फक्त इतरांनी त्याच्यावर विश्वास दाखवणे आवश्यक आहे. अशा विश्वासाने माणूस शिस्तबद्ध प्रयत्न करायला उद्युक्त होतो. अधिक उत्तम कामगिरी करण्यासाठी स्वशक्तीची जाणीवही होते आणि विशिष्ट दिशेने प्रयत्न करणे म्हणजे शिस्त ज्यामुळे यश हमखास मिळते. दुसऱ्यांच्या तुमच्याबद्दल असलेल्या अपेक्षा पूर्ण करायला अशी शिस्तबद्ध वागणूक नेहमीच उपयोगी पडते. त्यामुळेच प्रेमळ आणि शिस्तीच्या कौटुंबिक जिव्हाळ्याच्या वातावरणात लहानाची मोठी झालेली मुले अधिक शिस्तबद्ध आणि यशस्वी होतात. लहानपणी त्यांना मिळालेले अपयश शोषून घ्यायला अशी जवळची माणसे साहाय्यभूत ठरतात. आकाशात उंच उडणारा पतंग सोसाट्याच्या वाऱ्यामुळे गोता खाणारच; पण पतंग उडविणाऱ्याच्या हातात असलेल्या दोऱ्यामुळे (मांजा) हा वाऱ्याचा विरोध सहन करूनही पतंग उंच आकाशात यथावकाश स्थिरावतोच. आपल्या मित्रमंडळींच्या, सग्यासोयऱ्यांच्या सकारात्मक पाठिंब्यामुळे सुरुवातीला अपयशाच्या गर्तेत हेलकावणारा माणूस वारंवार प्रयत्न करून यशस्वी होऊ शकतो.

आपल्याला जे वाटतं, आवडतं, तेच करत राहण्यापेक्षा जे आपल्याला करायला पाहिजे, ते करत राहण्यामुळे यश मिळते; कारण अशा करण्यात शिस्त, कामाबद्दलची आत्मीयता आणि जबाबदारीची जाणीव सामावलेली असते. अगदी प्रेमाने आपल्या मुलाला 'गाढवा' किंवा 'मूर्खा' अशी संबोधने वापरणाऱ्या पालकांनी लक्षात ठेवायला पाहिजे, की लहानपणी मुलाच्या संदर्भात उच्चारलेल्या या शब्दांमुळे वाढत्या वयात

मुलांमध्ये कदाचित तशाच प्रकारची वृत्ती बळावते आणि विकसित होते. आणि त्यांची यश मिळविण्याची ईर्षा कमी होण्याची शक्यता असते. सवयीने स्वभाव बनतो, स्वभावातून कृती अवतरते आणि बऱ्याच कृतींमुळे यश-अपयश मिळते. वारंवार 'मूर्ख' किंवा 'गाढव' ही विशेषणे ऐकावी लागलेला मुलगा, आपण अधिक समर्थ आहोत हे दाखविण्याची जिद्द कदाचित हरवून बसतो आणि प्रयत्न करून यश मिळविण्यापेक्षा आपल्याला लागलेले 'गाढवपणाचं' लेबल मिरवत राहतो. 'तुला हे जमणार नाही', 'तुझ्याकडून फार काही चांगलं होईल, अशी अपेक्षा नाही' असे उद्‌गार मुलामध्ये नकारात्मक विचारांची पेरणी करतात आणि क्षमता असूनही अनेकदा त्याला प्रश्न पडायला लागतो-'मला हे जमेल का?', 'माझी तेवढी क्षमता आहे का?' एका प्रश्नातून दुसरा प्रश्न, दुसऱ्यातून तिसरा आणि प्रश्नांची मालिका संपतच नाही. डोक्यात वाजणाऱ्या या नकारघंटेमुळे नव्याने प्रयत्न करण्याचा त्याला उत्साह वाटत नाही आणि परिणामी अपयश येते. त्यामुळे नकारात्मकता सकारात्मकतेत बदलण्याची, प्रतिकूल परिस्थिती अनुकूल करण्याची आणि अडथळ्यांना आधाराचा दगड बनविण्याची सवय स्वत:लाच लावून घेतली, तर यश मिळू शकेल.

कर्णबधिर असलेल्या बिथोव्हेन या संगीतकाराने जगाला काही उत्तम संगीतरचना दिल्या. अंध मिल्टनने अतिशय सुंदर अशा कविता केल्या आणि शारीरिक दृष्ट्या अपंग असूनही अमेरिकेसारख्या देशाचे राष्ट्राध्यक्षपद फ्रँक्लीन रूझवेल्ट भूषवू शकले, ते यश मिळविण्याच्या या जिद्दीनेच. रवींद्र जैनसारखे संगीतकार किंवा स्टिफन हॉकिन्ससारखा शास्त्रज्ञ परिश्रमाला पारितोषिक मिळतेच, हे सिद्ध करतात. दैवजात शक्ती, कर्मसाध्य कौशल्य, सातत्य आणि प्रयत्नांवरील विश्वास यांमुळे अशक्य गोष्टी शक्य करून दाखविल्याची अनेक उदाहरणे आहेत. शारीरिक दृष्ट्या विकलांग असलेल्या विल्मा रूडोल्फने आपल्या प्रशिक्षकाला 'मला जगातील सर्वांत वेगवान धावपटू व्हायचे आहे', ही जिद्द बोलून दाखविली. स्तिमित झालेला तिचा प्रशिक्षकही तिला आश्वासकतेने म्हणाला, 'मी तुला मदत करीन; पण तुझ्यामध्ये असलेली ईर्षा पाहून तुला कोणी थांबवू शकेल, असे मला वाटत नाही.' सक्षम असूनही इंग्लंडच्या हॉकी संघाविरुद्ध पराभव स्वीकारायची नामुष्की असणारा 'चक दे'मधला प्रशिक्षक कबीर खानचा संघ केवळ जिद्दीच्या बळावर अंतिम सामन्यात यशस्वी होतो. हे उदाहरण चित्रपटातील असले, तरी प्रत्यक्षातही अशी अपवादात्मक उदाहरणं आपल्याला पहायला मिळतात. कारण यशस्वी लोक अडचणी आल्या नाहीत म्हणून नाही, तर प्रतिकूल परिस्थितीतही यशस्वी होतात.

काही वेळा स्वत:च्या मर्यादांची जाणीव नसणेही फायदेशीर होते. अशा परिस्थितीत तुम्ही प्रयत्न करीत राहता आणि यशस्वी होता. पण काही वेळा आपण स्वत:वरच

काही बंधनं लादून घेतो. मला हे जमणं शक्य नाही, इतक्या जबाबदारीच्या/ अधिकाराच्या पदावर मला काम करताच येणार नाही, असा समज करून घेतो. स्वत:च्या क्षमतांवर बंधने न घालता त्या क्षमतांचा विकास करण्यासाठी वापर केला, तर यश नक्की मिळेल. स्वत:च्या प्रगतीत स्वत:च अडथळा न बनता मार्गातले अडथळे बाजूला सारण्याचा प्रयत्न करा(Raise the bar, cross the barriers). आपल्या क्षमतांचा स्तर स्वत:च हळूहळू वाढवत राहा. उंच उडीच्या स्पर्धेत ज्याप्रमाणे स्पर्धक प्रत्येक पुढच्या प्रयत्नाला वाढीव आव्हान निर्माण करतो, त्याप्रमाणे क्षणाक्षणाने, कणाकणाने प्रगती साधा. असे प्रयत्न करून यशस्वी होण्याची आवश्यकता आहे; कारण आपण स्वत:ला, आपल्या कुटुंबाला, आपल्या कामाला, समाजाला आणि पर्यावरणाला जे देणं लागतो, त्याची परतफेड अशा यशातूनच करता येण्याची शक्यता असते. स्वभान राखले, तरच या गोष्टी करता येतात. स्वत:ला येणाऱ्या अपयशाचे खापर तुम्ही दुसऱ्याच्या माथ्यावर फोडण्याचा प्रयत्न कराल, दोष दुसऱ्यावर ढकलत राहाल, तर तुमच्या अडचणी वाढत जातील आणि तुम्हाला असहाय झाल्यासारखे वाटायला लागेल. आनंदाप्रमाणेच यश हे फुलपाखरासारखं असतं. तुम्ही यशाचाच ध्यास घेऊन पाठपुरावा करायला लागलात, तर ते तुम्हाला हुलकावणी देतं; पण यशासाठी प्रयत्न करून निरिच्छ राहिलात, तर ते अलगद तुमच्या खांद्यावर येऊन विराजमान होतं. याच्यासाठी तुमच्या मनाची, आचार-विचारांची जडण-घडण योग्य रीतीने व्हावी लागते. योग्य म्हणजे कशी ?

१) नेहमी प्रत्येक व्यक्तीत आणि घटनेत सकारात्मक विचार शोधा.

२) नेहमी आनंदी आणि हसतमुख रहा. अपयशातसुद्धा!

३) काळजीपूर्वक स्वत:च्या क्षमता ठरवा.

४) कोणतेही काम करण्यात आनंद माना/शोधा.

५) टीका हसतमुखाने स्वीकारायची सवय स्वत:ला लावून घ्या.

६) भरती आणि ओहोटीप्रमाणेच यशाचे शिखर आणि अपयशाची दरी या जीवनाचा एक भाग आहेत, हे लक्षात ठेवा.

७) मिळालेल्या प्रत्येक संधीचा पुरेपूर फायदा घ्या.

८) सकारात्मक कृतीमध्ये स्वत:ला रमवा.

९) तुमच्यापेक्षा कमी भाग्यवान असणाऱ्यांना नेहमी मदत करा.

१०) स्वत:ला आणि दुसऱ्याला माफ करायला शिका. न्यूनगंड बाळगू नका आणि डूख धरू नका.

११) नको ते विसरा.

ब्रायन ॲडम्स म्हणतात त्याप्रमाणे धैर्य दाखवल्याने आत्मविश्वास निर्माण होतो,

खात्रीशीरपणा वाढतो आणि दृष्टिकोन नैसर्गिक होतो, ज्याची परिणती शेवटी यशात होते. प्रत्येक खलनायकात एक नायक दडलेला असतो, प्रत्येक शत्रू मित्र बनू शकतो आणि प्रत्येक अपयशामधून यश डोकावत असते ही गोष्ट कळली, तर हा आत्मविश्वास वाढेल.

***

यशाचा राजमार्ग

प्रयत्नांत कसर ठेवू नका. आपले योगदान १०० टक्के नाही, २०० टक्के द्या. हमखास यश मिळविण्यासाठी कोणताही मंत्र किंवा जादूची छडी नाही. शिवाय सर्वांना एकाच पद्धतीने, एकाच कारणासाठी आणि एकाच प्रकारचे यश मिळेल, असेही नाही. पण यश मिळविण्याच्या वाटेवरील सोपान एक एक पायरी पार करत गेलात तर यश नक्की मिळेल, असे जाणकार सांगून गेले आहेत. कोणता आहे हा राजमार्ग?

१) यशस्वी लोकांची जीवनकहाणी अभ्यासायची सवय ठेवा.

२) अभिनंदन करण्याचा आणि स्वीकारण्याचा सराव करा.

३) स्वतःच्या कृतीची जबाबदारी स्वीकारा.

४) जाचक वाटली तरी स्वयंशिस्त नेहमी पाळा.

५) चारित्र्यवान लोकांच्या सहवासात रहा.

६) निर्मितिक्षमता कायम ताजीतवानी राखा.

७) संयम पाळा.

८) निराश होऊ नका.

९) तुमच्या वेळेपैकी आणि उत्पन्नापैकी एक ठरावीक भाग समाजकार्यासाठी/चांगल्या कामांसाठी राखून ठेवा.

१०) व्यसनांपासून दूर रहा.

यशाच्या मार्गातील अडसर-

१) सरकारी यंत्रणा.

२) प्रसिद्धिमाध्यमे.

३) लाल-फितीचा कारभार.

४) बेशिस्त.

५) एकेरी नियंत्रणाची पद्धत- प्रत्यक्ष करणाऱ्यांपेक्षा एखाद्या नियंत्रण करणाऱ्या (दबाव आणणाऱ्या) व्यक्तीला किंवा दबाव गटाला महत्त्व असणे.

६) एकमेकांची कातडी बचावण्याच्या प्रयत्नात मूळ काम बाजूलाच राहते.

७) व्यक्तिस्तोम किंवा एखाद्या व्यक्तीला दिले गेलेले अवास्तव महत्त्व. त्यामुळे गुणवत्ता नसलेल्या लोकांना पदोन्नती मिळते आणि कष्ट करणाऱ्या लोकांना डावलण्यात येते. काम करणाऱ्या लोकांचे मानसिक खच्चीकरण होते.

८) जास्त काम केले तर जास्त चुका होतील आणि आपण अडकू, ही चुकीची भावना.

९) काम करणाऱ्या व्यक्तींचे आणि इतरांचे हितसंबंध.

१०) सहकाऱ्यांकडून मिळणारी अर्धसत्य किंवा अपूर्ण माहिती.

११) कुचकामी लोक स्वत: काम करत नाहीतच; पण काम करणाऱ्या लोकांच्या मार्गातील अडसर मात्र बनतात.

काम करताना पाळावयाची पथ्ये –

१) कार्यालय हे मैत्री वाढविण्याचे ठिकाण नाही. गप्पांत वेळ घालवू नका.

२) भेटायला येणाऱ्यांना 'तुम्ही निघा' सांगण्यापेक्षा आपण स्वत: व्हिजिटर्स रूममध्ये जाणे योग्य.

३) वेळेत होणारे काम विनाकारण लांबवू नका.

४) समर्पित भावना कार्यालयीन वेळेनंतर सुरू होणारी नसावी.

५) पुष्पगुच्छ आणि दगडफेक या दोन्ही गोष्टींना संयमाने सामोरे जाण्याची तयारी असावी.

६) दुसऱ्याने केलेल्या कामाचे श्रेय स्वत: लाटण्याचा प्रयत्न करू नका; कारण त्यातून मिळणाऱ्या शाबासकीपेक्षा 'खरे काय ते' उघड झाल्यावर होणारी नाचक्की जास्त त्रासदायक असते.

७) कामातील पारदर्शकता आणि न्यायबुद्धी जागृत ठेवा.

८) तणावाखाली, दडपणाखाली काम करू नका. त्यामुळे तुम्ही चुकीचे निर्णय घ्यायची शक्यता आहे.

९) 'सर्वांचे मत आजमावणे' ही गोष्ट लोकशाही कारभाराच्या दृष्टीने ठीक आहे; पण योग्य रीतीने न वापरल्यास ती दिशाभूल करणारी ठरते.

व्यवस्थापकीय मानसिकता आणि यश

१९७५मध्ये आणीबाणीच्या काळात सी.बी.आय.ने तामिळनाडूचे मुख्यमंत्री मुथुवेल करुणानिधी यांच्यावर आरोपपत्र दाखल केले. श्री. करुणानिधी यांनी विमान

कंपन्यांना सवलती दिल्या होत्या आणि शेतावर औषधांनी फवारणी करण्यासाठी जादा दराने जी कंत्राटे दिली होती, त्यातून मिळालेल्या वैयक्तिक लाभाच्या संदर्भात ही आरोपपत्रे होती. लाच देण्यासाठी या कंपन्यांवर दडपण आणले जात होते, असाही श्री. करुणानिधींवर आरोप होता. सरकारच्या या अहवालानुसार आरोपात तथ्य असल्याचे आढळले आणि प्रकरणे न्यायालयात गेली. पण जेव्हा इंदिरा गांधी १९८०मध्ये मोठ्या मताधिक्याने सत्तेवर आल्या, तेव्हा त्यांनी कमिशनच्या ताशेऱ्यांना आणि न्यायालयाच्या अधिकाराला न जुमानता तक्रार काढून टाकली. त्यामुळे शक्यतो कारवाई करू नका, केली तरी ती प्रलंबित ठेवा, लोकांची स्मरणशक्ती क्षीण असल्यामुळे त्यानंतर योग्य संधी येताच ती कारवाई रद्दबातल करा, असा शिरस्ता सुरू झाला. अधिकारातल्या बहुतांश लोकांची मानसिकता हीच असल्यामुळे इमानदारीने काम करणाऱ्या लोकांना कष्ट करूनही अपेक्षित यश येत नाही. उलट, अधिकाऱ्यांच्या रोषाला आणि बऱ्याच प्रसंगांत शिक्षेला सामोरे जावे लागते. टीम अण्णाने सुरू केलेल्या देशव्यापी सजगता मोहिमेचे उद्दिष्ट ही मानसिकता बदलणे हे आहे; पण सत्ताधारी त्यांच्या मार्गात अनेक अडथळे निर्माण करीत आहेत. कितीही अडचणी आल्या तरी नेहमी सत्याचाच विजय होतो; सत्तेचा नाही, हे मात्र त्रिकालाबाधित सत्य आहे.

आदर्श राजकीय परिस्थिती असती तर 'आदर्श जमीन घोटाळा' झाला नसता. आदर्श नियंत्रण योजना असती, तर स्पेक्ट्रमसारखा मोठा कंपनी घोटाळा झाला नसता. आदर्श वितरण व्यवस्था असती, तर 'तेलगी स्टँप घोटाळा' झाला नसता. हे लक्षात घेऊन सामाजिक, राजकीय, आर्थिक परिस्थिती नेहमीच आदर्श किंवा नियंत्रणाखाली असेलच असे नाही. पण काम करणाऱ्याने यश मिळविण्यासाठी व्यवस्थेतील अशा त्रुटी शोधून, योग्य मार्गाने त्या त्रुटी दूर करून, गुन्हेगारांना व काम न करणाऱ्यांना योग्य वचक दाखवला, तरी ते यश पुरेसे आहे.

कौटुंबिक परिस्थिती आणि यश

आल्फ्रेड ॲडलर या संशोधकाने असे म्हटले आहे, की एखाद्या व्यक्तीची जीवनपद्धती, तो लहानाचा मोठा कसा झाला, कोणत्या वातावरणात वाढला, त्याने येणाऱ्या अडचणींचा-संकटांचा सामना करत आपले ध्येय कसे गाठले, यावरून ठरते. स्वत:मधील न्यूनगंडावर मात करून यश मिळविण्याची (यशस्वी होऊन इतरांवर प्रभुत्व गाजवण्याची) प्रेरणा त्याने व्यतीत केलेल्या जीवनातून मिळत असते. कुटुंब हे समाजाचे लघुरूप असते आणि कुटुंबातील तुमचे स्थान, तुम्ही कुटुंबातील पहिले मूल आहात की शेंडेफळ (शेवटचे मूल) आहात, याचाही व्यक्तीच्या विकासावर परिणाम होतो. कुटुंबातील सर्वांत ज्येष्ठ व्यक्तीच्या यशापयशाचा परिणामही इतरांच्या

वैयक्तिक यशावर होतो. ज्येष्ठ व्यक्ती कर्तबगार असेल, कुटुंबाचा आधार असेल; पण अचानक काही दुर्घटनेमुळे तो आधार तुटला आणि कुटुंबातील इतर व्यक्ती तो आघात सहन करून उभारी धरू शकत नसतील, कुटुंबाला आधार देऊ शकत नसतील, तर कुटुंबातील शेंडेफळ (तेवढी क्षमता नसतानाही) अशा परिस्थितीत कुटुंबाला आधार देण्याचा निश्चय करते आणि अथक परिश्रम व जिद्दीच्या जोरावर प्रतिकूल परिस्थितीशी झगडून कुटुंबाला आधार देऊन यशस्वीही होते. त्या यशाचे श्रेय त्याच्या गुणवत्तेइतकेच ज्या परिस्थितीत ते मूल लहानाचे मोठे झाले, तिला असते.

एरिक्सन या शास्त्रज्ञाने मानसिक-सामाजिक स्थित्यंतराचे आठ पायऱ्यांमधे वर्गीकरण केले आहे. एरिक्सनच्या मते माणसाच्या आयुष्यातील पहिल्या दोन वर्षांत विश्वास-अविश्वास ह्या भावना विकसित होतात. तिसऱ्या व चौथ्या वर्षांत स्वत:च्या स्वतंत्र अस्तित्वाची जाण, शंका, नैराश्य या गोष्टी दृढ व्हायला लागतात आणि इच्छाशक्ती जागृत होते. शाळेत जाण्याच्या वयोगटात स्वत:हून काहीतरी नवीन करायची, पण ते झाले नाही तर निराश होण्याची भावना विकसित होते. पौगंडावस्थेच्या वयात उद्यमशीलता, काहीतरी नवं करायची भावना किंवा वैफल्याची (न्यूनगंडाची) भावना यांतील द्वंद्व सुरू असते आणि या वयातच स्पर्धा, ईर्षा किंवा तिचा अभाव अशी भावना रुजते. पौगंडावस्थेत व्यक्ती स्वत:च्या अस्तित्वासाठी झटत असते किंवा निश्चित दिशा, आधार, मार्गदर्शन न मिळाल्यामुळे स्वसंबंधी काही भ्रम निर्माण करते आणि त्यात अडकते. तारुण्यात पदार्पण केल्यावर आपुलकी/ जवळीक, प्रेम किंवा एकटेपण, तुसडेपणा या भावनांत द्वंद्व सुरू होते कारण आयुष्याच्या या वळणावर मुख्यत: 'प्रेम' हीच भावना फार महत्त्वपूर्ण ठरते. मध्यम वयात इतरांबरोबर जाण्याची, चारचौघांप्रमाणे यशापयशाचा विचार करण्याची किंवा एक प्रकारची स्थिरता किंवा वैफल्याची भावना मूळ धरते; कारण स्वत:ची, स्वत:च्या कुटुंबाची काळजी हा मुख्य उद्देश असतो. उतारवयात आपले नैराश्य किंवा वैफल्य योग्य रीतीने प्रकट करायची किंवा प्रसंगी झाकायची भावना वाढते; कारण तेवढी वैचारिक प्रगल्भता त्या व्यक्तीला प्राप्त झालेली असते.

नुकत्याच झालेल्या एका पाहणीत असे आढळून आले आहे, की वारसाहक्काने व स्वकष्टाने मिळालेली संपत्ती मुक्तपणे खर्च करणाऱ्या लोकांचे प्रमाण अनुक्रमे २२ टक्के व २०टक्के आहे, तर पहिल्या पिढीतील उद्योग आणि व्यवसायातून मिळविलेले पैसे खर्च करणाऱ्यांचे प्रमाण २९टक्के आहे. यशाची धुंदी चैनीत परिवर्तित झाली, तर एखाद्या वेळेस धोकादायक ठरू शकते. व्यवसायातील यशातून मिळणाऱ्या पैशाचे योग्य नियोजन करणे हेही तितकेच महत्त्वाचे आहे. नाहीतर या सवयीमुळे 'आमदनी

अठन्नी खर्चा रुपय्या' अशी गत होऊन यश टिकवणे अवघड होऊ शकते. पहिल्या पिढीतील उद्योजकांनी ही गोष्ट लक्षात ठेवायला हवी. काटकसर आणि नियोजन करून व्यवसायातून मिळालेल्या पैशाचा योग्य विनियोग केला, तर 'यश:चक्राच्या गतीला' चालना मिळेल. उलट, उधळेपणा करून मिळविलेला पैसा थोड्या प्रमाणात तरी व्यवसायवृद्धीसाठी बाजूला ठेवला नाही, तर अचानक उद्‌भवणाऱ्या समस्यांना तोंड देणे -विशेषत: आर्थिक अडचणींवर मात करणे- अवघड होते आणि यशाचे गणित चुकते.

माल्कम फोर्बस यांच्या म्हणण्याप्रमाणे, 'Ability will never catch up with the demand for it.' म्हणजेच यश मिळविणाऱ्या व्यक्तीकडून अधिकाधिक यशाची, चांगल्या कामाची, सक्रिय सहभागाची अपेक्षा केली जाते; कारण इतरांना त्याच्या यश मिळविण्याच्या कुवतीबद्दल खात्री असते. त्यामुळे यश मिळविलेल्या माणसाला स्वत:च्या क्षमता कायम वाढवत रहावे लागते. त्याने मिळविलेल्या यशाबद्दल त्याचे कौतुक होत असतानाच यापेक्षाही अधिक यश त्याच्याकडून अपेक्षित असते. त्या अपेक्षा पूर्ण करण्यासाठी उच्च ध्येय ठेवले, तर माणूस निश्चितच यशस्वी होतो. व्यक्तीच्या यशात माणसाची सहजवृत्ती महत्त्वाचं काम करते. अंगभूत गुणांना शिक्षणाची जोड मिळाली, की मिळणारे यश शिक्षण असूनही सहजवृत्ती नसल्याने मिळणाऱ्या यशापेक्षा नेहमीच जास्त असते. कठोर परिश्रम आणि सातत्य यांची शिक्षण आणि संस्काराला जोड असल्याशिवाय यश मिळणे अवघड असते. केवळ शिक्षणावर विसंबून राहणाऱ्याला प्रसंगी अपयशाला सामोरे जावे लागते. कारण प्रश्नपत्रिकेतील प्रश्नांची त्याच्याकडे उत्तरे असली, घोकून घोकून पाठ झालेली असली, तरी परिस्थितीची त्याची सतर्कता कच्ची असते.

***

अपयश म्हणजे काय?

'**अ**पार परिश्रम' हे यशाचे एकमेव कारण मानले जाते; पण अपयशाला असे कोणतेही एक कारण लागू नसते. अपयश येण्याला एकाच वेळी अनेक गोष्टी कारणीभूत ठरू शकतात. पण तरीही एकामागून एक अपयश मिळत असताना उत्साह कायम ठेवून जो काम करत राहतो, त्यालाच यश मिळते. तुम्हाला मिळणाऱ्या अपयशाने तुम्ही निरुत्साही व्हाल; पण तुम्ही प्रयत्न करायचे सोडून दिलेत तर मात्र तुम्ही रसातळाला जाल. यश मिळविण्याचा काही रामबाण उपाय आहे, निश्चित असा फॉर्म्युला आहे, असे मला वाटत नाही; पण 'स्व'चा विकास न करता फक्त दुसऱ्यांना सदैव खूश करत रहाल, तर तुमच्या वाट्याला अपयश नक्की येईल. आत्मविश्वास, टफनेस आणि इच्छाशक्ती यांच्या त्रिवेणी संगमाने प्रत्येक स्वप्न सत्यात येऊ शकते. यासाठी प्रयत्न करताना माणसं ओळखावी लागतात. लोकांचे चेहरे बघून, सवयी पाहून किंवा दिसण्यावरून त्यांच्याविषयी मत न बनवता त्यांच्या वागण्यात आणि बोलण्यात प्रतीत होणारे त्यांचे गुण आणि त्यांच्या बोलण्याच्या पद्धतीवरून लोकांना ओळखता आले पाहिजे.

श्रमप्रतिष्ठा

पाश्चात्त्य विद्यार्थ्यांची विचारसरणी बघून आपल्याकडेही श्रमप्रतिष्ठा हा शब्द हळूहळू रूढ झाला आहे. प्रत्येक व्यक्तीच्या कर्तृत्वाला, बुद्धिमत्तेला, शारीरिक क्षमतेला झेपेल असा व्यवसाय स्वीकारण्याच्या मनोवृत्तीमुळे अगदी हलक्या कामातही अप्रतिष्ठा मानण्याचे दिवस आता गेले आहेत. भारतीय संस्कृतीत ब्राह्मणाने विद्या-संस्कृति संवर्धनाचे काम करावे, वैश्याने व्यापार-उदीम, देवाण-घेवाण करावी, अशा रूढीप्रिय कल्पना होत्या. पण बदलत्या जमान्याप्रमाणे लोकांनी आपल्या व्यक्तिमत्त्वाला, अंगभूत गुणांना साजेसा व्यवसाय स्वीकारायला सुरुवात केली. विशेषत:

परदेशात गेलेल्या भारतीय तरुणांनी आणि उद्योजकांनी थोडा व्यावहारिक दृष्टिकोन ठेवून आणि पाश्चिमात्यांच्या श्रमप्रतिष्ठेचा पुरस्कार करत आपल्याला झेपेल आणि सहजी मिळेल अशा व्यवसायांचा अंगीकार करत परक्या देशांतही ते पाय घट्ट रोवून स्वाभिमानाने जगू शकले. पाश्चिमात्य देशांतील मुले प्राथमिक शिक्षणानंतर-शारीरिक दृष्ट्या अॅडल्ट झाल्यावर मिळेल ते काम करून स्वावलंबी होण्याचा, आपला भार आपल्या पालकांवर पडणार नाही असा विचार करून श्रमप्रतिष्ठा जपण्याचा प्रयत्न करतात. अर्थात त्याला सरकारी अनुदानाची, बेकारी भत्त्याची किंवा सामाजिक विम्याची जोड असते, जी आपल्या देशात नाही. उच्चशिक्षित, मालदार-धनाढ्य माणसाचा मुलगा किंवा मुलगी घरगडी किंवा वृत्तपत्रविक्रेता, पेट्रोलपंप किंवा मॉल अॅसिस्टंट असे व्यवसाय स्वीकारण्यात कमीपणा वाटून घेत नाहीत.

याउलट, भारतीय मानसिकतेनुसार मुलांना वाढवणं, सक्षम करणं ही पालकांची कायमची जबाबदारी आहे असा चुकीचा समज असल्यामुळे, मुलं मोठी झाली तरी पालक, कुटुंब त्यांना सांभाळण्याची जबाबदारी स्वत:कडे ठेवतात. शिवाय माझ्यासारख्या वकिलाचा/डॉक्टरचा मुलगा पेपर टाकायचे, दुकानात नोकराचे काम करतो, हे कमीपणाचे वाटण्याची विचारसरणी समाजात असल्यामुळे मुलांच्या क्षमतेवर आपण अनवधानाने बऱ्याच मर्यादा टाकतो. खरंतर त्यांची शारीरिक क्षमता असताना मानसिक दडपणे टाकून त्यांना आपण दुबळे करतो. समाजात बुद्धिजीवी लोकांप्रमाणेच श्रमजीवी लोक असतात आणि दोघांचीही समाजाला सारखीच गरज असते. हे न जाणता आपण बुद्धिजीवी लोकांना जास्त महत्त्व किंवा झुकते माप देतो. खरंतर श्रमजीवी आणि बुद्धिजीवी लोक म्हणजे समाजाच्या रथाची दोन चाके आहेत. समाजाचे योग्य संतुलन, संवर्धन साधण्यासाठी दोघांचीही सारखीच गरज आहे. पण आपल्या समाजात कारण नसताना शारीरिक कष्ट करणाऱ्यांची उपेक्षा केली गेली आणि बुद्धिवंतांना डोक्यावर बसवले गेले.

विद्यार्थ्यांना संस्कारक्षम वयात जर स्वावलंबनाचे महत्त्व शिकवले, तर त्यांचे भावी जीवनातील दुसऱ्यावरचे- विशेषत: पालकांवरचे- अवलंबित्व कमी होईल आणि त्यांना श्रमप्रतिष्ठेचं महत्त्वही कळेल. स्वावलंबन म्हणजे स्वत:ची कामं स्वत:च करणं किंवा स्वत:च्या कामासाठी दुसऱ्यावर अवलंबून न राहणं ही शिक्षणाइतकीच महत्त्वाची बाब आहे. आर्थिक सुबत्तेमुळे, अनावश्यक पोषाखीपणामुळे, विभक्त कुटुंबपद्धतीमुळे मात्र हल्लीची मुलं स्वावलंबनाचे धडे घरात गिरवू शकत नाहीत. श्रीमंत लोकांमध्ये नोकरांवर अवलंबून राहण्याचीच फॅशन जास्त वाढत आहे.

स्वावलंबनाचे अनेक फायदे विद्यार्थिदशेमध्येच नाही, तर नोकरी करताना आणि भावी आयुष्यामधेही होतात. माझ्या स्तरामुळे आता मी साधेसुधे काम करणार नाही,

माझ्या कनिष्ठांनी किंवा माझ्यापेक्षा जे कमी शिक्षित आहेत त्यांच्यासाठी हे काम आहे, असा संकुचित विचार स्वावलंबी माणूस करत नाही. उलट, हे माझं काम आहे, लहान किंवा मोठं असलं तरी ते मलाच केलं पाहिजे, असा सकारात्मक विचारच तो नेहमी करतो. स्वावलंबनामुळे शरीराला नियमित व्यायाम होतो. काम आपल्याला हवं त्याप्रमाणे आणि हवं त्या वेळेत आपल्या अपेक्षेप्रमाणे होतं. मुख्यत: स्वावलंबनामुळे तुम्हाला दुसऱ्यावर विसंबून राहावे लागत नाही.

वैयक्तिक जीवनात जसं स्वावलंबन हवं, तसं सामुदायिक जीवनातही हवं. आम्ही रूढी, परंपरा आणि चातुर्वर्ण्याच्या विपर्यस्त कल्पनांमध्ये अडकल्यामुळे राव-रंक, जमीनदार-कुळ, श्रेष्ठ-कनिष्ठ, स्पृश्य-अस्पृश्य असे भेद केले आणि जोपासले. विमानातून उतरलं की सामान उचलणारे हमाल निर्माण केले. कचेरीमध्ये श्रमाची कामं करणारे शिपाई नेमले. महात्मा गांधी, सानेगुरुजी, जोतीबा फुले यांनी आमच्यापुढे स्वावलंबनाचे आदर्श ठेवले; पण आम्ही ते अंगीकारले नाहीत. लोकमान्य बाळ गंगाधर टिळक, महर्षी कर्वे आणि कर्मवीर भाऊराव पाटील यांचे आदर्श आमच्या डोळ्यांसमोर होते; पण आमचा पोषाखीपणा कमी झाला नाही. १५० वर्षांच्या गुलामगिरीमुळे स्वतंत्रपणे विचार करण्याची, वेगळं काही करण्याची आमची क्षमताच आम्ही हरवून बसलो होतो. शेतीविषयात पदवी संपादन केलेला तरुण, पण त्याला शेतात काम करायला नको असतं. त्याला टेबलावर बसून कारकुनी करायची असते. उत्तम गुणवत्ता असणारे सुतार, गवंडी, यंत्राची दुरुस्ती करणारे, वाहनांची दुरुस्ती करणारे कारागीर, माळी, शिंपी यांचे त्यामुळे दुर्भिक्ष निर्माण झाले. कारण ही कामं करणं हे 'कमीपणाचं', अशी आम्ही समजूत करून घेतली. आता अनेक कुटुंबांतील दोन्ही पालक नोकरी करतात आणि ठरावीक मासिक उत्पन्नात आपला घरखर्च 'भागवणे', भविष्यकालीन आखणी करणे त्यांना क्रमप्राप्त असते. याच गोष्टींची मुलांना समजायला लागल्यापासून सवय करून देणे अगदी योग्य आहे. साधारण इयत्ता ७वी, ८वीच्या वयात मुलांना या गोष्टी शिकवल्या तर कळू शकतात आणि त्याचा मुलांना भविष्यात चांगला फायदा होतो. कॉलेजमध्ये गेल्यावर फक्त वाणिज्य शाखेच्या विद्यार्थ्यांनीच अकौंट्स, व्यापार आणि आर्थिक उलाढाल शिकावी असे नाही, तर शाळेतील सर्वच विद्यार्थ्यांना त्यासंबंधीचे प्राथमिक शिक्षण देणे अगदी योग्य आहे. लहान वयातच मुलांना अर्थ, उद्योग, व्यापार, उत्पन्न, खर्च, व्यवहार या गोष्टींचे प्राथमिक शिक्षण दिले तर ते क्रमिक शिक्षणाला निश्चितच पूरक ठरेल. फक्त त्याचा संबंध टक्केवारीशी न जोडता 'पूरक ज्ञान' म्हणून करणे योग्य ठरेल. यातून शिक्षणाव्यतिरिक्त इतरही अनेक गोष्टींचा दैनंदिन जीवनाशी जवळचा संबंध असतो, हे मुलांच्या लक्षात येईल. या विषयांमुळे मुलांना त्यांच्या भावी आयुष्यातील कौटुंबिक

यश तुमचेच आहे । ८१

व सामाजिक जबाबदारीची जाण येईल. क्रमिक शिक्षणात म्हणजे बौद्धिक पातळीवर जी मुले कमी असतात, त्यांना तर या विषयांचा निश्चितच उपयोग होईल. यामुळे पैसा मिळतो कसा, वापरावा आणि वाचवावा कसा याचे ज्ञान मुलांना होईल.

नॅशनल इन्स्टिट्यूट ऑफ इंडस्ट्रियल इंजिनिअरिंग, पवई, या संस्थेने श्रमप्रतिष्ठेचे बीजारोपण कॉलेज-विद्यार्थ्यांत व्हावे या उद्देशाने 'हमारा धंदा' हा उपक्रम सुरू केला आहे. प्रथमवर्ष व्यवस्थापनाच्या मुलांना व्यवसायव्यवस्थापन आणि समारंभ व्यवस्थापनाचा अनुभव मिळावा यासाठी अशा संस्थांची नोंदणी करून दोन वर्षे त्यांची देखभाल करण्याची जबाबदारी मुलांवर सोपविण्यात येते. अगदी साधा चहाचा स्टॉल सुरू केला, तरी त्यासाठीची सर्व माहिती मुलांनी करून घेणे अपेक्षित आहे. मुंबईतील अनेक रेल्वे स्टेशनच्या परिसरात सुरू केलेल्या या स्टॉलवर ग्राहकांना त्यांच्या गरजेचा आरोग्यपूर्ण चहा तर मिळेलच; पण विद्यार्थ्यांनाही व्यवसायातले अनेक बारकावे कळतील. 'बॅक पॅकर्स' नावाने स्थापन झालेली कंपनी खास कॉलेज विद्यार्थ्यांसाठी कमी खर्चात होणारी 'साहस शिबिरे' आयोजित करते. सध्या एकूण १४० मुलांनी अशा व्यवसायधंद्यांसाठी १६ फर्म्सची अधिकृत नोंदणी केली आहे. या सर्व संस्थांचा एकच मूलमंत्र आहे, तो म्हणजे 'गुंतवणुकीशिवाय किंवा कमी गुंतवणुकीत व्यवसाय करणे'. अशाच प्रकारचा 'महामंडी' हा उपक्रमही स्तुत्य आहे, ज्यातून कामाचा अजिबात अनुभव नसलेल्या विद्यार्थ्यांना विक्रीकौशल्याचे प्रशिक्षण मिळते. यशासाठीच्या जडणघडणीत हा विचारही महत्त्वाचा आहे.

यशस्वी व्हाल

आणीबाणीच्या प्रसंगातही जो माणूस आपले 'स्व'रूप सोडत नाही, तो माणूस यश मिळवतो. परिस्थितीच्या रेट्याने तो विचलित झाला, तरी धीर राखून कामाला लागतो आणि आपल्या ध्येयाचा त्याग अजिबात करीत नाही. त्यामुळेच त्याला अंतिम यश मिळते. ज्याची वृत्ती धैर्यशील आहे तो कितीही अडचणीत आला, आर्थिक विपन्नावस्थेला पोचला, तरीही स्वतःच्या प्रगतीचा मार्ग शोधतच राहतो. कर्तव्यपूर्तीसाठी पेटवलेली मशाल त्याला नेहमी उच्च ध्येय गाठण्यास साहाय्यभूत ठरते. अन्यथा भित्यापोटी ब्रह्मराक्षस असे होते. म्हणजे परिस्थितीला माणूस घाबरला तर त्याचे सहकारी, सगेसोयरेसुद्धा त्याला घाबरवतात. त्याला नैराश्य येते आणि मग कदाचित संकटांची एक मालिकाच त्याच्यामागे लागते. टक्कल असलेला एक माणूस एके दिवशी बाहेर जात असताना सूर्याच्या किरणांनी त्याच्या केशविहीन डोक्याला उन्हाचा ताप होऊ लागला. म्हणून तो सावली शोधीत एका झाडाखाली थांबला. एक संकट टाळण्यासाठी आधार शोधणाऱ्या त्या माणसाच्या दुर्दैवाने त्या झाडाचेच एक मोठे फळ (ताडवृक्षाचे फळ) नेमके त्याच्या टकलावर आपटून तो रक्तबंबाळ झाला.

अशा प्रकारे एकातून दुसरे, दुसऱ्यातून तिसरे संकट उद्भवू शकते. पण तरीही पहिल्या आक्रमणाबरोबर त्याचा सामना करायची तयारी माणसाने ठेवली, तर यश मिळेल. संकटे दूर होतील

❋ ❋ ❋

यशवंत व्हा

यशाचा फॉर्म्युला

शोधा एकदा तुम्ही स्वतःला
पिंड तुमचा आहे कसा?
विचार, वागणं, परिस्थिती तपासलीत
तर दिसेल तुमच्या यशापयशाचा आरसा.

हाती तुमच्या नाही घटना
क्रियेप्रतिक्रियेतून साकारते जीवन
परिस्थितीचे तुम्ही गुलाम
वागा जबाबदारीने धैर्याने, नियती तुम्हाला करील सलाम!

सर्व माणसे समान असता
यश एकाला; दुसरा अपयशाचा धनी का?
जरा विचारा तुम्ही स्वतःला
स्थितीप्रमाणे मतीगतीची सांगड मी घालतो का?

परिस्थितीचा गुलाम त्याला
नवा मार्ग ना कधी मिळे
विपरीतातही उत्साहाला सदैव दिसती यशशिखरे.

साचेबंद फॉर्म्युला वापरून छोटे यश मिळू शकते. परीक्षेत यश मिळविण्यासाठी अनेक विद्यार्थी अशा मार्गांचा अवलंब करताना दिसतात. विद्यापीठाने किंवा

शिक्षणसंस्थांनी आपल्या अभ्यासक्रमात रेकमेंड केलेल्या पुस्तकांवरून अभ्यास करण्याऐवजी सारांशरूपाने अभ्यासक्रमाचा आढावा घेणाऱ्या गाइड्सचा वापर करतात. प्रगती सिरीज, निवडक २१ प्रश्न, २ तासांत पूर्ण सिलॅबस अशा मार्गदर्शक पुस्तकांचा वापर करून (शॉर्टकट वापरून) परीक्षेत पास होण्याचा मार्ग त्यांना मिळतो; पण जीवनाच्या परीक्षेत पास होण्यासाठी पाठ्यपुस्तकांचे सखोल वाचन न केल्यामुळे पुढे त्यांना अपयश येऊ शकते. सर्वोच्च यश मिळवायचे असेल, तर अशा पाऊलवाटेचा (शॉर्टकटचा) वापर न करता कठोर परिश्रम करून राजमार्गाने जावे लागते. यासाठी तुमचे मित्र, तुमचे शत्रू, तुमच्या श्रद्धा, तुमच्या अंधश्रद्धा, तुमची सुखाची आणि दुःखाची कल्पना यांचा प्रत्येकाने आढावा घेणे जरुरीचे असते. शैक्षणिक यशासाठी तुमची बौद्धिक कुवत जितकी महत्त्वाची आहे, तितकीच किंबहुना जास्त पुढील गोष्टींची आवश्यकता आहे-

१) सध्या कायमस्वरूपी कोणत्या अभ्यासक्रमांना मागणी आहे, याची तपासणी करणे.

२) हा अभ्यासक्रम शिकवणाऱ्या कोणत्या मान्यवर संस्थांचा तुम्ही अभ्यास केला आहे?

३) या अभ्यासक्रमात शिष्यवृत्तीची काही संधी आहे का?

४) या अभ्यासक्रमाला प्रस्थापित विद्यापीठाची मान्यता आहे का?

५) पूर्ण अभ्यासक्रमाची फी तुम्हाला परवडणारी आहे का?

६) विद्यापीठात किंवा संस्थेत विद्यार्थ्यांकडे व्यक्तिगत लक्ष कितपत दिले जाते? थोडक्यात, 'प्रोफेसर टू स्टुडंट्स रेशो' काय आहे?

या व इतर अनेक संबंधित बाबींचा विचार केला, तर भविष्याची जडणघडण उत्तमपणे व्हायला मदत होते आणि उत्तम यश मिळवायचे असेल तर शिक्षणाच्या बाबतीतच नाही, तर नोकरी, व्यवसाय, विवाहबंधन, गुंतवणूक अशा जीवनाच्या विविध क्षेत्रांत प्रवेश करण्यापूर्वी अशा सर्व संबंधित गोष्टींचा काळजीपूर्वक विचार करणे, पालकांचा आणि प्रसंगी तज्ज्ञांचा सल्ला घेणे आवश्यक आहे. सर्वसाधारण कल बघून कोणतीही गोष्ट निवडण्यापेक्षा जाणीवपूर्वक अभ्यास करून निर्णय घेतल्यामुळे यश मिळवणे सोपे जाते.

घाबरू नका

'मी कुणालाही भीत नाही', असं म्हणणारा माणूसच फार भित्रा असतो, असे मला वाटते. कारण आपल्या वागण्याचा, बोलण्याचा, निर्णयांचा, धाडसाचा किंवा अगदी पळपुटेपणाचाही परामर्श इतरांशी बोलून तो घेत नाही. परिणामी काही वेळेस त्याला अपयश येते, काम बिघडते, संबंध तुटतात किंवा नुकसान होते. पण याचं

म्हणणं एकच- मी कुणाला भीत नाही. पण 'मी जे करतोय ते योग्य आहे का?' ही गोष्ट यापेक्षा अधिक चांगल्या पद्धतीने करता येईल का? या कामासाठी मी जी मेहनत घेतोय, त्यापेक्षा अधिक मेहनत घ्यायला हवी का? किंवा मी सध्या जे करतोय यापेक्षा वेगळं काही करणं सद्य:परिस्थितीत आवश्यक आहे का? हे प्रश्न स्वत:लाच विचारण्याचे धारिष्ट्य त्याच्यामध्ये नसते आणि परिणामी परिस्थिती हाताबाहेर जाते आणि केलेले काम बिघडते. दुसऱ्याला विचारले किंवा त्याचा सल्ला घेतला, तर तो आपल्या चुका दाखवून देईल, आपल्याला आपल्या कार्यपद्धतीत, विचारात, साधन- सामग्री किंवा प्रकल्पात बदल करावा लागेल; बदल केला, त्याचा विचार किंवा सल्ला ऐकला, तर आपली नामुष्की होईल; 'तो दुसऱ्याच्या सल्ल्याने नेहमीच वागतो', असे लोक म्हणतील; माझ्या क्षमतेची किंवा विद्वत्तेची वाहवा न होता, दुसरा त्यात भागीदार होईल, अशी या शूर माणसाला नेहमी भीती वाटत असते. या न्यूनगंडातून अनेक वेळा 'मी कुणाला घाबरत नाही', ही मनोवृत्ती तयार होते.

वास्तविक विचारण्यात किंवा मार्गदर्शन घेण्यात कमीपणा मानण्याचे काहीच कारण नाही, हे आपण लक्षात ठेवले पाहिजे. प्रसंगी आवश्यकतेनुसार आणि समोरच्या व्यक्तीची विश्वासार्हता लक्षात घेऊन मोकळेपणाने सल्लामसलत करायला काहीच हरकत नाही. 'एक से भले दो' असे म्हणतात; कारण स्वत:च्या दृष्टिकोनातून केलेला विचार एकतर्फी असू शकतो. स्वत:ला पूरक असला तरी दुसऱ्याला तो मारक असू शकतो, ज्यातून वेळप्रसंगी स्वत:चे नुकसान होण्याचीही शक्यता असते. याउलट दुसऱ्याचा विचार, मार्गदर्शन घेतले तर परिस्थितीची दुसरी बाजू, मिळणारे फायदे आणि उद्भवणारे धोके त्रयस्थाच्या नजरेतून जास्त योग्य रीतीने समोर येण्याची शक्यता असते. कुणालाही न घाबरणाऱ्या माणसाला दुसऱ्याने दिलेला सल्ला ऐकणेही वास्तविक बंधनकारक नसते, कारण त्याने केव्हाच आपण किती 'धीट' आहोत, हे जाहीर केलेले असते. पण 'भीत नाही'च्या अट्टहासापायी सहजासहजी होणाऱ्या विचारमंथनाच्या लाभाला तो पारखा होतो.

सल्ला घ्या, योग्य वेळी !

'कोंबडं झाकलं तरी उजाडायचं राहत नाही', असं म्हणतात. म्हणजेच परिस्थितीकडे, सत्याकडे तुम्ही डोळेझाक केलीत आणि स्वत:च्या हिमतीवर एखादा धाडसी निर्णय घेतलात, तर त्याची बरीवाईट फळं तुम्हालाच भोगावी लागणार असतात. सत्य लपविण्यापेक्षा, त्या सत्याची सत्यता पडताळून पाहिली, तर आपल्याला माहीत नसलेल्या काही गोष्टी प्रकाशात येण्याची आणि त्यातून आपल्याला काही अर्थबोध, मदत होण्याची शक्यता असते. तुम्हाला मिळणाऱ्या प्रतिसादातून, प्रतिक्रियेतून तुमच्या जीवनात, तुमच्या स्नेहसंबंधात, तुमच्या कार्यशैलीत आणि तुमच्या कार्यक्षेत्रात

तुम्ही बदल घडवून आणू शकता, जे ‘यशस्वी’ होण्यासाठी फार आवश्यक आहेत. अतिउत्साह न दाखवता शांतपणे आणि विचारपूर्वक (यात दुसऱ्यांचा घेतलेला विचारही अंतर्भूत आहे) निर्णय घेतलात, तर तो तुम्हाला फायदेशीर होण्याची शक्यताच जास्त असते. 'Man is a social animal' म्हणजेच ‘माणूस हा समाजप्रिय माणूस आहे’ याचा अर्थ स्वत:बरोबर इतरांचा विचार करण्याची, त्यांच्याबरोबर सल्लामसलत करून चांगलं-वाईट ठरविण्याची बुद्धी परमेश्वरानं माणसाला दिली आहे. त्याचा वापर करण्याऐवजी ‘मी कुणाला भीत नाही’ म्हणत सत्य परिस्थितीकडे डोळेझाक करणे योग्य नाही. कारण मिळालेल्या प्रतिक्रिया काही ना काहीतरी सुचवत असतात आणि त्यातूनच तुम्हाला सुधारण्याची संधी मिळते. मी करतो त्यापेक्षा काहीतरी चांगलं, कार्यक्षम, नीटनेटकं आणि ग्राह्य वर्तन करणं आवश्यक आहे का? याचा अंदाज या सल्लामसलतीतून येतो. बऱ्याच वेळा लोक ‘अपयश आल्यानंतर’ सल्ला घ्यायला जातात. पण त्यांच्या हे लक्षात येत नाही की कामाच्या, धंद्याच्या, व्यवसायाच्या सुरुवातीलाच असा सल्ला घेतला असता, तर पराभवाची ही नामुष्कीची वेळ त्यांच्यावर आलीच नसती. ‘मी कुणाला घाबरत नाही’, ‘भीती कशाची’ हे अहंगंड सोडून मोकळेपणाने आपल्या सहकाऱ्यांशी, वरिष्ठांशी किंवा अगदी स्वत:शीच विचारविमर्श केला, तरी हे साध्य होऊ शकते. यासाठी वास्तवाचा सामना करण्याचे धैर्य लागते. मी सर्वगुणसंपन्न आहे, मीच कमालीचा कार्यक्षम आहे या भ्रामक समजुती बाजूला ठेवायला लागतात; कारण ‘परिपूर्णता’ ही परिस्थितिसापेक्ष असते. त्यामुळे ‘मी कोणाला घाबरत नाही’ असे म्हणून स्वत:ला फसवू नका. स्वत:च्या क्षमतेचा कायम आढावा घेत रहा!

अमेरिकेचे माजी राष्ट्राध्यक्ष जॉन एफ. केनेडी यांनी माणसाला चंद्रावर पाठविण्याचे स्वप्न पाहिले, मार्टिन ल्यूथर किंग (ज्यु.) यांच्यासाठी वर्णद्वेष आणि अन्यायरहित देश हे एक स्वप्न होते. प्रत्येक घरात एक संगणक असेल जो इंटरनेटला जोडलेला असेल, असे स्वप्न मायक्रोसॉफ्टचे सर्वेसर्वा बिल गेट्स यांनी पाहिले, तर बकमिन्स्टर फुलर यांच्या स्वप्नातले जग घराघरांतल्या विजेच्या प्रकाशाने उजळून निघाले होते. अविस्मरणीय घटना घडतात; पण त्यासाठी त्यांचे स्वप्न पाहणारा द्रष्टा लागतो. ‘असं घडू शकेल’ आणि ते त्याच्याच हातून घडणार आहे, अशी त्या माणसाची धारणा लागते. पण तुमच्या अपेक्षा तुम्ही फक्त शक्य आणि सीमांत कक्षेमध्ये ठेवल्यात, तर मात्र तुम्ही तुमच्या अपेक्षांभोवती तारेचे कुंपण उभे करता आणि मग तुमच्या हातात फक्त तडजोड करणे एवढेच शिल्लक राहते. स्वप्नपूर्तीच्या प्रवासात स्वप्नभंग करणारे अनेक भेटतील आणि तुम्हांला स्वप्नवत वाटणारी गोष्ट घडणार नाही, सत्यात उतरणार नाही असे सांगून तुमचे पाय खेचतील; पण सावध व्हा,

त्यांच्याकडे अजिबात लक्ष देऊ नका. भविष्याचा वेध घेऊन अपेक्षा निर्माण करण्याची दृष्टी जोपासा. दुर्दैवाने आपल्याला यशापासून दूर ठेवण्यात आत्मविश्वासाची कमतरता हाच एक महत्त्वाचा अडसर असतो. नेपोलियन हिलच्या मताप्रमाणे मनात उद्भवणारी आणि वास्तवात येऊ शकणारी प्रत्येक गोष्ट तुम्ही प्राप्त करू शकता. फक्त ती गोष्ट मिळणे शक्य आहे, या गोष्टीवर तुमचा स्वतःचा विश्वास हवा. बुद्धिमापनशास्त्राच्या निकषानुसार तुम्ही तुमच्या ध्येयाविषयी सकारात्मक बोलाल, विचार कराल आणि त्याला योग्य अशा प्रशिक्षणाची, मार्गदर्शनाची, सरावाची जोड द्याल, तर प्रत्येकजण अगदी अशक्यप्राय गोष्टी करण्याच्याही लायकीचा असतो.

वास्तविक तुमच्याबद्दल, तुमच्या यशाबद्दल विचार करायला इतरांना अजिबात वेळ नसतो. तुम्हाला फक्त वाटत राहते, की 'त्यांना काय वाटेल?' त्यामुळे दुसऱ्यांचा विचार करण्यात व्यर्थ वेळ दवडू नका, तुम्हाला जे वाटते ते बिनधास्त करा. याला 'डॉ. डॅनियल आमेनचा १८/४०/६० नियम' म्हणतात. जेव्हा तुम्ही १८ वर्षांचे असता, तेव्हा तुमच्याबद्दल दुसरे काय म्हणतील, याचा तुम्ही सतत विचार करता. जेव्हा तुम्ही ४० वर्षांचे होता, तेव्हा कोणाच्याही म्हणण्याला तुम्ही किंमत देत नाही आणि जेव्हा तुम्ही ६० वर्षांचे होता तेव्हा कोणीही तुमच्याबद्दल म्हणत नसतं किंवा विचार करत नसतं. जीवनाच्या या टप्प्यातून प्रत्येकालाच जावं लागतं. त्यामुळे २० ते ४० या उमेदीच्या काळामध्ये स्वतःला घडवायचा, स्वतःच्या कुवती तपासून पाहण्याचा, दुसऱ्यांच्या टीकेवर किंवा निंदेवर मात करण्याचा प्रयत्न करीत रहा!

Reticular Activating System (RAS) ही आपल्या मेंदूतील प्रक्रिया कल्पनाशक्तीच्या (Visualisation) परिपक्वतेसाठी आणि वाढीसाठी फार उपकारक ठरते. RAS मुळे कल्पना सत्यात आणण्यासाठी उपलब्ध असलेल्या साधनांचा –ज्यांचा तुम्ही पूर्वी कधी विचार केला नव्हता– वापर करण्याची क्षमता माणसात निर्माण होते. एका वेळेस आपल्या मेंदूमध्ये सुमारे ८ मिलियन (८० लाख) माहिती स्रोतांची निर्मिती होत असते. त्यांपैकी बहुतांश माहितीचा, विचारांचा तुम्ही पाठपुरावा करत नाही. कारण त्याची तुम्हाला गरजही नसते. तुमच्या मेंदूतील RAS प्रक्रियेमुळे त्या माहितीचे विश्लेषण (Filter) तुमच्या अस्तित्वाला आणि तुम्ही ठरविलेल्या ध्येयाच्या प्राप्तीसाठी आवश्यक तेवढीच माहिती बाजूला काढून त्यावर विचार करायला प्रवृत्त करते. पण यासाठी मुळात तुमच्या संकल्पना, ध्येयधोरणे स्पष्ट असायला हवीत. त्यांचे कल्पनाचित्र तुमच्या मनःपटलावर तयार असायला हवे. असे म्हणतात, की तुमच्या अमूर्त जाणिवेला (subconcious) शब्द कळत नाहीत; तर शब्दांतून निर्माण होणारी प्रतिमा जाणिवेला कार्यान्वित करते. 'पडशील, घट्ट धर', हे शब्द उच्चारल्यावर आपल्या मनःपटलावर 'पडण्या'चे एक कल्पनाचित्र उमटते आणि

जाणीव (concious) त्याचाच पाठपुरावा करते. याउलट, "तू पकडून ठेव, पडणार नाहीस", हे ऐकल्यावर पकडून ठेवून, न पडण्याची जाणीव वाढीस लागते. त्याचप्रमाणे एखादी भव्यदिव्य कल्पना मनात न आणता क्षुद्र आणि पराभवाची कल्पना केलीत, तर पराभव नक्कीच! सुंदर घर, मनासारखा (Adoring) साथीदार आणि उत्तुंग यशाची कल्पना केलीत, तर ते साकार करण्यासाठी ही जाणीव (RAS) कार्यान्वित होते. याउलट नकारात्मक, भयप्रद विचारांची कल्पना केलीत, तर त्या दृष्टीने वाटचाल सुरू होते. १०० पेक्षा जास्त गोल्फ स्पर्धांमध्ये विजय मिळवून धनाढ्य झालेल्या जॅक निकलस आपल्या यशाचं रहस्य सांगताना म्हणतो, "गोल्फ कोर्टावर मी कोणताही शॉट मारताना, अगदी सराव करतानासुद्धा, त्या शॉटचे स्पष्ट आणि नि:संदिग्ध चित्र माझ्या डोक्यात (मन:पटलावर) तयार झाल्याशिवाय खेळलो नाही. चेंडू कुठे जायला हवा हे नक्की झाल्यावर तो त्याप्रमाणेच जातो. यामुळे 'यशाची कल्पना' करण्याची प्रक्रिया तशी अतिशय सोपी आहे. तुम्ही फक्त डोळे बंद करून तुमचे ईप्सित साध्य केले आहे, अशी कल्पना करा. यश हमखास मिळणार!"

सततच्या सुधारणेला जपानी भाषेत 'कायझन' हा शब्द आहे. आर्थिक जगावर अधिराज्य गाजवणाऱ्या जपानी कंपन्यांची हीच तत्त्वप्रणाली आहे. इतकेच नव्हे तर जगज्जेत्या योद्ध्यांची पण हीच तत्त्वप्रणाली होती. कारण युद्ध असो वा शांतता, नोकरी असो वा व्यापार, खेळ असो वा कला, सतत सुधारणा हाच यशाचा मंत्र आहे. 'सात वेळा पडलात तर आठ वेळेला उभे राहा', अशी एक म्हण जपानी भाषेत आहे. तुम्ही स्वत:लाही सतत तेच बजावायला हवे. जगप्रसिद्ध फोर्ब्ज मासिकाचे संपादक बी.सी. फोर्ब्ज म्हणतात, की 'इतिहास साक्षी आहे, की उत्तुंग यश मिळविणाऱ्या लोकांना यशाच्या प्राप्तीपूर्वी अत्यंत कठीण आणि नैराश्याने ग्रासणाऱ्या अनुभवाला सामोरे जावे लागते. पण निराश न होता ते प्रयत्न करीत राहतात आणि यशस्वी होतात.'

दक्षिण ध्रुवावर प्रथम पोचणाऱ्या ॲडमिरल रॉबर्ट पेरी यांना सात वेळा अयशस्वी झाल्यावर आठव्या वेळेला यश मिळालं. हा कदाचित योगायोग असेल; पण सातत्याला जीवनात फार महत्त्व आहे, हे पुढील उदाहरणांवरून स्पष्ट होईल.

१) अवकाशात उपग्रह सोडण्याच्या प्रयत्नात अमेरिकेतील नासासारख्या संस्थेला २८ पैकी २० वेळा अपयशाचा सामना करावा लागला.

२) ऑस्कर हॅमरस्टेनचे पाच ऑपेरा सहापेक्षाही कमी आठवड्यांत गुंडाळावे लागले होते. त्यामुळे तो एक पडेल नाटककार ठरला होता. पण त्याने चिकाटी सोडली नाही. जिद्द हरवली नाही आणि त्याचा पुढचा ऑपेरा 'ओक्लाहोमा' (Oklahoma) २६९ आठवडे सतत चालला आणि ७ मिलियन डॉलरपेक्षा अधिक उत्पन्न

या ऑपेराने मिळवले.

३) ट्रवॉनी ओडेल (O'Dell) तेरा वर्षे सतत प्रयत्न करीत राहिली. तिच्या सहा अप्रकाशित कादंबऱ्या ३०० पेक्षा अधिक प्रकाशकांनी नाकारल्या होत्या. पण माध्यम संवादक ऑप्रा विनफ्रेने तिच्या ऑपेरा बुक क्लबसाठी ओडेलच्या 'बॅक रोड्स'ची निवड केली आणि जगाला एक उत्कृष्ट कादंबरीकार मिळाली.

४) काळजावर दगड ठेवणे, मन मुर्दाड बनवणे आणि तरीही जिद्दीने कोणतीही गोष्ट करणे सोपे नसते. अशा वेळी जिवाभावाची व्यक्ती रुग्णालयात गंभीर आजाराशी लढा देत असताना, त्याची शुश्रूषा करण्याची इच्छा मारून आपल्या ध्येयाचा पाठपुरावा करणारे क्वचितच असतात. आशियाई वरिष्ठ कुस्ती स्पर्धेत ब्रॉन्झपदक मिळविणाऱ्या राहुल आवारेने आपल्या यशाच्या प्रवासात या सगळ्या गोष्टींचा सामना केला आहे. यासाठी अपार मनोधैर्याची, खंबीरपणाची आणि सातत्याची कास त्याने धरली.

रोजच्या जीवनात इतिकर्तव्यता शोधणे किंवा जीवनाचा हेतू शोधणे म्हणजे सत्य शोधणे. या सत्यातच यश असते. सॉक्रेटिसने अंतिम सत्याविषयी म्हटले आहे, की 'त्याचा बोध होणे किंवा शोध लावणे' कठीण आहे. पण प्रत्येकजण आपल्या परीने या सत्याच्या आणि यशाच्या शोधात असतोच. माणसाला यशाची आणि सत्याची ओढ लागते. कारण त्याच्या दैनंदिन जीवनात तो सुखी नाही. ज्यामुळे त्याला काहीतरी अधिक सुख लागेल, त्याच्या भौतिक व मानसिक गरजांपलीकडचा एखादा ठेवा त्याला प्राप्त होईल, यासाठी तो कायम यशाची आराधना करत असतो. औरंगजेब, नेपोलियन, हिटलर, चंगीझखान, लेनिन आदी सत्ताधारी लोकनेते यशस्वी असले, तरी सुखी नव्हते; कारण 'सत्ताधारी' कधीच सुखी असू शकत नाही. त्याला समाधान मिळणे अशक्य असते; कारण तो मनाने निवृत्त होऊन मिळालेल्या यशावर समाधान मानत नाही. परंतु जे सत्याचे शोधक असतात, ज्ञानाचे पुजारी असतात, ज्यांनी सतत चांगल्या गोष्टींचेच चिंतन केलेले असते, ते कमी यशातही 'मुक्त' असतात.

आपल्या अस्तित्वाचे मर्म समजून घेण्याची प्रक्रिया ही निरंतर चालणारी प्रक्रिया आहे. सहअस्तित्व (co-existence) हा सर्व धर्मशास्त्रांचा व नीतिशास्त्रांचा पाया आहे. माणसाने माणसाशी कसे वागावे, हे आपल्याला नीतिशास्त्र शिकवते. पण या नीतीचा पाठपुरावा न करता हिंसेला शौर्य समजणाऱ्याला, दुसऱ्याची संपत्ती हडपणाऱ्याला, शील लुटणे हा अधिकार मानणाऱ्याला खरे यश मिळत नाही. परस्परसंबंध, सुसंवाद, प्रामाणिकपणा आणि प्रेम यांत खरा आनंद आहे. यशाने या गोष्टी मिळत असतील, तरच ते खरे यश म्हणता येईल. माझं माझ्या आप्तस्वकीयांसंबंधीचं, शेजाऱ्यांप्रतीचं कर्तव्य जर मी पार पाडत नसेन, तर नीतिमत्तेला अर्थ उरणार नाही आणि मिळणाऱ्या यशाने माणसाला आनंदही मिळणार नाही.

यशाचा एक 'हार' गळ्यात पडताना अपयशाचे हजारो 'प्रहार' झेलावे लागतात. यश हे कधीही रडून मिळत नाही, तर त्यासाठी निकराची लढाई देण्याचं मनोधैर्य अंगी असावं लागतं. आयुष्याचा लढा लढताना छातीची ढाल केली, तरच यशाची शाल पांघरायला मिळते. दुःखाचं किंवा अपयशाचं भांडवल कमी करण्यासाठी हरतऱ्हेने प्रयत्न चालू ठेवावे लागतात. जिथे साधनेची पराकाष्ठा होते, तिथे सिद्धी हात जोडून उभी असते असे म्हणतात, ते त्यामुळेच. अनपेक्षित मिळणाऱ्या यशालाही किती अडचणींना सामोरे जावे लागते, हे लक्षात येण्यासाठी कॅरमपटू योगेश परदेशीचा अनुभव त्याच्याच शब्दांत पुढे दिला आहे.

"स्वारगेटजवळील नेहरू स्टेडियमवर स्पर्धा होती. प्रवेश फी १२ रुपये होती. ती फी भरण्यास काही पैसे जवळ नसताना 'कशाला ही हौस?' असे आई म्हणत होती, त्यामुळे, आईशी थोडा वाद घालून घरातील भंगार विकून मी पैसे जमवले. सकाळी नऊ वाजता स्पर्धा होणार होती. मी सात वाजता निघालो. माझी चप्पल तुटली होती, ती शिवण्यासाठी चांभाराला पैसे देऊन चालणार नव्हतं. अखेर मी 'सेफ्टी पिन' लावून 'लेफ्ट-राईट' चालू केलं. स्पर्धेच्या ठिकाणी पोचलो, तेव्हा एक घोषणा ऐकू आली, पंचांना एक कुपन मिळेल. मी अधिक चौकशी करता कळलं, की चहा आणि क्रीमरोलसाठी हे कुपन होतं. माझी मॅच साडेदहाला होती. त्यामुळे मी नऊ वाजता होणाऱ्या 'बोर्ड'वर पंच म्हणून काम करू शकत होतो. मी संयोजकांना विचारलं आणि त्यांनी लगेच होकार दिला. पंच म्हणून काम केलेला बोर्ड संपताच मी कॅन्टिनमध्ये जाऊन क्रीमरोल खाल्ला. कारण मी घरून फक्त चहा-टोस्ट खाऊन निघालो होतो. त्यानंतर स्पर्धेत खेळून मी मॅच जिंकली आणि परत चालत घरी गेलो. दुसऱ्या दिवशी फायनलसाठी जिद्दीनं खेळलो आणि विजेता झालो. मला बक्षीस मिळालं ५०१ रुपयांचं. घरी आल्यावर ते पैसे आईला दाखवले, तेव्हा ते तिने देवघरात ठेवले."

यश-अपयश हे कोणत्याही क्रीडापटूच्या कारकिर्दीचे अविभाज्य घटक असतात. त्यांत आणखी एक घटक सामील करावा लागेल, तो म्हणजे दुखापत... असे 'ब्रेक' अपरिहार्यपणे येतात. त्या परिस्थितीत आधीची कामगिरी, विक्रम हे सारे विसरून खेळाडूला सेकंड इनिंग सुरू करावी लागते.त्याचप्रमाणे कोणत्याही व्यवसायात/ प्रकल्पात 'सेकंड इनिंग'चा पर्याय नेहमी खुला ठेवला तर यश मिळते.

थोडक्यात पण महत्वाचं !

यशाच्या प्रवासात प्रत्येकाच्या मनात नेहमीच द्वंद्व चालू असते. स्वतः यश मिळविण्याच्या प्रयत्नात दुसऱ्याला सांभाळून घेणे आणि स्वतःचाही तोल सांभाळणे आवश्यक असते. अशा प्रयत्नातून मिळालेले यश हे कायमस्वरूपी टिकते आणि

माणसाला आनंद देते. माणसाच्या मनातील हे द्वंद्व कोणत्या प्रकारचे असते? आणि त्यातून निर्मळ यश मिळवायचे असेल तर काय करावे आणि काय टाळावे, ते खाली दिले आहे.

या गोष्टी करा	या गोष्टी टाळा
निरोगी विकास	गळेकापू स्पर्धा
संपूर्ण विकास	मर्यादित विकास
कायमस्वरूपी फायदा	क्षणिक फायदा
काळजी आणि आपलेपणा	शत्रुत्व
जिंकण्याची समान संधी	असमान संधी
सर्वांची उन्नती	थोड्यांचा विकास

तुम्ही स्वत: यशस्वी झालात, तरी जीवनाच्या पुढील प्रवासात निरोगी स्पर्धेला प्राधान्य द्या. अडचणीतून का होईना, त्यामुळे तुमचा सर्वांगीण विकास तुम्ही साधू शकता. हा विकास कायमस्वरूपी आणि सर्वसमावेशक असेल आणि स्वत:बरोबर इतरांबद्दल काळजी आणि आपलेपणा वृद्धिंगत करणारा असेल. योग्य शारीरिक आणि मानसिक संतुलन ठेवले, तर स्वत:बरोबर दुसऱ्यालाही यशस्वी करण्याची विशाल दृष्टी तुम्ही विकसित करू शकाल. भारतीय तत्त्वज्ञानाचा गाभा असलेल्या सर्वेपि सुखिन: सन्तु। या संकल्पनेच्या जोपासनेसाठी केलेले मार्गक्रमण प्रत्येकालाच आनंददायी ठरणारे आहे. त्यासाठी प्रत्येक तरुणाने पुढील गोष्टी लक्षात ठेवायला हव्यात-

१) अपेक्षा न ठेवता इतरांना मदत करा.

२) दुसऱ्याच्या यशाने आनंदित व्हा. त्याचा मत्सर करू नका.

३) स्वत:बरोबर दुसऱ्यालाही 'तू हे करू शकतोस' असा विश्वास देण्याची वृत्ती ठेवा.

४) माझ्या यशाला किंवा अपयशाला मी स्वत:च जबाबदार आहे, हे कायम लक्षात ठेवा.

५) स्वत:इतकेच दुसऱ्यांनाही यशस्वी होण्याची संधी कायम देत रहा. कदाचित दुसऱ्याचे यश तुमचे स्फूर्तिस्थानही ठरू शकते.

६) तुमच्या यशाच्या आनंदात दुसऱ्यांना सहभागी करून घ्या; म्हणजे आनंद वाढेल.

पाण्याच्या एकेका थेंबाच्या संचयातून विशाल सागर बनतो. वाळू आणि धुळीच्या सूक्ष्म कणांपासून उंच उंच पर्वतरांगा आकाराला येतात आणि भुईत रुजलेल्या एकेका

बीजातून निर्माण होणाऱ्या वृक्षांमधून घनदाट जंगलाची निर्मिती होते. त्याचप्रमाणे प्रत्येक यशस्वी व्यक्तीचे जीवन म्हणजे सततचे प्रयत्न आणि उद्दिष्टांच्या दिशेने केलेली अर्थपूर्ण आणि सकारात्मक अशी वाटचाल असते. हे यश कणाकणाने आणि क्षणाक्षणाने साकारत असते. यश आणि अपयश म्हणजे वास्तविक सकारात्मक विचार आणि नकारात्मक विचारातील द्वंद्वाचीच परिणती असते. यश किंवा अपयश हे प्रथम विचारातून निश्चित होते आणि त्यानंतर ते कृतीतून साकारते. निश्चयपूर्वक टाकलेले एक पाऊलही आपल्याला यशाच्या शिखरापर्यंत पोचण्यास साहाय्यभूत होते. त्यामुळे सकारात्मक विचार आणि कृती ह्या दोन गोष्टींच्या आधारावर यश उभे असते. आशावाद, उत्साह, औत्सुक्य, आनंदी स्वभाव, धैर्य, सोशीकता, जिद्द, शांती आणि कठोर परिश्रम या गोष्टीच माणसाला यश मिळवून देऊ शकतात. आणि हे सांभाळत असताना वाट्याला येणारे अपयश हे वास्तविक यशाकडे घेऊन जाणारे मुक्कामाचे पडाव असतात. मार्गातील अडथळे, आडकाठ्या, अडचणी आणि विरोध करणारे लोकच आपल्याला खात्री पटवून देतात, की आपले मार्गक्रमण यशाच्या मार्गाने चालू आहे.

यशाचे शॉर्टकट

चोरी, फसवेगिरी, दुसऱ्याला दोष देणे, तक्रारी करणे, दुसऱ्याला बळीचा बकरा बनवणे, दुसऱ्याचे पाय खेचणे, दगा देणे हे झटपट यश मिळविण्याचे काही मार्ग आहेत; पण या मार्गांनी मिळविलेले यश अंशत: स्वत:च्या विनाशासही कारणीभूत ठरू शकते. अशा पद्धतीने यश मिळविलेल्या माणसाचे मानसिक संतुलन बिघडण्याची, मन:शांती आणि सुख-समाधान हरविण्याची, बेचैनी वाढण्याची आणि असुरक्षिततेची भावना बळावण्याची परिस्थिती होते. राष्ट्रकुल स्पर्धांचे यशस्वी संयोजन केल्यानंतर, सत्यमसारख्या यशस्वी कंपनीची धुरा सांभाळल्यानंतर आणि दूरसंचार खात्याचा कारभार सांभाळताना सरकारी धोरणांची अंमलबजावणी करत असताना केलेल्या घोटाळ्यांमुळे संबंधित व्यक्तींना अशाच प्रकारच्या मानसिक ताणतणावाला यथावकाश सामोरे जावे लागले, हे निर्विवाद सत्य आहे. वरकरणी यश मिळाले तरी अनियमित आणि बेकायदा कृत्यांमुळे उद्भवणाऱ्या परिणामांना अशा तथाकथित यशस्वी लोकांना लोकक्षोभाचा सामना करावाच लागतो. आर्थिक सुबत्ता असताना, स्वत:ची घरे सुरक्षित असताना, सुख आणि आरामाची साधनं असतांना लोक आपल्या मनाची कवाडं बंद करून घेतात आणि आपण सुरक्षित आहोत आणि जीवनात यशस्वी झालो आहोत, असा समज करून घेतात; पण आपण केलेल्या अनियमिततेतून पडलेली ठिणगी कदाचित आपलेच घर आणि वैभव खाक करू शकते, हा विचार त्यांच्या मनात येत नाही. त्यामुळे दुसऱ्याची हाय घेऊन मिळविलेले यश पचवताना

स्वत:लाही हाय हाय करायची पाळी येते. तेव्हा यशाचे असे चोरमार्ग अवलंबिण्यापेक्षा राजमार्गाने म्हणजेच सत्य आणि सचोटीने मिळविलेले यश समाधान देऊ शकते.

थोर तत्त्ववेत्ता सॉक्रेटिसला एकदा एका तरुण माणसाने विचारले,'मी कसा यशस्वी होईन?' सॉक्रेटिस त्या तरुणाला घेऊन एका नदीपाशी गेला. त्याने त्या तरुणाचे डोके पाण्याच्या प्रवाहात दोन मिनिटे बुडवले. तरुण श्वास घेण्यासाठी धडपडू लागला, तेव्हा सॉक्रेटिसने त्याला पाण्यातून बाहेर काढले आणि सांगितले,'पाण्यात बुडलेले असताना प्रत्येक श्वासासाठी तू झगडत होतास; त्याप्रमाणे यशाच्या प्रत्येक क्षणासाठी झगडणे म्हणजेच योग्य परिश्रम करणे आवश्यक आहे.' उत्साह टिकवून अपयश पचवत एक एक पायरी पुढे जाण्यामुळेच यश मिळू शकते; कारण यश हा एक प्रवास आहे, मुक्कामाचे ठिकाण नाही, हे यशाची अपेक्षा करणाऱ्या प्रत्येकाने लक्षात घ्यायला हवे.

आशावादी माणूस आणि निराशावादी माणसातला फरक म्हणजे निराशावादी माणूस प्रत्येक संधीमध्ये काहीतरी अडचण अनुभवतो; तर आशावादी माणूस मात्र प्रत्येक अडचणीत संधी शोधत असतो. विजेच्या दिव्याचा शोध लावणाऱ्या थॉमस अल्वा एडिसन या शास्त्रज्ञाला अनेक प्रयोग करूनही दिव्यासाठी योग्य फिलॅमेंट शोधण्यात यश आले नाही. त्याच्या पदरी वारंवार निराशा, अपयशच आले. या अपयशाने त्याचा मदतनीस हतबल झाला. पण एडिसनला या अपयशांची फिकीर नव्हती. 'प्रयोग अशा पद्धतीने यशस्वी होत नाही, हे आता मला कळले आहे', असे म्हणून एडिसन नवीन प्रयोग करायला कटिबद्ध झाला. त्याचे प्रयत्न वाया गेले नाहीत; उशिरा का होईना, त्याचा प्रयोग सफल झाला आणि त्याला यश मिळाले. एफ.डब्ल्यू. वुलवर्थ एका दुकानात काम करत होता. जुन्या आणि कालबाह्य झालेल्या वस्तूंचा ढिगारा स्टोअरमधे साचून राहिल्याचे त्याने पाहिले. या वस्तूंची स्वस्तात विक्री करून टाकण्याचा सल्ला त्याने मालकाला दिला. दुकानमालकाने वुलवर्थपुढेच आव्हान ठेवले, 'तूच का विकत नाहीस?' प्रचंड आत्मविश्वास आणि कल्पकता असणाऱ्या पण आर्थिक कुवत नसणाऱ्या वुलवर्थने ऐपत नसताना एक आव्हान म्हणून तो सर्व टाकाऊ माल घेतला आणि 'स्वस्त विक्री केंद्र सुरू केले.' माल हातोहात संपला. त्यामुळे स्वस्तात जुना व टाकाऊ माल विकण्याचे कायमस्वरूपी केंद्र सुरू करण्याची कल्पना वुलवर्थला सुचली. मालकाने भांडवल देणे नाकारले, तरी हळूहळू त्याने अमेरिकेत अशा दुकानांची साखळीच निर्माण केली. हे यश पाहून त्याचा मालक उद्गारला, 'वुलवर्थचा प्रत्येक शब्द नाकारण्याची किंमत मला काही मिलियन (दशलक्ष) डॉलर्समधे मोजावी लागली आहे.' टाकाऊतून टिकाऊ यश मिळवायचे असेल, तर वुलवर्थसारखी दूरदृष्टी हवी हेच खरे.

अशीच एक भन्नाट कल्पना अमेरिकेतल्या दोन तरुणांनी लढवली आणि यशस्वीही केली. हारवर्ड बिझनेस स्कूलमध्ये शिकणारे दोन मित्र जेम्स राइनहार्ट आणि ख्रिस होमर यांनी असा विचार केला, की मुलांना योग्य तऱ्हेने फिट न होणाऱ्या (अंगापेक्षा छोट्या किंवा मोठ्या मापाचे कपडे) कपड्यांची अदलाबदल करता आली तर? कल्पना साधी आहे, पण व्यावहारिक आहे. झालं. त्यांनी www.threadup.com (मुलांच्या कपड्यांची अदलाबदल) अशी एक वेबसाइटच सुरू केली. अमेरिकेतच काय पण इतर देशांमध्येही असा अनुभव आहे, की वाढत्या वयाबरोबर आधीच खरेदी केलेले कपडे आपल्या अंगाला येईनासे होतात, किंवा काही कारणाने प्रमाणापेक्षा सैल होऊ लागतात. साहजिकच अशा कपड्यांमुळे माणसाच्या व्यक्तिमत्त्वात फरक पडतो. तुम्ही स्मार्ट दिसत नाही आणि पर्यायाने ते कपडे तुम्ही टाकून देता. योग्य फिटिंगचे नवे कपडे इच्छा आणि ऐपत नसतानाही आणता. या अडचणींवर ही वेबसाईट हा एक तोडगा आहे. या वेबसाईटच्या माध्यमातून अमेरिकेतल्या हजारो आयांबरोबर संपर्क साधून अशा कपड्यांची देवाण- घेवाण करू शकता. पद्धत अगदी सोपी आहे. या साइटवर रजिस्टर करून साइटवर दिलेल्या बॉक्समध्ये ठरावीक साइजचे किमान पंधरा कपडे पॅक करायचे आणि त्यावर त्या कपड्यांचा साइज, ब्रँड, स्टाइल आणि कपडे मुलाचे आहेत की मुलीचे, हे नोंदवायचे. ज्यांना अशा कपड्यांची गरज असेल, त्यांना केवळ पाच डॉलरमध्ये हे सर्व कपडे खरेदी करता येऊ शकतात. काही विशिष्ट प्रिमियम सभासदांना ३० डॉलरची सभासद फी भरून अशा विक्रीसाठी नव्याने आलेल्या ताज्या बॉक्सेसची खरेदी करण्याचा हक्क दिला जातो.

आश्चर्य म्हणजे ही कल्पना जनसामान्यांना फारच आवडली. वेबसाइट सुरू झाल्यापासून केवळ १५ महिन्यांत अंदाजे २ लाख अमेरिकन लोकांनी मेंबरशिप घेतली आणि आता साधारणपणे दर आठवड्याला १००० नवे सभासद या वेबसाइटला मिळत आहेत. ३२,००० किलो वजनाच्या कपड्यांची अशा पद्धतीने देवाणघेवाण झाली. आणि कंपनीला सात मिलियन डॉलरचे उत्पन्न मिळाले. प्रवर्तकांनी आता कपड्यांबरोबरच लहान मुलांची खेळणी आणि पुस्तकांसाठीही अशी अदलाबदलीची पद्धत सुरू केली आहे. आहे की नाही यशाचा सोपा मार्ग? फक्त कल्पकता हवी. प्रवर्तकांचं म्हणणं अगदी साधं आहे, 'आम्ही तुमच्या कपड्यांना, खेळण्यांना आणि पुस्तकांना जीवदान देतो.' म्हणूनच म्हणतात योजक: तत्र दुर्लभ:!

महाराष्ट्राच्या मातीत अंकुरलेली अशीच एक यशोगाथा स्फूर्तिदायी आहे. पुणे जिल्ह्यातील राजुरी येथील मंगेश हाडवळे या तरुणाने असेच चिकाटीतून यश खेचून आणले. शेतकरीकुटुंबातील हाडवळेचा जीवनप्रवास थक्क करणारा आहे. कधी व्यापारी, तर कधी सफाईकामगार अशी कामे करताना नाटक करण्यासाठी त्याच्या वडिलांना

म्हशी विकाव्या लागल्या. त्यातही अपयश आल्यावर हाडवळेने मुंबईत एका कंपनीत नोकरी केली. कधी माशांच्या पाट्या वाहिल्या, तर कधी कंपाउंडरचे काम केले; पण या प्रवासातही आपला वाचनाचा व्यासंग कायम ठेवला. त्यातून त्याने 'टिंग्या' चित्रपटाची कथा, पटकथा, संवाद लिहिले आणि दिग्दर्शनही केले. या चित्रपटाच्या निर्मितीला अनेकांनी नकार दिला, पण त्याने जिद्द सोडली नाही; पण ज्या वेळी हा चित्रपट प्रदर्शित झाला, त्या वेळी राष्ट्रीय-आंतरराष्ट्रीय पातळीवरची तब्बल ५७ व वैयक्तिक ३२ पारितोषिके त्याला मिळाली. अनेक अडचणींतून यश मिळविणाऱ्या या कर्तबगार तरुणाने आता सात कोटी रुपयांचे बजेट असणाऱ्या 'देख इंडियन सर्कस' या चित्रपटाची निर्मिती आणि दिग्दर्शन करून बॉलिवूडमध्येही प्रवेश मिळवला आहे.

कित्येक वेळेला प्रश्न जिंकण्या-हरण्याचाही नसतो. जनलोकपाल विरुद्ध लोकपाल संघर्षाने संसदेचे आणि बाहेरचे वातावरणही पार बदलून गेले आहे. अण्णा हजारेंच्या अटकेचा आणि मग सुटकेचा निर्णय झाला. पण अटकेमध्ये त्यांचे अपयश नव्हते, तर सुटकेमध्ये यश नव्हते; अंतिम यशाच्या मार्गावर टाकलेले ते एक पाऊल होते. देशाला अनेक प्रश्नांनी ग्रासलेले असताना पंतप्रधान, सत्ताधारी पक्ष आणि विरोधी पक्ष आपली शक्ती जिंकण्या-हरण्यासाठी खर्च करत आहेत. भ्रष्टाचारमुक्त देशासाठी अण्णा हजारे जिवाची बाजी करून लढत असलेल्या लढाईचे स्वागत केले पाहिजे. आणि देशाने तसे केले आहे. पण गर्दी म्हणजे प्रत्येक वेळी सत्य नसते आणि संसदेतही सत्य सापडते असेही नाही. पण लोकशाहीत अण्णा असोत अथवा सरकार, कुणालाही एकांगी भूमिका घेता येत नाही; त्यामुळे लोकशाहीचे नुकसान होते. त्यामुळे परिवर्तनाची लढाई चालवणाऱ्यांनी जिंकण्या-हरण्यापेक्षा वास्तवाचे भान ठेवायला हवे.

देश स्वतंत्र झाला तेव्हाच डॉ.सर्वपल्ली राधाकृष्ण यांनी 'नफेखोरी, काळाबाजार, सत्तेची हाव, सग्या-सोयऱ्यांविषयीचे प्रेम आणि राज्यव्यवस्थेत वरिष्ठ पातळीवर सुरू झालेला भ्रष्टाचार यांच्या विरोधात कठोर उपाय योजल्याशिवाय जगातील भारताची पत पूर्ववत होणे कठीण आहे', असा इशारा दिला होता. आता अण्णांच्या आंदोलनाला डावे, उजवे, मधले साऱ्यांनीच उचलून धरले असले, तरी सर्वांचा डोळा पुढे मिळू शकणाऱ्या सत्तेवर आहे, त्यामुळे अशा विषयांवरील हार-जीत ही माणसाला खऱ्या अर्थाने यशस्वी करीत नाही.

गांधीजींच्या शब्दांत सांगायचे झाले, तर, 'खरा आनंद हा लढाई लढण्यामध्ये आहे. त्याची फलनिष्पत्ती ही सर्वस्वी परमेश्वरावर अवलंबून आहे.' परमेश्वराचे अधिष्ठान असेल, तर यश नक्की मिळते. त्यामुळे आपले विचार, आपला आचार जर स्वच्छ ठेवला, तर यश मिळविण्यापासून आपल्याला कोणीही रोखू शकत नाही. दुसऱ्याला

मदत करण्यासाठी, दुसऱ्याला काही चांगले देण्यासाठी केलेली प्रत्येक कृती तुम्हाला यशाची एक एक पायरी उंच नेत असते. अशा प्रयत्नात इतरांची उत्स्फूर्त मदत नेहमीच मिळते. अण्णा हजारेंच्या आंदोलनाने हीच गोष्ट अधोरेखित केली आहे.

तीव्र इच्छाशक्ती

'प्रयत्ने वाळूचे कण रगडिता तेलही गळे', म्हणजेच तीव्र इच्छाशक्ती असेल, तर अशक्यप्राय वाटणाऱ्या गोष्टीही शक्य होतात.

मूकं करोति वाचालम्, पङ्गुं लंङ्घयते गिरिम् ।
यत्कृपा तमहं वन्दे परमानन्द माधवम्।

प्रयत्नांबरोबर परमेश्वराची साथ असेल, तर मुकासुद्धा बोलायला लागेल आणि पंगू माणूस (पायाने अधू) डोंगरसुद्धा पार करेल. फक्त तीव्र इच्छाशक्ती हवी. कारण तीव्र इच्छाशक्तीमुळे आपला शारीरिक, मानसिक आणि बौद्धिकही विकास होतो. सद्भावनेने, प्रामाणिकपणे आणि विश्वासाने परिश्रम करत राहिले, तर आपल्या साऱ्या इच्छा-आकांक्षा प्रत्यक्षात साकार होऊ शकतात. प्रयत्न करणे आणि त्यासाठी मेहनत घेणे हे योग्य मशागत केलेल्या शेतामध्ये बी पेरण्यासारखे आहे. बीजाला अंकुर केव्हा न केव्हातरी फुटणारच. काही बीजांना फुलण्यास वेळ लागतो, तर काही चटकन मूळ धरतात. लवकर फुलणाऱ्या बियांची फळं-फुलं थोड्या काळापुरता आपल्याला आनंद देऊन जातात; पण ज्या बीजांना फुलायला वेळ लागतो, त्यांची फळे दीर्घकालीन आनंद निर्माण करतात. थांबा आणि वाट पहा. भारताचा लिटिल मास्टर सुनिल गावसकर किंवा वंडर बॉय सचिन तेंडुलकरचा प्रेरणास्रोत असणाऱ्या सर डॉन ब्रॅडमन यांची गोष्ट अशीच आहे. सिडनी क्रिकेट स्टेडियममध्ये उभे असताना सर ब्रॅडमन यांनी अगदी लहानपणी अशी इच्छा व्यक्त केली की, 'या क्रिकेट मैदानावर खेळल्याशिवाय आणि विक्रम प्रस्थापित केल्याशिवाय मला कधीच समाधान वाटणार नाही.' या इच्छाशक्तीच्या पूर्ततेआड अनेक अडचणी आल्या; पण केवळ क्रिकेटखेळाच्या प्रेमामुळे आपल्या कारकिर्दीत सर्वोच्च म्हणजे ९९.९६ धावांच्या सरासरीचा विक्रम आपल्या नावावर नोंदवून इतिहासात ते अजरामर झाले.

आपल्याकडे काय नाही याचा सतत विचार करण्यापेक्षा आपल्याकडे काय आहे, याचा विचार केला तर असलेल्या ऊर्जेचा वापर आपण योग्य प्रकारे करू शकतो. दुसऱ्याशी बोललात, जर त्यांच्या अडचणी, दुःख जाणून घेतले, तर आपण किती सुखी आहोत याचा अंदाज येईल. कारण असलेल्या गोष्टींचा विचार न करता अधिकाची अपेक्षा करणं हा मानवी स्वभावच आहे. पण असलेलं हातातून निसटण्याची शक्यता असते. त्यामुळे आहे त्यात समाधान माना आणि त्याचा आदर करा. आपल्याकडे बुटांचा जोड नाही म्हणून एक माणूस दुःखीकष्टी होता. तो बूट खरेदी

करण्यासाठी बाहेर पडला. रस्त्यात त्याला एक अपंग दिसला, ज्याला पायच नव्हते. तेव्हा आपण पंगू नसल्याबद्दल त्याने देवाचे आभार मानले.

पेरते व्हा!

एक म्हातारा माणूस झाडाची रोपे रस्त्याच्या कडेने लावत होता. त्या रस्त्याने जाणाऱ्या एका तरुणाने त्याला विचारले, ''आजोबा, तुम्ही ही झाडं का लावताय? कारण तुमच्या हयातीत हे झाड कधी वाढणार आणि तुम्हाला सावली कधी मिळणार?'' म्हाताऱ्या माणसाने उत्तर दिले, ''बाळा, माझ्या लहानपणी कोणीतरी लावलेल्या झाडांची सावली आणि फळे मला चाखायला मिळाली. त्यामुळे माझ्या पुढच्या पिढ्यांना मी लावतोय त्या झाडांची सावली व फळे मिळतील, यासाठी प्रयत्न करणं ही माझी जबाबदारी आहे.''

तरुण पिढीने ही गोष्ट लक्षात घेण्यासारखी आहे. दुसऱ्यांना मदत करण्याचे, पुढच्या पिढीसाठी आदर्श निर्माण करण्याचे अनेक मार्ग तुमच्यासमोर आहेत. तुमच्या यशातून दुसऱ्याला काही नवे करण्याची प्रेरणा मिळाली, तर तुम्ही त्यांचे ताण-तणाव आणि काळजी दूर करायला साहाय्यभूत ठराल. आपल्या कृतीपेक्षाही आपल्या विचारात चांगल्या भावना आणि विचार रुजविण्याची जबरदस्त ताकद असते. आपली कृती आणि उक्ती दुसऱ्यांसाठी प्रेरणादायक ठरू शकते. त्यासाठी सतत प्रयत्नशील राहणे गरजेचे आहे. संगीतकार बिथोव्हनची अजरामर सांगीतिक कलाकृती 'मूनलाइट सोनाटा'ची जन्मकथा अशीच आहे. एका अंध मुलीने नदीचे निळेशार पाणी, गवताचे हिरवेगार गालिचे, बागेत फुलणारी विविधरंगी फुले, आकाशात गर्दी करणारे ढग, स्वच्छ सूर्यप्रकाश आणि शांत चंद्रकिरणे कधीच पाहिली नव्हती. हे सारं बघण्याची इच्छा तिने संगीतकार बिथोव्हनकडे बोलून दाखवली. बिथोव्हनच्याही मनात त्या अंध मुलीला निसर्गाच्या या वैविध्याचे दर्शन घडविण्याची इच्छा होती. त्यामुळे अपार मेहनतीने त्याने आकाश, चंद्र, सूर्य आणि सागराच्या निरीक्षणातून त्यांच्या सौंदर्याचे दर्शन घडविणारी 'मूनलाइट सोनाटा' ही धून तयार करून तिला ऐकवली.

काही लोकांना निसर्गातून प्रेरणा मिळते; काहींना प्राण्यांमधून. सूर्य, चंद्र आणि ताऱ्यांतून, सागर आणि आकाशातून, छोट्या मुलातून किंवा उडणाऱ्या फुलपाखरातूनही कधी स्फूर्ती मिळते. अशा प्रेरणेचे आपणही स्रोत झालो, तर ते खरे जीवनाचे यश म्हणता येईल. कारण आपल्या प्रत्येकात जगाला दररोज काहीतरी नवीन देण्याची शक्ती आहे, फक्त ती आपल्या कृतीतून प्रकट व्हायला हवी. 'अर्धनग्न फकिर' म्हणून महात्मा गांधींची निर्भर्त्सना करणाऱ्या जुलमी ब्रिटिश सरकारलाही महात्मा गांधींच्या सत्याच्या आणि अहिंसेच्या प्रयोगापुढे नमावे लागले. आपल्या प्रत्येकात अशाच प्रकारची एखादी सुप्त शक्ती अस्तित्वात असू शकते; फक्त त्या शक्तीचे सामर्थ्य प्रकट

करण्याचे धैर्य दाखवणे महत्त्वाचे आहे.

अभ्यास चालू ठेवा

जगाच्या शाळेमध्ये प्रत्येक क्षणी प्रत्येकाला बऱ्याच गोष्टी शिकण्यासारख्या असतात. किंबहुना क्रमिक शिक्षणापेक्षाही आजूबाजूच्या परिस्थितीचे, लोकांचे, समाजाचे अवलोकन केले, तर बऱ्याच गोष्टी शिकायला मिळतात; फक्त आपल्यात शिकण्याची 'ऊर्मी' जिवंत असली पाहिजे. यातून स्वतःचे परीक्षण आणि विश्लेषण करायची संधी आपल्याला मिळते. शिक्षणाची प्रक्रिया थांबली, की वृद्धापकाळाची प्रक्रिया सुरू होते, असं म्हणतात. व्यवस्थापनशास्त्राचे गुरू श्री. पीटर ड्रकर ३-४ वर्षांनंतर प्रत्येक वेळेला एका नव्या विषयाची निवड करत आले आणि त्या विषयाचा त्यांनी त्या ३-४ वर्षांत सखोल अभ्यास केला. अभ्यासाचा विषय जपानी कला किंवा अर्थशास्त्र असा कोणताही असायचा. त्यामुळे ३-४ वर्षे ही कालमर्यादा त्या विषयात प्रावीण्य संपादन करायला कधीच पुरेशी नव्हती. केवळ त्या विषयाची वरवरची ओळख शक्य होती. आपल्या ९५ वर्षांच्या आयुष्यापैकी ६० किंवा अधिक वर्षे ते अशा प्रकारे एका वेळेला एका विषयाचाच अभ्यास करत राहिले. नोबेल पारितोषिकविजेते इस्रायलचे पंतप्रधान तर म्हणत, की सकाळी उठल्यावर वाचन करूनच माझा दिवस सुरू होतो. मग दिवसभरात जेव्हा वेळ मिळेल, जिथे मिळेल तेव्हा आणि तिथे ही अभ्यासाची प्रक्रिया सतत चालूच राहते. साप्ताहिक सुट्टीदेखील थोर लोकांच्या रचना वाचण्यातच खर्ची पडत असे. असा सततचा अभ्यास त्यांना सदैव यशाच्या शिखरावर पोचवायला साहाय्यभूत ठरला.

'Better world, Better India' या पुस्तकात इन्फोसिसचे सर्वेसर्वा श्री. नारायण मूर्ती यांनी लिहिले आहे की, बदल घडवून आणण्यात नेता हा पहिला आणि शेवटचा महत्त्वपूर्ण घटक असतो. सतत प्रगती करत राहणे हे नेत्याचे ध्येय असायला हवे. आपल्या अनुयायांच्या aspiration सतत चेतवणे हेच त्याचे महत्त्वाचे काम असते. त्यामुळेच अनुयायांमध्ये आत्मविश्वास, ऊर्जा आणि कार्यतत्परता जागरूक राहते. भविष्याचा वेध, आपल्या अनुयायांना त्या वेधाची आणि उद्दिष्टांची जाणीव करून देणे, ध्येयाशी बांधिलकी राखणे हा नेत्याचा महत्त्वाचा गुण आहे. या अभ्यासामुळेच ध्येयप्राप्तीसाठी सर्वसमावेशक धोरण ठरवणे अशा नेत्याला शक्य होते. त्यामुळे तो स्वतः आणि त्याचे अनुयायीदेखील यशस्वी होतात.

यश मिळविण्याचे महत्त्वाचे सूत्र म्हणजे 'कल का क्या भरोसा, कल करे सो आज कर, आज करे सो अब.' म्हणजेच जी काही कृती करायची, ती ताबडतोब करणे आवश्यक असते. ती लांबणीवर टाकली, आज करू उद्या करू म्हणून टाळाटाळ केली, तर हातची संधी निघून जायची शक्यता असते. इंग्रजीमध्ये "Tomorrow never comes" अशी एक म्हण आहे. हिंदी भाषेत 'tomorrow' म्हणजे कल म्हणजे उद्या ही संकल्पना फार अनिश्चित आहे. कारण हिंदीत आधीच्या दिवसालाही 'कल' म्हणतात आणि नंतरच्याही दिवसाला 'कल' म्हणतात. त्यामुळे 'कल' म्हणजे उद्याची संकल्पना अधिक स्पष्टीकरणाशिवाय स्पष्ट होत नाही. त्या मानाने मराठी भाषेत काल-आज आणि उद्याचा वापर पुरेसा स्पष्ट असतो.

"आता कशाला उद्याची बात। बघ उडून चालली रात..." मध्ये उद्याची अनिश्चितता आणि त्यासाठी 'आजच' निर्णय घेण्याची, कृती करण्याची आवश्यकता किती आहे, हे स्पष्ट होते.

परीक्षेचा अभ्यास उद्यावर ढकलणाऱ्या विद्यार्थांना नियमित अभ्यासाचे आणि अभ्यास करणे पुढे न ढकलण्याचे महत्त्व परीक्षेच्या तणावपूर्ण वातावरणातच कळते. नियमित व्यायामाचे आणि समतोल आहाराचे महत्त्व स्थूल व्यक्तींना हृदयविकाराच्या एखाद्या झटक्यानंतरच कळते. तोपर्यंत ते व्यायाम आणि आहाराचे संतुलन उद्यावर ढकलतात. प्रवासाला निघण्यापूर्वी आरक्षण करण्याची तत्परता न दाखवणाऱ्या लोकांना प्रवासातले धक्के सहन केल्यानंतरच आरक्षणाचे महत्त्व लक्षात येते. त्यामुळे शक्यतो कोणतेही काम 'उद्यावर ढकलू नका'. महत्त्वाच्या गोष्टी तत्काळ केल्या, तर 'तत्काल' कोट्यातून जास्त पैसे भरून आरक्षण करण्याची पाळी येत नाही. एक कापसाचा व्यापारी होता. शेतकऱ्यांकडून विकत घेतलेला कापूस तो सर्वसाधारणपणे गोडाउनजवळच्या पटांगणावर साठवायचा. एके दिवशी कापसाच्या गाठी उतरवत असतांना त्या व्यापाऱ्याने माल सरळ गोडाउनमध्येच ठेवायला सांगितला. हमालांनी सुरुवातीला विरोध केला, पण व्यापाऱ्याने फारच निग्रह-हट्ट- केल्यामुळे त्यांनी तो माल गोडाउनमध्ये ठेवला. त्याच रात्री गावात मुसळधार पाऊस झाला. कापसाच्या गाठी गोडाउनमधे ठेवल्या नसत्या, तर व्यापाऱ्याचे हजारो रुपयांचे नुकसान झाले असते. काम उद्यावर न ढकलल्यामुळे हे नुकसान टळले.

यशाचे डावपेच

वेळेच्या व्यवस्थापनाइतकीच 'व्यूहरचना'ही महत्त्वाची असते. इंग्लंडच्या गणिती व्यूहरचनेने सचिनचा अभिमन्यू केल्याचे ताजे उदाहरण भारत विरुद्ध इंग्लंडच्या टेस्ट मालिकेत दिसले. देशोदेशींच्या गोलंदाजांना धडकी भरविणारी मास्टर ब्लास्टर सचिन तेंडुलकरची बॅट इंग्लिश दौऱ्यावर मात्र थंडावली होती; कारण गणिती योजना आणि आधुनिक तंत्रज्ञानाच्या मदतीने व्यूहरचना करून इंग्लंडने सचिनचा अभिमन्यू केला होता. डावाच्या प्रारंभी सचिनला ऑफ स्टंपवरील चेंडूवर खेळण्यास भाग पाडले, हेच त्याचे इंगित आहे. इंग्लंड संघाचे संगणकतज्ज्ञ नॅथन लेमन यांच्या पुढाकाराने संगणकाला खेळपट्टी आणि २२ खेळाडूंची अद्ययावत माहिती दिली गेली. या

माहितीच्या आधारावर आधी संगणकीय खेळ खेळून संगणकाकडून 'निश्चित निकाल' मिळवायचा, असे तंत्र यासाठी उपयोगी पडले. सचिन अर्धशतक साजरे करेपर्यंत आपल्या बहुतांश धावा ऑन साइडला फटके मारून काढतो, असा निष्कर्ष या संगणकीय माहितीतून निघाला. या संशोधनाचा फायदा घेऊनच एजबॅस्टनच्या कसोटीपर्यंत सचिनने सामना केलेल्या २६१ चेंडूंपैकी २५४ चेंडू हे उजव्या यष्टीबाहेर जाणारे होते. (म्हणजेच सचिन ते सोडणार!) तर उर्वरित सात चेंडूंपैकी ६ चेंडू यष्टीबाहेर (तेच फक्त सचिनला खेळायला उद्युक्त करायचे) आणि फक्त एकमेव चेंडू डाव्या यष्टीवर टाकला होता. अशा परिस्थितीत सचिन काय खेळणार? आणि कशा धावा घेणार? धूर्त ब्रिटिशांनी सचिनचा असा बकरा केला. त्यामुळे सात डावांमधे फक्त ३४, १२, १६, ५६, १, ४० आणि २३ अशा धावा करून सचिन तंबूत परतला. चार कसोटी सामन्यात २६च्या सरासरीने त्याने फक्त १८२ धावा जमवल्या. विश्वविक्रमाचा बादशहा असलेल्या सचिनवर त्याच्या शंभराव्या महाशतकाच्या उंबरठ्यावर ब्रिटिशांनी आपल्या रणनीतीने अशी चढाई केली. विरुद्ध पक्षातील फलंदाज इयान बेल, केविन पिटरसन मात्र धावांचा डोंगर रचून भारतीय फलंदाजांपुढे नवीनवी आव्हाने उभी करत होते. विजयासाठी अशी रणनीतीही प्रसंगी उपयोगी पडते आणि असं म्हणतात, की 'everything is fair in love and war.' त्यामुळे भारताला इंग्लंडच्या टीमपासून 'वाचवा रे वाचवा' म्हणण्याची पाळी आली. या रणनीतीबरोबरच स्पर्धात्मक निकोप वातावरण, विचारांची देवाण-घेवाण आणि प्रतिस्पर्ध्याला नामोहरम करायच्या विविध शक्यतांवर चर्चा या गोष्टी इंग्लिश संघाला लाभदायक ठरल्या. या रणनीतीमुळे इंग्लंडविरुद्धच्या पहिल्या तिन्ही कसोटींत पराभूत झालेल्या भारताला मालिकेसह जागतिक क्रमवारीतील अव्वलस्थानही गमवावे लागण्याची नामुष्की पतकरावी लागली. यशासाठी भारतीय संघानेही विशेष अभ्यास करून काही डावपेच लढवले असते किंवा विशिष्ट रणनीती आखली असती, तर ही नामुश्कीची पाळी आली नसती.

***

यशासाठी अधिष्ठान

जे योग्य आहे ते करणं ही अडचण नाही, तर योग्य काय हे समजणं ही खरी अडचण आहे. 'गरज ही शोधाची जननी आहे' आणि ती गरज तुम्ही भागवलीत तर यश हमखास मिळते, अशी अनेक उदाहरणे आहेत. माइक मिलिऑर्नची गोष्ट तशीच आहे. माइक लेबल बनविणाऱ्या एका कंपनीचा विक्रीप्रतिनिधी होता. टी.जी.आय. फ्रायडे रेस्टॉरंट चेन हे अशा लेबल्सचे मोठे ग्राहक होते. दुकानात असलेला खाद्यपदार्थांचा जुना माल विक्रीप्रतिनिधी सर्वांत आधी विकतील याची म्हणजे 'फूड रोटेशनची' खात्री करण्यासाठी मालावर विशिष्ट प्रकारचा टेप आणि मार्क्स (खूण) यांचा वापर ते करत. लाल निशाणी असलेला माल म्हणजे बुधवारी विकायचा माल, अशीसुद्धा युक्ती रेस्टॉरंटमधे वापरली जात होती. पण एक छोटी अडचण होती. या चिकटपट्ट्या किंवा डॉट्स थंड वातावरणात कायमस्वरूपी टिकत नसत. यावर उपाय म्हणून माइकने आपल्या कल्पनाशक्तीचा वापर करून कायमस्वरूपी टिकणाऱ्या, थंड वातावरणात चिकटून राहणाऱ्या डायडॉट्सचा शोध लावला. टी.जी.आयमध्ये त्याचा चांगला वापर झाला. ज्या अर्थी टी.जी.आय. उपाहारगृहाला अशी आवश्यकता आहे, त्या अर्थी इतर रेस्टॉरंट्सनाही ही गरज भासणार, हे ओळखून नोकरी करीत असतानाच माइकने त्याच्या पत्नीच्या मदतीने अशा डायडॉट्सची माहिती देणारे परिपत्रक अनेक रेस्टॉरंट्सना इ-मेल वर पाठवायला सुरुवात केली. त्याला मिळालेल्या प्रतिसादातून प्रेरणा घेऊन आणि लोकांची गरज ओळखून त्याने हा उद्योग मेलवर घरबसल्या सुरू केला. एक छोटी गरज ओळखून त्यावर काम करून सुरू केलेल्या या उद्योगाची व्याप्ती हळूहळू प्रचंड प्रमाणात वाढली. तेरा वर्षांनंतर एका प्रतिथयश फॉर्चुन ५०० कंपनीने लक्षावधी डॉलर देऊन या 'डायडॉट्स' (daydots) चे स्वामित्व हक्क खरेदी केले.

'मी नेहमी ऑडी गाडीच चालवतो. तुझ्याकडे काय आहे? रिक्षा की सायकल?' २००७च्या इंग्लंड दौऱ्यामध्ये भारतीय फलंदाजांना इंग्लिश क्षेत्ररक्षकांनी हा प्रश्न सातत्याने विचारला होता. आपल्या फलंदाजांना न्यूनगंड वाटेल, अशा पद्धतीने प्रश्न विचारले जात होते. अशा पद्धतीने भारतीय फलंदाजांचे मनोधैर्य खच्ची करण्याचे काम त्या मालिकेमध्ये चालू होते, अशी आठवण सुनिल गावसकर यांनी सांगितली आहे. त्यांनी असेही नमूद केले आहे की, सचिन तेंडुलकरला हा प्रश्न विचारण्याची हिंमत कुणीही केली नाही. पण इतरांमधील कमतरतेवर कायम बोट ठेवण्याचा मानवी स्वभावच यातून दिसतो. अर्थात, आता क्रिकेटमध्येही परिस्थिती खूप बदलली आहे. इंडियन प्रीमियर लीगच्या घवघवीत यशाने भारतीय संघ जगज्जेता ठरल्याने विश्वकरंडक स्पर्धा जिंकल्यानंतर आम्ही भारतीय बोलण्यापेक्षा करण्यावरच भर देतो, हे सिद्ध झाले आहे.

ज्या सनसनाटी वार्तांकनाने मीडिया गुगल रुपर्ट मरडॉक यांच्या 'द न्यूज ऑफ द वर्ल्ड' या नियतकालिकाला खपाच्या आणि यशाच्या शिखरावर नेले, लोकशाही स्वातंत्र्याची मिरास सांगणाऱ्या ब्रिटनच्या सत्ताकेंद्रापर्यंत आपला दबदबा निर्माण केला, त्या सनसनाटीमुळेच अखेर ते बंद करण्याची वेळ आली. मरडॉक साम्राज्य तर हादरलेच, पण पंतप्रधान डेव्हिड कॅमेरून यांची सत्ता धोक्यात आली. स्कॉटलंड यार्डच्या प्रमुखाला पायउतार व्हावे लागले, इतकी या वादळाची तीव्रता होती. या संदर्भात मीडिया आणि कॉर्पोरेट, मीडिया आणि राजकारणी, मीडिया आणि पोलिस यांच्यातील संबंध कोणत्या थरापर्यंत जाऊ शकतात, याच्याही सुरस कहाण्या जगासमोर येत आहेत. यशाच्या धुंदीत लोक 'वास्तवाशी' खेळण्याच्या नादात 'विस्तवाशी' कसे खेळत राहतात, याची प्रचिती आली, त्यामुळे व्यापार- व्यवसायात नियंत्रण आणि समतोल साधावा म्हणून लोकशाहीत जे मापदंड आहेत त्यांचे कसोशीने पालन केले, तरच मिळणारे यश हे अबाधित राहते; त्यांना जर पैशाचा विळखा पडला, तर मरडॉक समूहासारखे ते उघडे पडते. धर्माच्या नौकेत बसून प्रयत्नांची वल्ही मारली तरच यशाचा किनारा दिसतो. पण यश मिळविण्यासाठी असे अवैध आणि अनैतिक मार्ग अवलंबिले, तर आलेले यशही नजरेआड होते.

आपल्याला बक्षीस (यश) मिळावे, ही प्रत्येकाचीच इच्छा असते. यामध्ये काहींना यश मिळते, काहीजणांना प्रयत्न करूनही अपयश येते, तर काहींना यश मिळूनही बक्षीस मिळत नाही, हा दैवी योग आहे. या संदर्भात ज्येष्ठ व्यवस्थापनतज्ज्ञ डॉ.प्र.चिं.शेजवलकर यांनी त्यांचा स्वत:चा जो किस्सा सांगितला, तो गमतीशीर आहे. सर म्हणतात, ''मला पारितोषिक मिळावे, अशी माझी इच्छा होती. त्या दृष्टीने मी अभ्यास केला आणि चौथा क्रमांक आला. पण कायम पहिल्या तीन क्रमांकाच्या

विद्यार्थ्यांना पारितोषिक दिले जायचे. त्यामुळे माझं पारितोषिक हुकलं. पुढच्या वर्षी माझा तिसरा क्रमांक आला, तेव्हा पहिल्या दोघांनाच पारितोषिकं दिली गेली. एका वर्षी मी प्रथमक्रमांक पटकविण्यात यशस्वी झालो, पण त्या वेळी दुष्काळ पडल्यामुळे पारितोषिकाची रक्कम दुष्काळ निधीकडे वर्ग झाली. नाउमेद झाल्यामुळे मी ज्योतिषाकडे गेलो, त्याने मला साईबाबांचा 'श्रद्धा और सबुरी' हा मंत्र दिला.'' यशासाठी श्रद्धा आणि सबुरीही फार आवश्यक आहे.

कल्पकतेतून यश

एक लाख रुपयांत 'नॅनो'कार देण्याचा प्रकल्प यशस्वी केल्यानंतर टाटा उद्योग समूहाने आता फक्त ३२ हजार रुपयात घर देण्याची योजना आखली आहे. देशातील ग्रामीण भागासाठीच ही योजना असून, कंपनीतर्फे ३० ठिकाणी 'पायलट प्रॉजेक्ट' सुरू करण्यात आले आहेत. ही घरे प्रीफॅब्रिकेटेड म्हणजेच 'प्रिफॅब' प्रकारातील असणार आहेत. कंपनीतर्फे छत, दरवाजे, खिडक्या आदींचे किट पुरविण्यात येणार आहे. या किटचा वापर करून घर जोडता किंवा 'मोडता' येणार आहे. तुमच्याकडे थोडी जागा असेल, तर फक्त सात दिवसांत हे घर उभे राहू शकते. २० चौरस मीटरच्या बेसिक मॉडेलच्या घरासाठी सुमारे बत्तीस हजार रुपये खर्च येणार आहे. थोड्याशा सुधारित ३० चौरस मीटरच्या घरासाठी (इंदिरा आवास योजनेप्रमाणे) ४५००० रुपये खर्च येणार आहे... आहे ना कल्पकता? मग अशा कल्पकतेला यश हे मिळणारच! जनगणना २०११ मधील रोचक अहवालानुसार ३०% इंडिया आणि ७०% भारत अशी परिस्थिती असताना, ग्रामीण भागातील जन्मदरात मोठी वाढ होत असताना, अशा लोकांसाठीही काही कल्याणकारी कल्पक योजना सादर केल्या, तर यश नक्कीच मिळेल.

संघर्षाशिवाय हर्ष नाही

शेतकऱ्यांच्या घरात जन्माला आलेला सर्वसाधारण मुलगा ते पोलिस उपअधीक्षक (DYSP) हा प्रवास आहे मैदानावर खेळताना अभ्यास करणाऱ्या निकेश खाटमोडे-पाटील यांचा. सोलापूर जिल्ह्यातील करमाळा तालुक्यातील केतूर-२ या गावातील जिल्हा परिषद शाळेमध्ये त्याचं प्राथमिक शिक्षण झालं. नजरेत भरेल अशी तब्येत नव्हती किंवा कुणी लक्षात ठेवावी अशी गुणवत्ताही नव्हती. अभ्यासाचा कंटाळा, घरची गरीब परिस्थिती. सगळ्याच गोष्टी विपरीत. ग्रामीण जीवन खऱ्या अर्थाने जगताना गुरांमागे जाणं, शेतात फिरणं, गावभर हिंडणं याचबरोबर क्रिकेटच्या मैदानावर अभ्यास चालू असायचा. पण अखेर यश मिळाले.

नोकरी-व्यवसाय किंवा रोजगार नाही म्हणून निराश होऊनही चालणार नाही. Empty mind is devil's workshop असे म्हणतात. त्यामुळे असे बेरोजगार तरुण

इकडे-तिकडे हिंडून वेळ वाया तर घालवतातच; पण एखाद्या वेळी अनिष्ट मार्गाला लागण्याची-समाजविघातक शक्तींकडे आकृष्ट होण्याची- शक्यता असते. अशा तरुणांनी महाराष्ट्राबाहेरून येणाऱ्या आणि छोटेमोठे व्यवसाय करून आपला आणि आपल्या कुटुंबाचा उदरनिर्वाह चालविणाऱ्या तरुणांचा कित्ता गिरवायला हवा. उदाहरणार्थ, बिहार आणि उत्तर प्रदेश या राज्यांतील सात युवक महाराष्ट्रात सर्वत्र फिरून बासऱ्यांची विक्री करून आपला उदरनिर्वाह करतात, हे लक्षात घेण्यासारखे आहे. पंढरपूर, फलटण, म्हसवड, औरंगाबाद, शिर्डी, नगर, पुणे अशा मोठ्या शहरांत राहून आपल्या आवडीला आणि कलेलाच आपल्या उदरनिर्वाहाचा व्यवसाय बनविण्याचे यश त्यांनी मिळविले आहे.

प्राणी, मानव आणि संगणक यांच्यात काही मूलभूत फरक आहेत. प्राण्यांमध्ये बऱ्याच गोष्टी माणसासारख्या असल्या, तरी प्राण्यांना 'आपण' कोण आहोत, हा प्रश्न पडत नाही. त्यांना स्वत:चे ज्ञान, आत्मजाणीव नसते. माणसाला मात्र 'आत्मजाणीव-आत्मभान' असते. माणसाला आपण कोण आहोत, हे समजते व आपण नेमके कोण आहोत, हा प्रश्नही पडतो. आपले या विश्वाच्या पसाऱ्यात नेमके स्थान कोणते? त्याचा व आपला काय संबंध आहे? असे प्रश्नही माणसालाच पडतात. या प्रश्नांची उत्तरे शोधताना त्याला विचार करावा लागतो. हा त्याच्या व्यापक आत्मजाणिवेचाच भाग असतो. विचारशक्तीच्या देणगीमुळे मनुष्य आपल्या अस्तित्वाचा अर्थ लावण्याचा प्रयत्न करतो. आपण कशासाठी आहोत, आपल्या जगण्याचे प्रयोजन काय, या प्रश्नांचा विचार फक्त माणूसच करतो. त्यातूनच कामातील समाधान, आव्हानांना सामोरं जाण्याची प्रेरणा मिळते आणि तो यशस्वी होतो.

मंगलमूर्ती आणि यशाचा मंत्र

कोणतेही काम यशस्वी व्हावे, यासाठी सुरुवातीला श्री गणेशाची प्रार्थना करण्याची पद्धत आहे. श्री गणेश ही मूलाधारचक्राची देवता होय. कोणत्याही गोष्टीचे मूळ पक्के असले, की काम पूर्णत्वास नेणे शक्य असते. श्री गजाननाच्या हत्तीच्या डोक्यापासूनही बोध घेण्यासारखा आहे. हत्तीच्या हलणाऱ्या कानाप्रमाणे आपण सतत जागरूक राहायला हवे. माणसाने ऐकण्याची प्रवृत्ती वाढवावी, स्वत:चे कान हत्तीच्या कानाप्रमाणे मोठे करावेत. चेहऱ्याच्या मानाने हत्तीचे डोळे खूपच लहान असतात. दूरदर्शीपणा आणि परिस्थितीची समजूत एका दृष्टिक्षेपात करून घेणे, डोळे लहान असले तरी शक्य असते. श्री गजानन ही बुद्धीची देवता आहे. श्रुती, स्मृती वाढवून, बुद्धीला चालना दिल्यानेही बुद्धीची देवता असणाऱ्या गणपतीची उपासना होऊ शकते. कुठलीही वस्तू खाण्यापूर्वी त्या वस्तूचा सुगंध घेऊन ती वस्तू आपल्याला पोषक आहे की नाही, हे ठरविण्याचे काम हत्तीची सोंड करते. नंतरच त्या वस्तूचा स्वीकार करून

वस्तू स्वत:च्या तोंडात घेतली जाते. यशासाठी धडपडणाऱ्या प्रत्येक व्यक्तीनेही तसेच परिस्थितीचे ज्ञान करून घेणे फार आवश्यक आहे. पार्थिव गणपतीचे पूजन सतत शांत राहण्यासाठी, प्रत्येक निर्णय विचारपूर्वक कृतीत आणण्यासाठी व अभ्यासासाठी आवश्यक आहे. त्यामुळे मन व मेंदू शांत राहतो आणि निर्णय योग्य प्रकारे घेतले जातात. शरीरातील षट्चक्रांवर ज्यांचा ताबा आहे, अशा व्यक्ती आयुष्यात विजय व समृद्धी मिळवून इतरांच्याही उपयोगी पडतात.

पुराणात जगन्नियंत्या भगवान श्री विष्णूचे जे वर्णन केले आहे, त्याप्रमाणे भगवान अथांग सागरात अनंत नागाच्या वेटोळ्यावर विराजमान झाले आहेत आणि नागदेवतेने त्यांच्या डोक्यावर छत्र धरले आहे. हा पंचमुखी नाग, समुद्राचे अकांड-तांडव, लहरी आणि समुद्रातील मगरी-सुसरींसारख्या हिंस्र श्वापदांचे सान्निध्य असूनही भगवान शांत आणि प्रसन्नचित्त दिसतात. एखाद्या यशस्वी माणसाला त्याच्या यशाच्या प्रवासात अनेक गोष्टींचा सामना करावा लागतो, निर्णय घ्यावे लागतात आणि स्थितप्रज्ञ व आनंदी राहायला हवे, ही प्रेरणा या जगन्नियंत्याच्या स्मरणानेसुद्धा होते.

यशस्वी माणसाला स्फोटक परिस्थितीचा सतत सामना करावा लागत असल्यामुळे शारीरिक आणि मानसिक संतुलन आवश्यक असते. हे संतुलन योग्य वेळी विश्रांती घेऊन पुन्हा कार्यमग्न होण्यासाठी आवश्यक असते. पण असा विरंगुळा आणि विसावा शोधला नाही, तर मग मनुष्य चिडचिडा होतो. प्रसंगी आपले संतुलन गमावून बसतो. त्यामुळे यश मिळविण्यासाठी रागावर नियंत्रण ठेवणं आवश्यक आहे. काही लोकांना विनाकारणच असं वाटतं, की रागावल्याशिवाय लोकांकडून काम करून घेता येत नाही. यशस्वितेचे धडे गिरवताना 'रागनियंत्रण' हे यश मिळविण्यासाठीचे महत्त्वाचे सूत्र मानले जाते. बऱ्याच वेळा पराकोटीच्या वैफल्यातून, असफलतेच्या जाणिवेतून किंवा असहायतेतून रागाचे प्रगटीकरण होते. या रागामुळे इतरांना तर दु:ख होतेच; पण स्वत:लाही शारीरिक आणि मानसिक त्रास होत असतो. माणूस हिंस्र बनून गुन्हा करायला प्रवृत्त होतो. स्वत:च्या आणि इतरांच्या समृद्धीला हानिकारक ठरू शकतो.

हिमालयातील प्रत्येक मोहिमेत शेर्पांचा सहभाग हा अतिशय महत्त्वाचा असतो. ते मोहिमेतील 'लाइफलाइन' असतात. हिमालयातील हवामान वेगळे असते. एव्हरेस्टचा नूर प्रत्येक वेळी वेगळा असतो. आपण परतणार आहोत की नाही, याचा भरवसा नसतो. मात्र, मरणाची भीती मनातून कधीच निघून गेलेली असेल, तरच नेपाळचा कामी शेर्पासारखा गिर्यारोहक तब्बल अकरा वेळा एव्हरेस्ट सर करण्यात यश मिळवू शकतो.

नगर जिल्हा परिषदेत मुख्य कार्यकारी अधिकारी असलेल्या श्रीमती रूबल गुप्ता यांनी यशाचा ध्यास घेऊन सामाजिक बंधने तोडीत आय.ए.एस.चे शिखर सर केले.

ती कहाणीही रोचक आहे. त्या म्हणतात, ''माझा जन्म राजस्थानातील अत्यंत मागास असलेल्या टोंक जिल्ह्यातील देवली या गावी झाला. वडील प्रतिथयश व्यापारी. पुरुषप्रधान सामाजिक वातावरणामुळे संघर्षाची बीजं लहानपणीच रुजली. गावात चांगली शाळा नव्हती. मिशनरी शाळेत प्राथमिक आणि सरकारी शाळेत माध्यमिक शिक्षण पूर्ण झाले. दहावीला गुणवत्ता यादीत येऊनही उच्च शिक्षणासाठी गावाबाहेर जाण्याची समाजमान्यता नव्हती. मुलींनी महाविद्यालयात जाणं समाजाला रुचणारं नव्हतं. त्यामुळे गावात राहूनच बारावी आणि पदवीचं शिक्षण पूर्ण केलं. भारतीय प्रशासन सेवेत जाण्याची तीव्र इच्छा असल्यामुळे थेट दिल्ली गाठून आय.ए.एस.साठी तयारी करण्याचा निश्चय केला. 'शादीकी उमर है, बाहर भेजना हानिकारक है, बहुत बडी गलती कर रहे हो।', असं म्हणून वडील आणि भावावर दडपण आणलं गेलं. परीक्षा पास होऊन मुलाखतीची वाट बघत असतानाच वडिलांचा निर्णय, 'आता शिक्षण बंद. राजस्थानला लवकर ये. तुझं लग्न करायचं आहे.' सामाजिक दबावामुळे परतीचा निर्णय घ्यावा लागला. परंतु अंतिमत: पूर्ण भारतात ५९वी रँक मिळवून भारतीय प्रशासन सेवेत निवड झाली. टोंक जिल्ह्यातील पहिली महिला आय.ए.एस. होण्याचा मान मिळवला.''

❋❋❋

यशासाठी प्रेरणा

भीती वाटते तुम्हाला जेव्हा होते कृती चुकीची
शक्ती जाते, इच्छा मरते, नव्या मार्गाने धावायची
विचारता तुम्ही मित्रांना आणि सहकर्मचाऱ्यांना
आपली भीती आणि शंका सांगता सर्वांना
समजा वेळ आली आहे मार्ग बदलण्याची
जुने सोडून प्रयत्न करून नव्या वाटेकडे वळण्याची।

लाटांच्या माऱ्याने आणि वाऱ्याच्या जोराने
जेव्हा भरकटेल तुमची जीवननौका
निराशेचे ढग आणि अडचणींचे धुके
झाकोळेल तुमच्या यशाचा प्रकाश
समजा वेळ आली आहे मार्ग बदलण्याची
यश मिळविण्यासाठी आणि किनारा गाठण्यासाठी
अधिक अधिक प्रयत्न करण्याची ।

लोक जेव्हा हसतील तुमची फजिती बघून
उडवतील हसे आणि करतील टीका समरसून
जग साशंक होईल आणि तुम्ही चिंतेने व्याकूळ
सगे, सोयरे, मित्र आणि जवळचे सगळे जातील सोडून
समजा वेळ आली आहे तुमचे अस्तित्व सिद्ध करण्याची
बाह्या सावरून नवी झेप घेऊन कर्तृत्व सिद्ध करण्याची.

जेव्हा अपयश येते तुमच्या नशिबाच्या वाट्याला
प्रयत्न करण्यासाठी सोडून देते फक्त तुम्हा एकट्याला
मित्र तुमचे बनतील शत्रू, धोका पोचेल, जीव आणि वित्ताला
श्रद्धा, सचोटी, नीती आणि अनीती पोखरतील विचारांना
समजा, वेळ आली आहे
फिनिक्स पक्ष्याप्रमाणे राखेतून उभारी घेण्याची !

काही नवे निर्माण करण्याची ऊर्मी असेल तर माणूस कार्यप्रवृत्त होईल आणि यशपण मिळवेल. ही ऊर्मी 'स्वयंकेंद्रित' न ठेवता 'सर्वसमावेशक' असावी.

कारितास इन व्हेरितात

ज्ञानेश्वरमहाराजांनी फार पूर्वी सांगितलेली 'वसुधैव कुटुंबकम्'ची संकल्पनाच पाश्चात्त्यांचे धर्मगुरु सोळावे बेनिडिक्ट यांनी नव्या युगात मांडली आहे. अध्यात्माच्या आणि नैतिकतेच्या दृष्टिकोनातून पोपनी आजच्या आर्थिक प्रश्नांसंबंधी विचारमंथन केले आहे. आर्थिक मंदीवर जगभरात विचार करण्यासाठी खल चाललेला असताना हे विचारमंथन मार्गदर्शक आहे. निव्वळ नफा हे उद्दिष्ट असलेली भांडवलशाही अर्थव्यवस्था कालबाह्य झाली असून, कमाल नफ्याचा विचार न करणाऱ्या नव्या व्यवस्थेचा शोध घेणे म्हणजेच 'सत्याला करुणेची चौकट' ही संकल्पना यात समाविष्ट आहे. विवेकी माणसाने सत्याचा शोध सतत चालू ठेवायला हवा. सेवा म्हणजे केवळ भावुकता नाही; तर ती वास्तवापासून जन्मलेली असावी. मी इतरांना मदत का करावी? केवळ करुणेने प्रेरित होऊन, भावनेने भारावून जाऊन की कर्तव्यबुद्धिमुळे हा विचार करुणेत हवा. कर्तव्य म्हणून मी जेव्हा इतरांना मदत करतो, तेव्हा त्यांचे जे आहे ते त्यांना परत करतो इतकेच! त्यामुळे करुणा ही कर्तव्यबुद्धिच्या पलीकडची गोष्ट आहे. माझे जे आहे ते प्रेमामुळे मी इतरांना देत असतो, त्याला न्यायबुद्धीची जोड असतेच. इतरांच्या साहाय्याने मी जे मिळवले आहे, ते परत करणे हा न्यायाचाच भाग आहे. हा विचार यश मिळवताना प्रत्येकाने करायला हवा.

दानधर्म करणे पुरेसे नाही, तर त्याला न्यायाची व प्रेमाची जोड हवी. कारण न्यायधर्म आणि प्रेमधर्म यांची फारकत करता येत नाही. प्रेमाने व न्यायाने प्रेरित होऊन दान केल्याने ना देणाऱ्याच्या मनात उपकारबुद्धीची भावना असते, ना घेणाऱ्याच्या मनात लाचारीची भावना असते. 'सब भूमी गोपालकी' या वचनाप्रमाणे जे एखाद्याला मिळालेले आहे, ते वरदान आहे. ते तो गरजवंतांबरोबर विभागून घेत असतो, हा भाव स्वत:चे यश साजरे करण्यामध्ये असला पाहिजे. जागतिकीकरण मुळात चांगले किंवा वाईट नाही, तर त्या धोरणाचे आपण काय करणार आहोत, हा खरा प्रश्न आहे. जागतिकीकरणामुळे देशांच्या भौगोलिकच नाही तर सांस्कृतिक सीमारेषा पुसट झाल्या

आहेत. मानवाच्या एकतेचे, आपल्या पूर्वजांनी, साधुसंतांनी पाहिलेले 'वसुधैव कुटुंबकम्' हे स्वप्न सत्यात उतरण्याची शक्यता निर्माण झाली आहे. मात्र जागतिक पातळीवर सांस्कृतिक समरसता साधताना माणूस आणि मानवी समाज केंद्रस्थानी असला पाहिजे. जागतिकीकरणाचे धोरण यशस्वी होण्यासाठी भ्रातृभावाची (सॉलिडॅसिटी) जोपासना करणे आवश्यक आहे. बाजारपेठ म्हणजे संपत्ती गोळा करण्याचे किंवा ती गमावण्याचे साधन नसून सामाजिक बांधीलकी जपण्याचे ते साधन मानले, तर आपल्या यशाला खरा अर्थ प्राप्त होईल.'जिकडे पहावे तिकडे माझी भावंडे आहेत, सर्वत्र खुणा मला माझ्या प्रेमाच्या दिसताहेत', असे केशवसुतांनी म्हटल्याप्रमाणे यशाचे रूपांतर परस्परप्रेमात झाले पाहिजे. यशस्वी उद्योग म्हणजे नफ्यातला उद्योग, असे समीकरण आहे. नफा मिळवणे चांगले आहे; परंतु तो कमावताना साधनांची शुचिता पाळण्याचे तारतम्य बाळगून नफ्याचा विनियोग योग्य प्रकारे करण्याचे भान यशस्वी माणसाने राखले पाहिजे. नफ्याचे समाजहितापासूनचे(कॉमन गुड) नाते तुटले, तर संपत्तीचा नाश होतो व दारिद्र्यात वाढ होते. एन्रॉन, झेरॉक्स, लेहमन ब्रदर्स, सिटीबँक, सत्यम, लॉइड फायनान्स अशा अनेक उद्योगांच्या पडझडीतून गेल्या दशकात हे सिद्ध झालेले आहे. देशात किंवा परदेशात केलेल्या आर्थिक गुंतवणुकीमुळे समाजाला खूप लाभ झाला आहे; मात्र त्यासाठी सामाजिक न्यायाचे भान बाळगले गेले पाहिजे. जिथे संपत्ती निर्माण केली जाते, तेथील लोकांचे हित ध्यानात घेतले गेले, तर मिळणारे यश कामयस्वरूपी होईल. दुर्दैवाने अल्पकालीन फायद्याच्या मोहाने अनेक उद्योगधंदे धोक्यात आले आणि कित्येक लोक भिकेला लागले, बेकारांचे लोंढे वाढले आणि समाजाचे स्वास्थ बिघडले. हा पूर्वेतिहास यशस्वी माणसाने लक्षात घ्यायला हवा. अर्थव्यवस्थेला नैतिकतेची जोड देऊन, लोभावर नियंत्रण ठेवून, सर्व माणसांचा आणि समाजाचा विकास ध्यानात घेऊन यशस्वी माणसाने आपली विकासनीती आखली, तर अपयशाचे चटके सहन करण्याची वेळ येणार नाही. बँका ग्राहकसाक्षरतेच्या उपक्रमातून उद्योग ही सामाजिक बांधीलकी जपण्याचा प्रयत्न करीत आहेत. उदाहरणार्थ, खाती उघडताना, ठेवी स्वीकारताना बँका नीतिनियमांचा आग्रह धरीत आहेत, आर्थिक संस्था 'बिझनेस एथिक्स'वर अभ्यासस‌त्रे आयोजित करीत आहेत, हे वाढत्या सामाजिक जाणिवेचे द्योतक आहे.

भारतासारख्या आशिया खंडातील विकसनशील राष्ट्रांना इंग्लंड, अमेरिका, जर्मनीसारख्या पाश्चिमात्य विकसित राष्ट्रांच्या पातळीवर आणले गेले पाहिजे. त्यासाठी विकसनशील राष्ट्रांत सशक्त लोकशाही सरकारे अस्तित्वात असली पाहिजेत. भारतातील लोकशाही हे उद्योजकांच्या यशस्वितेला पूरक असे साधन आहे, पण अनेक बाबतींत

शासनच दरोडेखोरांची भूमिका बजावत आहे. भ्रष्टाचारामुळे सर्व व्यवस्था किडलेली आहे. भ्रष्ट सरकारामुळे दारिद्र्यात लक्षणीय वाढ झाली आहे. श्रमशक्ती आणि श्रमभक्ती हा दारिद्र्य निर्मूलनावरील एक जालीम उपाय आहे. प्रत्येक यशस्वी माणूस श्रमांचा योग्य सन्मान करून समाजबांधणीत एक महत्त्वाचा वाटा उचलू शकतो. कष्ट करून आपण केवळ संपत्ती जमवत नसतो, तर आपण आपला आत्मविश्वासही घडवून आणतो. आपण करीत असलेले उत्पादन हे अखेर माणसासाठी आहे, याची जाणीव ठेवली तर आपल्या श्रमांना अर्थ प्राप्त होतो. तसेच ज्यासाठी वेतन मिळते तेच केवळ काम नाही, तर स्वयंपाक करणे, मुलांचे संगोपन करणे, बागेची मशागत करणे, निराश्रितांना आधार देणे, वृद्धांची काळजी घेणे हेदेखील कामच आहे. बचतगट, स्वयंसेवी संस्था, पतपेढ्या, सहकारी संस्था, ग्राहक संरक्षण मंच यांना प्रोत्साहन दिले, तर यशस्वी माणसाचे यश आधिक व्यापक होईल.

वाढती लोकसंख्या विकासाला मारक ठरते, असे म्हटले जाते. पण ते चुकीचे आहे. लोकसंख्या ही राष्ट्राची संपत्ती आणि यशस्वितेचे साध्य ठरू शकते, हे भारत आणि चीनसारख्या सध्या आर्थिक प्रगतीत अग्रस्थानी असलेल्या राष्ट्रांच्या घोडदौडीवरून सिद्ध झाले आहे. फक्त ते यश टिकण्यासाठी सततच्या प्रयत्नांची, सर्वंकष बांधीलकीची आणि नफ्याबरोबरच नीतिमत्ता राखण्याची जरुरी आहे. विकसित देशांत बालमृत्यूचे प्रमाण अत्यल्प असून, सर्वसाधारण जीवनमान उंचावले आहे; परंतु त्याचबरोबर त्या देशांतील जननदराने नीचांक गाठल्यामुळे त्यांच्या विकासावर अनिष्ट परिणाम होत आहे. लोकसंख्यासमृद्ध देशांच्या मानाने विकसित देश अधिक म्हातारे होत आहेत, हे सिद्ध झालेले आहे. यासाठी 'ह्यूमन इकॉलॉजी' सांभाळणे महत्त्वाचे आहे. मानवी जीवनाचा नेहमी आदर केला पाहिजे. निसर्गाचा विध्वंस करून आपण प्रगती साध्य करू शकत नाही. म्हणूनच पर्यावरणाचा तोल राखणे ही प्रत्येकाला आपली जबाबदारी वाटली पाहिजे. निसर्ग ही देवाची देणगी आहे. नैसर्गिक साधनसामग्रीवर गोरगरिबांचा आणि भावी पिढ्यांचा हक्क आहे, याची जाणीव विकास साधताना आणि यशाची शिखरे चढताना प्रत्येकाने ठेवली पाहिजे. अखिल मानवजात हे एक कुटुंब आहे, गरीब देशांतील तरुणांनाही प्रगती साधायची संधी आहे, हे श्रीमंत राष्ट्रांनी लक्षात घेतले पाहिजे. यासाठी ऊर्जेचा मर्यादित वापर करून पर्यायी उर्जास्रोतांचा विकास आणि संशोधन केले पाहिजे. आपल्या यशाचा पुनर्विचार आणि पुनर्मूल्यांकन सतत करीत राहिले, तर भविष्यातील पर्यावरणविषयक अनेक धोके टाळता येतील.

यासाठी गीतेचे तत्त्वज्ञान मार्गदर्शक ठरेल. श्रीमद्भगवद्गीतेत संपूर्ण जीवनव्यवस्था, कुठले काम करावे, कशा तऱ्हेने करावे, काम करत असताना कामाचा आनंद कसा मिळवावा, काम केल्यावर मिळणाऱ्या मोबदल्यावर केवळ लक्ष ठेवू नये, यासंबंधी

यश तुमचेच आहे । १११

विवेचन आहे. ज्यांना हे कळत नाही, त्यांनी दुसरा सोपा मार्ग कुठला पत्करावा अशा तऱ्हेने वेगवेगळ्या प्रकृतीच्या व वेगवेगळी समज असलेल्या व्यक्तींना समजेल अशा रीतीने सोप्या भाषेत सांगितले आहे. आधुनिक युगात नाना तऱ्हेचे धर्म, देश या जगात नांदत आहेत, त्यांचे आपापले स्वार्थ, मागण्या आहेत. स्वत:चे अस्तित्व टिकवून ठेवण्यासाठी प्रत्येकाला झगडावे लागत आहे. अशा परिस्थितीत यश मिळविण्यासाठी गीता मार्गदर्शक ठरेल; कारण 'श्रीमद्भगवद्गीता' हा जीवनग्रंथ आहे. संपूर्ण मानवजातीला जीवनाच्या सर्व अवस्थांमध्ये मार्गदर्शन करणारा, कोणत्याही ठिकाणी कोणत्याही वेळी यातील ज्ञान उपयुक्त ठरेल, असा 'वेदांमधल्या प्राचीन ज्ञानाचे' अमृत देणारा हा ग्रंथ आहे.

भगवद्गीतेतील 'पांडव' म्हणजे पंचतत्त्वांवर आधारित संरचना आणि मामक म्हणजे हे माझे, ते माझे करणारी अहंवादी प्रवृत्ती यांच्यातील युद्धाचे वर्णन आहे. आपल्या मर्यादांचा अहंकार व माझेपणाची भावना यांच्या विरोधात नैसर्गिक प्रेरणा आणि थांबविता न येणाऱ्या बलांचे हे युद्ध आहे. यामागची मानसिक कारणे दाखवून देताना गीतेमध्ये स्वार्थीपणा, हाव आणि अभिलाषा यांतून समस्या निर्माण होतात असे म्हटले आहे. वासनांमुळे क्रोध निर्माण होतो, त्यातून स्मृती नष्ट होते, मती भ्रष्ट होते आणि सर्वनाश होतो. त्यामुळे यशाच्या मार्गावर गीतेचे मार्गदर्शन महत्त्वाचे आहे.

व्यक्ती तितक्या प्रकृती

वेदांमध्ये सत्त्व, रज व तम या नावाने ओळखल्या जाणाऱ्या तीन मूलभूत गुणांचे वर्णन केलेले आहे. सात्त्विक प्रवृत्तीची व्यक्ती सातत्याने अधिक शुद्ध, पारदर्शक जीवन जगण्याचा प्रयत्न करत असते. स्वत:चा विकास साधत इतरांना मदत करण्याचा अशा व्यक्तीचा प्रयत्न असतो. त्याखालोखाल येणाऱ्या रजोगुणाच्या व्यक्ती असतात. आपल्या गुणांबद्दल त्यांना मोबदल्याची अपेक्षा असते. तमोगुणी व्यक्ती आळशी, कष्टाविना मोबदल्याची अपेक्षा करणाऱ्या असतात. इतरांचे नुकसान झाले तरी चालेल, पण आपला लाभ व्हायला हवा, अशी त्यांची प्रवृत्ती असते. अशा व्यक्ती कोत्या बुद्धीच्या व स्वत:पुरते पाहणाऱ्या असतात. यशस्वी माणसाने यासाठी नेहमी सद्गुणांची साथ राखली पाहिजे. मानवी बुद्धीला निर्णय घेणे कठीण होते, तेव्हा अशा व्यक्तीला गोंधळात टाकणाऱ्या स्थितीमध्ये गीतोपदेश उत्तम मार्गदर्शक ठरतो. जगण्याची कला आणि जीवनाचे शास्त्र समजून घ्यायला गीता मदत करते. मनुष्यमात्रांमध्ये फूट पाडण्यासाठी किंवा युद्ध, हिंसा करण्यासाठी गीतेचा संदेश नसून सर्व मनुष्यमात्रांना समतेचा व मानवतेचा संदेश गीता देते.

जगण्याची कला आणि जीवनाचे शास्त्र समजून घेऊन यश मिळवण्यासाठी

मानसिक परिपक्वता महत्त्वाची असते. टेनिसपटू मिलॉस रॉनिक टेनिसमध्ये जागतिक क्रमवारीत पहिल्या २५ खेळाडूंमध्ये गणला जातो. २०१०च्या सुरुवातीला रॉनिक १५० व्या क्रमांकावर होता आणि खेळात सुधारणा करण्यासाठी मानसिक परिपक्वता साधून रॉनिकने आता जागतिक क्रमवारीत ३१वे स्थान पटकावले आहे.

यशस्वी माणसाच्या यशाबरोबर त्याच्या यशाच्या प्रवासात काही आख्यायिकाही जोडल्या जातात. त्या तर्कसंगत असतातच असे नाही; पण यशाच्या झगमगाटात ऐकणारा त्या गोष्टीही खऱ्या मानायला उद्युक्त होतो. दक्षिणेतला (टॉलिवूडमधला) यशस्वी सुपरस्टार रजनीकांतच्या अफाट शक्तीच्या आणि युक्तीच्या अशा अनेक आख्यायिका प्रचलित आहेत. गंमत म्हणून एक दाखला दिला जातो. एकदा रजनीकांत आणि मराठीतीतल ज्येष्ठ नट अशोक सराफ एकमेकांना भेटतात. तेव्हा रजनीकांत रुबाबात सांगतो की, ''माझ्या लहानपणी आमच्या गावात लाइट नसायचा तेव्हा मी अगरबत्तीच्या प्रकाशात अभ्यास करायचो.''(रजनीकांत अर्थातच काहीही करू शकतो) पण हार मानेल आणि शरण जाईल तो मराठमोळा अशोक सराफ कसला? तो उत्तरतो,''माझ्या गावात तर लाइट आणि अगरबत्ती दोन्हीही गोष्टी नव्हत्या. मग काय? माझ्या 'प्रकाश' नावाच्या मित्रासोबतच मी अभ्यासाला बसायचो. एकदा तर अडचणच झाली. नेमका पाऊस पडला आणि प्रकाश भिजला! मग माझ्या 'ज्योती' नावाच्या मैत्रिणीच्या साथीने अभ्यास उरकावा लागला.''

आपण कार्यरत असलेल्या क्षेत्रात उत्तम यश मिळवायचे असेल, तर अनेक अडचणींचा सामना करावा लागतो. पण अडचणी आल्या म्हणून थांबणारा, अडखळणारा किंवा दोन पावले मागे फिरणारा यशाच्या रस्त्यावर मार्गक्रमण करूच शकत नाही. याउलट, अंगभूत कौशल्याच्या बळावर, आपल्या अवगुणांवर मात करून आणि आपल्या कमजोरीलाच आपली ताकद बनवून जो धैर्याने पुढे जाईल, त्यालाच यश मिळते. कोणती आहेत ही कौशल्ये?

१) आशावादी राहा आणि सकारात्मक विचार करा.

२) स्वप्न प्रत्यक्षात साकारण्याची जिद्द बाळगा.

३) प्रत्येक काम वेळेवर नाही तर वेळेआधी करण्याची सवय लावा.

४) स्वत:ची जबाबदारी ओळखा व ती मान्य करा.

५) अडचणींच्या प्रसंगी स्वत: निर्णय घ्यायला घाबरू नका. निर्णय चुकेल म्हणून वेळकाढूपणा केलात, तर अडचणी अधिक त्रासदायक ठरतील. एखादा निर्णय चुकेल; पण त्यामुळे योग्य निर्णय घेण्यासाठी मार्ग प्रशस्त होईल.

६) आपले विचार, आपली कल्पना परिणामकारकपणे स्पष्ट करा.

यश म्हणजे उत्कृष्टतेकडे जाण्याचा ध्यास. त्यामुळे त्या ध्यासाने प्रेरित होऊन

प्रयत्न केलेत, तर 'प्रयत्नांती परमेश्वर' नक्कीच भेटतो. मी हे केलं किंवा मी हे करू शकलो नाही, म्हणजे जीवन नव्हे; तर मी प्रयत्न केला आणि मी लढलो हे म्हणजे खरं जीवन आहे. असं जीवन जगताना अपयशातही यश दिसू शकते.

यासाठी आपल्या व्यक्तिमत्त्वाशी निगडित कोणत्या जीवनमूल्यांची आणि आवडीनिवडींची सांगड आहे आणि ते सुसंगत आहे का? याचा आढावा प्रत्येकाने घेत राहिले पाहिजे. वय वाढले तरी थोड्याफार फरकाने मूळ जाणिवा आणि कल्पना तशाच राहतात. त्यामुळे लहानपणीच हे केले असते तर बरे झाले असते, आता (या वयात) बदल होणे अवघड आहे, असे म्हणण्याची पाळी तुमच्यावर येणार नाही. मनात खोल रुजलेले बालपणीचे संदर्भ (संस्कार) व्यक्तीच्या वागण्यातून, बोलण्यातून नेहमीच प्रतिबिंबित होत राहतात. माणसाने आपला स्थायिभाव ओळखला आणि जपला, तर 'या गोष्टी पूर्वीच मी करायला हव्या होत्या, मी आयुष्याचा बराच काळ वाया घालवला', असे म्हणण्याची पाळी त्याच्यावर येणार नाही. यश मिळविण्यासाठी ही गोष्टही फार महत्त्वाची असते. जीवनात अनेक आव्हानांना सामोरे जावे लागत असले, तरीही भूतकाळातील संचितच वर्तमान आणि भविष्य सावरायला उपयोगी पडतं.

आपण वर्तमानात असतो, थांब म्हणेपर्यंत काळ पुढे सरकलेला असतो. त्यामुळे प्रत्येक क्षण निसटणारा आहे, हे जाणून घेऊन भविष्याची बांधणी माणसाने करायला हवी. 'जे ब्रह्मांडी ते पिंडी', त्यामुळेच ते कळायला अवघड आहे. हरिद्वारला जाऊन गंगेत बुडी मारणे सोपे आहे; पण शरीरातील गंगा-शरीरधर्म-वृत्ती समजावून घेणे अवघड आहे. त्यामुळे रोजगार किंवा स्वयंरोजगार निवडताना निरीक्षणशक्ती, कल्पनाशक्ती, श्रमप्रतिष्ठा, समाजाची गरज ओळखून स्वअभ्यास करणं महत्त्वाचं आहे. माझा पिंड काय आहे आणि ब्रह्मांडाला त्याचा मी कसा उपयोग करून देऊ शकतो, याचा विचार करणं आवश्यक आहे. हा विचार केला, तर नवीन व्यवसाय करताना, नवीन आव्हानं स्वीकारताना किंवा नव्या वाटेवर चालताना भीती वाटणार नाही. सहजपणे एखादी गोष्ट करण्याचा धीर होत नसेल, पण ती गोष्ट करायची इच्छा जर असेल, तर मागे न फिरता समविचारी लोकांना, बेरोजगार मित्रांना बरोबर घेऊन, चारजणांनी एकत्र येऊन सहकारी तत्त्वावर सेवा सोसायट्या स्थापन करूनही आपले उद्दिष्ट साध्य करता येईल. अशा योजनांना प्रोत्साहित करण्याच्या उद्देशाने सरकारनेही भरघोस मदतीचा हात पुढे केला आहे. पण हे करताना त्यासंबंधीचे सर्व बारकावे माहीत करून घेतले तरच यश मिळेल. उदाहरणार्थ,

१) सुशिक्षित बेरोजगारांची सेवा सहकारी सोसायटी स्थापन करण्यासाठी कमीत कमी अकरा उमेदवारांनी एकत्र येऊन स्वतःची अधिकृत नोंदणी रोजगार आणि

स्वयंरोजगार मार्गदर्शन केंद्रामध्ये करायला हवी. २०१२ हे वर्ष 'सहकारसमृद्धीचे वर्ष' होते. एकट्यादुकट्याला न जमणारे अवघड काम सहकाराच्या माध्यमातून साकार झाल्याची अनेक उदाहरणे महाराष्ट्रात आहेत. दूध आणि दुग्धजन्य पदार्थनिर्मितीत अग्रेसर असणारा 'अमूल'उद्योग, गृहउद्योग आणि पापड, डिटर्जंटसारख्या उत्पादनात नावलौकिक मिळविलेला 'लिज्जत उद्योग समूह', वारणा बाजार, रायगड बाजार यांसारखे रिटेल क्षेत्रातील उद्योग आणि साखर उद्योग महाराष्ट्रात भरभराटीला आले आहेत. पण त्यासाठी प्रत्येक व्यक्तीने सहकाराची साथ मिळवली, तर त्या व्यक्तीला यशाचीही साथ हमखास मिळते. स्वर्गीय वसंतदादा पाटील, कर्मवीर श्री. भाऊराव पाटील, श्री. कुरीयन, पैसा फंडाचे ओगले (पटवर्धन) अशा अनेकांनी सहकाराचे महत्त्व ओळखले आणि यशस्वी उद्योगाची मुहूर्तमेढ रोवली.

२) प्रस्तावित सेवा सोसायटीने रोजगार व स्वयंरोजगार मार्गदर्शन केंद्राकडून प्रमाणपत्र घेऊन साहाय्यक निबंधक/ उपनिबंधक/ सहकारी संस्था यांच्याकडे नोंदणी करून जिल्हा मध्यवर्ती बँकेत खाते सुरू करावे.

३) अशा सेवा-सहकारी सोसायट्यांना सरकारतर्फे पुढीलप्रमाणे मदत मिळते.

(क) सर्व शासकीय, निमशासकीय तसेच स्थानिक स्वराज्य संस्थांनी कंत्राटी पद्धतीने करून द्यायच्या कामांपैकी शक्य ती सर्व कामे या सोसायट्यांना द्यावीत, असा नियम आहे. यात कुरियर सेवा, कार्यालयीन साफसफाई, बिले वाटणे, रखवालदारी, अल्पोपाहार सेवा, किरकोळ दुरुस्ती सेवा इत्यादी सेवा येतात. अगदी राष्ट्रपतिभवनात आपली housekeeping सेवा पोचविणाऱ्या श्री. गायकवाड यांनी सहकारातून सेवा पुरवण्याचे उत्तम उदाहरण घालून दिले आहे.

(ख) स्थानिक स्वराज्य संस्थांनी जी व्यापारी संकुले बांधली आहेत, त्यांपैकी किमान दहा टक्के दुकाने या सोसायट्यांसाठी राखून ठेवून सोसायट्यांना ती दुकाने अल्प भाड्यात देण्यात यावीत, असा नियमही शासनाने केलेला आहे.

(ग) शासकीय, निमशासकीय, स्थानिक स्वराज्य संस्थांच्या कार्यालयात वस्तू/ मालाची खरेदी किंवा सेवेचा पुरवठा करताना निविदा भरण्यासाठी लागणाऱ्या अनामत रक्कम भरण्याच्या अटीतून या सेवा सोसायट्यांना सूट दिली जाते.

संगणकप्रशिक्षण व दुरुस्ती, दुचाकी व चारचाकी दुरुस्ती, लायब्ररी, इलेक्ट्रिशियन आणि प्लंबर सेवा, स्वच्छताविषयक सेवा, हस्तकला उद्योग, पाळणाघर, शेतीमालपुरवठा अशा अनेक उद्योगांमध्ये सहकारतत्त्वाचा वापर प्रभावीपणे करता येईल.

असं म्हणतात, की a positive anything is better than a negative nothing. म्हणजे हतबल होऊन प्रयत्न सोडून देण्यापेक्षा चिकाटीने प्रयत्न चालू

ठेवणे फार महत्त्वाचे असते. माणूस नावाच्या प्राण्याने आजवर जो प्रवास केला, त्यातला फारच थोडा इतिहास, भूगोल, धर्म, विज्ञान आणि नागरी संस्कृती या संकल्पनांमध्ये समाविष्ट करता येतो. मानवाचे एकूण 'आयुष्य' शंभर वर्षे मानले, तर त्यांतली चार-दोन वर्षेही 'संस्कृती'च्या वाटेवरून तो पुढे सरकलेला नसतो. त्यामुळेच, एकीकडे धडाकेबाज भौतिक विकास व प्रगती आणि दुसरीकडे माणसाच्या जनुकांमधून वाहत राहिलेला उत्क्रांत होणारा जैविक प्रवास यांचा ताळमेळ घालता येत नाही. त्यांच्यातला असमतोल आणि विसंवाद असंख्य प्रश्न निर्माण करतात. प्रत्येक प्रश्नावर उत्तर मिळविण्यात यश मिळविणाऱ्या माणसाने इतिहासात अनेक मानदंड निर्माण केले. प्रत्येक नव्या पिढीने परिवर्तनाचा ध्यास घेतला म्हणून तर त्यांना यशाची नवनवी क्षितिजे सर करता आली.

श्री ब्रह्मचैतन्य गोंदवलेकर महाराज म्हणतात, ''हवे-नकोच्या आग्रहात दु:ख आहे.'' हवे आहे ते मिळविण्यासाठी प्रयत्न करणे योग्यच आहे; पण हवे ते आक्रमक पद्धतीने मिळविणे ही विकृती आहे. आपल्याला हवे ते मिळविण्यासाठी आपण कोणते मार्ग स्वीकारतो, याचे भान ठेवायला हवे आणि अयोग्य मार्ग दिसत असेल, तर स्वत:ला वेळीच सावरायला हवे. अन्यथा हर्षद मेहता किंवा तेलगी यांच्यासारखी गत व्हायची. त्यांनी पत्करलेला मार्ग क्षणिक सुखाचा आणि फायदेशीर होता; पण त्या मार्गावर चालण्याची मोठी किंमत दोघांनाही द्यावी लागली. प्रयत्नांमध्ये विकृती आली, की त्याला गुन्हेगारीचे स्वरूप येते. ते स्वत:च्या आणि समाजाच्याही हिताला बाधक ठरते. काही प्रमाणात 'आग्रही' वृत्तीही अपप्रवृत्तींच्या मुळाशी असते. मी भरपूर पैसे मिळविणार, मी उत्तम व यशस्वी उद्योगपती होणार, हा आग्रह ठीक आहे पण त्यासाठी योग्य-अयोग्य, खरे-खोटे याचा विधिनिषेध न बाळगता यशाचा आग्रह धरला, तर तो दुराग्रहात परावर्तित होतो आणि आपल्या हिताला मारक ठरतो. व्यवस्थित जेवण केलेल्या माणसाला आग्रहाने आणखी खायला लावले, तर त्याचे स्वास्थ्य बिघडणारच!

ठेविले अनंते। तैसेचि रहावे। चित्ती असू द्यावे। समाधान।

हे संतवचन लोकांना 'आळशी' बनवते, असे काही लोकांचे म्हणणे आहे. त्यामुळे सतत अधिकाचा आग्रह धरा. यशाची आणि कीर्तीची कमान नेहमी चढवत ठेवा, ह्या विचाराने कित्येकदा माणसे समाधानच हरवून बसतात. त्यामुळे उत्तम शारीरिक आणि मानसिक आरोग्यासाठी 'content of wellbeing' आवश्यक आहे, असे डॉक्टरही म्हणतात. प्रयत्न करणे वेगळे आणि प्रयत्न करताना मार्गाचा, साधनांचा विधिनिषेध न राखणे वेगळे. हा फरक तुम्हाला ओळखता आला, तरच तुम्हाला खरे समाधान सापडेल. समाधान मिळविण्यासाठी प्रयत्नांना अट्टाहासाचे स्वरूप येणार नाही

ना, याची काळजी प्रत्येक यशस्वी माणसाने घेणे आवश्यक आहे.

आणीबाणीचे प्रसंग

यशस्वी व्यावसायिकांचा विचार करताना जे.पी.मॉर्गन चेस या कंपनीचे अध्यक्ष व मुख्य कार्यकारी अधिकारी श्री. जेमी डिमॉन (Jamie Dimon) यांचा उल्लेख येणे अटळ आहे. जगातल्या २५ अतिशक्तिशाली व्यावसायिकांच्या यादीत फॉर्च्युन मासिकाने डिमॉनला १५व्या स्थानावर ठेवले आहे. वॉलस्ट्रीटवर दंतकथा ठरलेल्या या माणसाने धडाडीचा बँकर, निर्दयी (savage), काटकसरी परिणामकारक नेता आणि त्याचबरोबर सामाजिक कर्तव्याची जाण असणारा उद्योजक अशीही ख्याती मिळवली आहे. सिटी ग्रुपबरोबर १६ वर्षे काम केल्यानंतर बाल्टिमोरस्थित कमर्शिअल क्रेडिट कॉर्प, शिकागोची बँक वन आणि मॉर्गन स्टॅन्लेमधे आपला करिष्मा त्याने सिद्ध केला. त्याच्या कारकिर्दीत मॉर्गन चेसने अमेरिकेतील सर्वांत मोठी आणि सर्वोत्कृष्ट बँक असा लौकिक मिळविला. २००८च्या सबप्राइम घोटाळ्याच्या काळात सबप्राइमच्या वाढत्या आकर्षणापासून दूर राहण्याचे पथ्य त्याने पाळले आणि जे. पी. मॉर्गनला संकटातून तारले. या सर्वातून यशस्वी व्यावसायिकाचे खालील गुण दिसून येतात-

१) व्यस्थापकीय कौशल्य

२) परिणामकारक नेतृत्वगुण

३) धडाडी

४) दूरदर्शीपणा

५) वास्तवाची जाणीव आणि भविष्याचा वेध घेण्याची कुवत

६) वेळेत कृती

७) कौशल्य

८) अपार कष्ट करण्याची क्षमता

९) कठीण परिस्थितीतही निर्णय घेण्याची कुवत

१०) नवे मार्ग धुंडाळण्याची क्षमता

११) नव्या गोष्टी करण्याचे धाडस

***

यशोगाथा

एकदा दलाई लामांना असा प्रश्न विचारण्यात आला, की भारतीय व चिनी लोकांमध्ये मुख्यत्वेकरून कोणता फरक तुम्हाला आढळतो? प्रथमदर्शनी त्यांची प्रतिक्रिया होती, की भारतीय लोक हे फार आळशी आहेत आणि त्यांनी बऱ्याच गोष्टी आपला शेजारी देश चीनकडून शिकण्यासारख्या आहेत. भारतामध्ये अगदी छोटेसे कारण दाखवूनही काम पूर्ण न करण्याची किंवा काम सुरूच न करण्याची जी वृत्ती सर्वसाधारणपणे दिसून येते, त्यामुळे दलाई लामांचे हे निरीक्षण वास्तवाला धरून वाटते. आज अजिबात मूडच नाही; त्यामुळे घरी बसून आराम करावा म्हणतो. क्रिकेटची मॅच आहे किंवा घरी पाहुणे किवा मित्रमंडळी आली आहेत, असे कोणतेही क्षुल्लक कारण काम टाळण्यासाठी आपल्याला पुरेसे वाटते. आपण काम करण्याकडे, कामाच्या वृत्तीकडे कोणत्या दृष्टिकोनातून पाहतो, याच्यावर आपली कामाकडे बघण्याची वृत्ती अवलंबून असते. कोणतेही काम हे केवळ बळजबरी म्हणून करायचे ठरवले, तर उद्दिष्टपूर्तीसाठी काम न होता ती निरीच्छेने केलेली कृती होते. 'तहान लागलेली असेल तर नुसते तोंड उघडे ठेवून चालणार नाही. (पाणी मिळविण्यासाठी काहीतरी कृती करावी लागेल, अशा अर्थाची चिनी भाषेत म्हण आहे.) आपला चरितार्थ चालवायचा असेल, तर कृती करणे आवश्यक आहे, असेच ही म्हण सुचवते. चिनी लोकांना मात्र कामाबद्दल प्रचंड आदर आहे. चीनमध्ये सरकारी ऑफिस-बिल्डिंगच्या बाहेर उभा असणारा पहारेकरीही अगदी सतर्क असतो आणि आळस न करता नेटकेपणे आपले रखवालदारीचे काम करत असतो. तो खुर्चीवर बसलाय किंवा पहाऱ्यासाठी वापरात असलेल्या बंदुकीचाच आधार घेऊन सुस्तावलाय, असे कधीच दिसत नाही. विरंगुळा म्हणून गप्पा किंवा चहापाण्याची मधेच सुट्टी असे तर नाहीच. दुकान असो, रेल्वे स्टेशन असो, हॉटेल, विमानतळ किंवा ऑफिस असो, चिनी

माणूस नेहमी कर्तव्यदक्ष दिसतो/राहतो. बीजिंग ऑलिंपिकचा दिमाख आणि परिपूर्णता आणि दिल्लीमध्ये झालेल्या कॉमनवेल्थ स्पर्धांमध्ये दिसलेला ढिसाळपणा, खाबूगिरी आणि अपूर्णता यांची तुलना केली, तर हे आपल्या सहज लक्षात येईल.

अनेक वर्षे पश्चिम बंगालचे मुख्यमंत्रिपद भूषविलेले श्री. ज्योती बसू म्हणतात, 'सत्यापासून शिका', अशी चिनी लोकांची धारणा आहे; पण याच्या अगदी विरुद्ध पश्चिम बंगालमध्ये सत्याकडे पाठ फिरवून कामगारांचा सततचा असंतोष खदखदत असतो. कामगारांची गाऱ्हाणी ऐकून व्यवस्थापनाने त्यावर सर्वमान्य तोडगा काढल्यावरही कामगार कामाकडे पाठ फिरवतात, कामाच्या वेळेत पत्ते खेळतात आणि कामाची जागा ही आपलीच जहागिरी आहे असे वागतात, तेव्हा त्यांना शिक्षा म्हणून काढून टाकणे किंवा आर्थिक दंड वसूल करणे व पगारकपात करणे हेच पर्याय व्यवस्थापनापुढे शिल्लक राहतात. पण सततच्या शिक्षेने माणूस निर्ढावतो आणि कर्तव्याची जाण विसरतो.

भारताला सांस्कृतिक आणि आध्यात्मिक प्रगतीची एक मोठी परंपरा आहे आणि जगात भारत हा सर्वांत जास्त स्थैर्य असणारा देश आहे, हे खरे आहे, पण सामूहिक दृष्टीने 'एकसंध' राष्ट्र म्हणून उभे राहण्याची मानसिकता नसल्यामुळे प्रत्येकजण कामाबद्दल दुजाभाव दाखवतो. वैयक्तिक दृष्ट्या प्रत्येक भारतीय सांस्कृतिक, आध्यात्मिक आणि कार्मिक दृष्टीने संपन्न आहे; पण त्याच्यामध्ये 'सामाजिक बांधीलकीची' जाणीव फार कमी आहे. याउलट, अनेक पाश्चिमात्य देशांमध्ये वैयक्तिक गुणवत्ता जरी भारतीयांपेक्षा कमी असली, तरी त्यांची सामूहिक गुणवत्ता, त्यांचे सामाजिक उत्तरदायित्व त्यांना मोठे करते. इतस्तत: थुंकणे, प्रातर्विधी करणे, अश्लील भाषा वापरणे आणि लिहिणे (सार्वजनिक मालमत्तेवर), भरून वाहणाऱ्या कचराकुंड्या आणि प्रदूषित नाले व नद्या ही भारतीयांच्या सामाजिक असहिष्णुतेची उदाहरणे आहेत. भारतातील कोणत्याही वाढत्या शहरानेच काय, पण खेडेगावांनीही या अपप्रवृत्तींवर विजय मिळविण्याचा प्रयत्न केलेला दिसत नाही. सरकारकडून उत्तम व्यवस्थापनाची अपेक्षा करणे रास्त आहे; पण या कामात आपण सरकारला किती सहकार्य करतो, हे प्रत्येकाने स्वत:ला विचारणे आवश्यक आहे. सरकार आपली 'राजकीय जबाबदारी' पार पाडते का? हा प्रश्न विचारताना समाजाचा एक घटक म्हणून तुम्ही तुमची सामाजिक जबाबदारी किती पार पाडता, हे पाहणे फार महत्त्वाचे आहे. आपल्या सांस्कृतिक वारशाचे, ऐतिहासिक वास्तूंचे योग्य रीतीने म्हणजे तिथे घाण आणि कचरा न करता, भिंतींवर आपली नावे कोरून ती विद्रूप न करता त्यांचे आहे त्या स्थितीत सौंदर्य वाढवण्याचा प्रयत्न करणे आवश्यक आहे. मी करत असलेले काम हे देशाच्या/समाजाच्या उपयोगी पडायला हवे, ही जाण असणे

आवश्यक आहे. उपलब्ध साधने 'ही राष्ट्रीय संपत्ती आहे', 'हा आमचा राष्ट्रीय वारसा आहे' ही भावना प्रत्येकाच्या मनात असली पाहिजे. भारतीय इतिहासातील सुवर्णकाळ समजल्या जाणाऱ्या 'गुप्त साम्राज्याने' लोकसहभागातून अशीच समृद्धी प्राप्त केलेली होती. गुप्त साम्राज्यस्थापनेत महत्त्वाची भूमिका निभावणाऱ्या आणि ते भरभराटीला आणण्यात सिंहाचा वाटा उचलणाऱ्या 'आर्य चाणक्य'ने राष्ट्रनियमनाबरोबरच वैयक्तिक आणि समाजनियमनाचे वस्तुपाठ लोकांसाठी तयार केले होते. महाराष्ट्रात अनेक शतकांनंतर शिवाजीमहाराजांनी 'प्रजाहितदक्ष' राहून, लोकांचे राज्य निर्माण करण्यासाठी तसाच वस्तुपाठ आचरणात आणला होता. आपण ही दिव्य परंपरा दीडशे वर्षांच्या पारतंत्र्यात पूर्णपणे विसरलो आणि फक्त स्वकेंद्रित झालो.

याउलट, धगधगते ज्वालामुखी आणि त्सुनामीसारखी संकटे वारंवार झेलणाऱ्या चिनी लोकांनी या सामाजिक आणि नैसर्गिक संकटांना, दु:खाला एकसंध होऊन ठाम उत्तर दिले. अतिशय भयंकर परिस्थितीत आणि दुर्भिक्षामधेसुद्धा संकटावर मात करण्यासाठी पुरविण्यात आलेल्या मदतनिधीची किंवा मदतसाठ्याची लुटालूट किंवा अपव्यय झाला नाही. काही वर्षांपूर्वी जर्मनीमध्ये आलेल्या महापुराने जर्मन म्युझियममध्ये (संग्रहालयात) पुराचे पाणी घुसून नुकसान होण्याची शक्यता निर्माण झाली होती. अशा आणीबाणीच्या वेळी सर्वसामान्य जर्मन नागरिक गुडघाभर पाण्यात उभे राहून संग्रहालयातील मौल्यवान वस्तू सुरक्षित ठिकाणी म्हणजे जर्मनीच्या 'टाउन हॉल'मध्ये सुरक्षित पोहोचविण्यासाठी मानवी साखळी करून उभा राहिला आणि सर्व चीजवस्तू सुखरूपपणे टाउन हॉलमध्ये पोचवल्या.

भारत हा अमर्याद नैसर्गिक साधनसामग्रीने सिद्ध असलेला देश आहे. काश्मिरपासून कन्याकुमारीपर्यंत जैव वैविध्याने, नैसर्गिक साधनांनी, संस्कृतीने आणि अफाट ज्ञानभांडाराने भरलेला आहे. कामाबद्दल आत्मीयता बाळगून, आपल्या संस्कृतीचे आणि जैव विविधतेचे रक्षण करून आणि उत्तम चारित्र्य घडवून आपण भारतालाही चीन किंवा जर्मनीसारख्या कृतिशील राष्ट्राचा दर्जा देऊ शकतो आणि यशस्वी होऊ शकतो. यासाठी सुरवात आजच आणि स्वत:पासून करायला हवी कारण -

न कश्चिदपि जानाति किं कस्य श्वो भविष्यति ।
अत: श्व: करणीयानि कुर्याद् चैव बुद्धिमान् ।।

भविष्यात काय लिहिलेले आहे हे कोणाला माहीत नसते आणि कर्तृत्ववान माणसाने भविष्यावर विसंबूनही राहू नये. म्हणूनच 'उद्या करायचे' असे ठरवले असले, तरी सुज्ञ माणूस ते काम 'आजच' पूर्ण करतो आणि यशाच्या जवळ जातो. श्री. संजय गरगटे या तरुणाने अनेक स्थित्यंतरांनंतर ज्योती कुलकर्णीच्या भागीदारीत 'सुशीला इस्टेट्स' ही संस्था सुरू केली आणि नावारूपाला आणली. त्यांची ही

यशोगाथा त्यांच्या संमतीने पुढे देत आहे.

श्री. संजय गरगटे म्हणतात -

''आम्ही मूळचे कराडचे. १९६७ मध्ये पुण्यात आलो. वडील महाराष्ट्र बँकेत नोकरी करत होते. आई तशी गृहिणीच होती. व्यावसायिक पार्श्वभूमी काही नाही. परंतु माझी आई सुशीला गरगटे ही खऱ्या अर्थी उद्योजिकाच म्हटली पाहिजे. आमच्या घराच्या आसपासच्या कष्टकरी महिलांना मदतीला घेऊन तिने काही खाद्यपदार्थ बनवणे सुरू केले. ती नाचणी पापड, चटण्या, लोणची असे पदार्थ बनवत असे. त्या उत्पादनाला नाव दिले गेले 'सोहम् उद्योग.'

''मला व्यवसायाचे बाळकडू असे आईकडून मिळाले. मी सातच वर्षांचा होतो तेव्हा मी एक घरगुती स्टोअर्स सुरू केले होते. त्यासाठी आईने मला एक लाकडी कपाट दिले होते. त्यातून मी पेन्सिल, खोडरबर, पट्टी अशा शाळेसाठी लागणाऱ्या वस्तू विकत असे. ह्यामुळे कॉलनीतल्या मुलांची सोय होई. ह्याचा मला फायदा झाला. लोकांशी 'व्यवहार' कसा करायचा, कसं बोलायचं हे समजलं. थोडा मोठा झाल्यावर ८-९ वर्षे मी फटाके पण विकले. त्या वेळी मला गोड बोलून वस्तू ग्राहकांना कशी विकायची हे पक्के समजले. त्यातून माझे व्यक्तिगत व्यावसायिक कौशल्य विकसित झाले. त्याचबरोबर सुमारे चार वर्षे मी ग्वालियरचे सुटिंग-शर्टिंगही विकले. आमचे एक नातेवाईक फिलिप्समध्ये होते. ते म्हणाले, 'इतकी धडपड करतोस, तर माझ्या प्रधान नावाच्या मित्राची 'रिलायन्स इलेक्ट्रॉनिक्स' नावाची ग्लास फ्यूज बनवणारी फॅक्टरी आहे. त्यांना त्यांचे काम सब-कॉंट्रॅक्ट करायचे आहे. तू तयार असशील तर मी ओळख करून देतो.' त्यांनी ओळख करून दिली आणि श्री. प्रधानसरांनी मला संधी दिली आणि तीन-साडेतीन महिने मी ते काम शिकलो. नंतर त्या फ्यूजचे उत्पादन 'सोहम् इलेक्ट्रिकल्स' नावाने घरीच सुरू केले. त्या वेळी मी १८ वर्षांचा व एफ. वाय. बी. कॉमला होतो. इलेक्ट्रिकलचा व इलेक्ट्रॉनिक्सचा कोणताही अनुभव पाठीशी नव्हता; पण काम सुरू केल्यावर मात्र त्या विषयातले कोर्सेस करून ते ज्ञान मिळवले. १६ वर्षे सोहम इलेक्ट्रिकल्स इंडस्ट्री चालवली. 'पूना इलेक्ट्रिक अँड इलेक्ट्रॉनिक्स असोसिएशन'चा मी सुरुवातीच्या काळातला सभासद आहे.

''मला फ्यूज उत्पादन हे काम आवडत होतं आणि तेच सुरू ठेवायचं होतं. पण ट्रान्सफॉर्मर सप्लायरने ट्रान्सफॉर्मरचा पुरवठा बंद केला. मी अडचणीत आलो. पण पुन्हा एकदा श्री. प्रधान सरांचे मार्गदर्शन घेतले आणि स्वत: ट्रान्सफॉर्मरचे उत्पादन सुरू केले. ते अत्यंत किचकट आणि आव्हानात्मक होते. पण माझ्या मूळच्या संशोधनात्मक आणि प्रयोगशील वृत्तीमुळे मी यशस्वी झालो. त्या वेळी मला

यश तुमचेच आहे । १२१

व्हिडिओकॉन, कल्याणी शार्प, फिलिप्स अशा कंपन्यांची मागणी येऊ लागली. परंतु ९६-९७ मध्ये आलेल्या आर्थिक मंदीमुळे अनेक कंपन्या बंद पडल्या. मलाही त्या मंदीमुळे आर्थिक ओढाताण सहन करावी लागली. परिणामी मी माझी कंपनी बंद केली. अखेर ती मी एका मोठ्या ग्रुपला विकली. मग असं ठरवलं, की आता असं काहीतरी करायचं, ज्यात आर्थिक गुंतवणूक कमीत कमी आहे, पण बुद्धीला मात्र भरपूर वाव आहे. एका मित्राच्या सल्ल्याने 'रिअल इस्टेट' ह्या क्षेत्रात व्यावसायिक म्हणून २००० मध्ये पाऊल ठेवले. त्या दृष्टीने मित्राबरोबर काही प्रयत्नही करत होतो. पण पूर्णवेळ हाच व्यवसाय करायचा, ह्याचा गांभीर्याने विचार केला नव्हता.

"घर ही प्रत्येकाच्या जणू मर्मबंधातली ठेव असते. ग्राहकाच्या इच्छेनुरूप घर मिळवून देण्यासाठी रिअल इस्टेट एजंट मदत करू शकतो. ह्या क्षेत्राकडे पाहण्याचा समाजाचा दृष्टिकोन काहीसा सदोष असतो. ह्या क्षेत्रात फसवणुकीचे प्रकार घडतात. मी ह्या व्यवसायातले सखोल ज्ञान मिळवले. बारकाव्यांचा नीट अभ्यास केला. माझ्या वकीलमित्राबरोबर वर्षभर ह्या दृष्टीने कायदे-कागदपत्र, धोके-फायदे, ग्राहकाच्या गरजा ओळखून त्याला योग्य घर कसे मिळवून द्यायचे हे शिकलो आणि पूर्णवेळ रिअल इस्टेट ब्रोकर झालो."

श्री. संजय गरगटे ह्यांची सहव्यावसायिक म्हणून काम करणाऱ्या ज्योती कुलकर्णी ह्या तितक्याच कार्यकुशल आणि धडाडीच्या आहेत. त्या म्हणाल्या-"मी उस्मानाबादची. माझे शिक्षण परभणीला झाले. मी मराठी हा विषय घेऊन एम.ए. केले. नोकरीच्या निमित्ताने ९६ मध्ये पुण्याला आले. विजयाताई लवाटे ह्यांच्यासोबत मी 'वंचित विकास'मध्ये काम केले. फोटोफास्टमध्येही काही दिवस काम केले. मला मराठी वाचनाची, लेखनाची आवड आणि उत्तम जाण आहे. त्या पार्श्वभूमीवर मी मेहता पब्लिशिंग हाउसमध्ये काम केले. तिथेही काही लेखन केले. पण एकूणच तिथे रमले मात्र नाही. नंतर २००२ मधे श्री. सुनील जाधव ह्यांच्या 'करण डेव्हलपर्स'मधे रिसेप्शनिस्ट म्हणून काम करू लागले. श्री. जाधव सरांकडे मला बांधकाम ह्या विषयातल्या, कार्यालयीन कामकाजातल्या सर्व मूलभूत गोष्टी समजल्या. अगदी स्केअर फूट म्हणजे काय इथपासून सात-बाराचा उतारा, सर्च रिपोर्ट, फायलिंगपर्यंत सर्व गोष्टी शिकता आल्या. त्यांच्याकडे व्यवसायाच्या निमित्ताने वकील, आर्किटेक्ट येत; त्यांचे बोलणे सहजपणे कानावर पडे. त्यातून अनेक गोष्टी शिकता आल्या. मला कायदेविषयक ज्ञान मिळू लागले. जमीन खरेदी करताना लागणाऱ्या सर्वच गोष्टी समजायला लागल्या. माझी कामातली प्रगती, आकलनशक्ती ह्याची पारख श्री. जाधवसरांनी केली आणि मला त्यांनी अ‍ॅडमिनिस्ट्रेशनमधे घेतले. त्यामुळे मला पैसा कसा उभा करायचा, मिळालेल्या पैशाचा विनियोग उत्तम पद्धतीने कसा करायचा,

ह्याविषयी सखोल माहिती मिळाली. अशी सहा वर्षे झाल्यावर त्यांनी स्वत:च मला स्वत:चा व्यवसाय सुरू करण्याविषयी सुचवले. २०१० ला मी 'करण डेव्हलपर्स' सोडले. परंतु स्वत:चा व्यवसाय सुरू करण्यापूर्वी स्वत:च्या जबाबदारीवर काही जमतंय का? ते पाहिलं. पण फारसं जमलं नाही. श्री. संजय गरगटेसर आमच्या ऑफिसमध्ये नेहमी येत. ते आमचे फ्लॅट्स विकून देत. त्यांच्याबरोबर परिचय झाला होता. मग २०१० मधेच माझे ग्राहक आणि गरगटे ह्यांच्या प्रॉपर्टीज असे एकत्र व्यवहार करू लागलो. आमचे ट्युनिंग जमले.

"तोपर्यंत संजयसरांचे स्वत:चे ऑफिस नव्हते. ते घरूनच काम करत. आता आमच्या एकत्रित व्यवसायाचा जम बसला आणि विचाराअंती 'सुशीला इस्टेट्स'चे स्वतंत्र ऑफिस झाले. आता आमचा व्यवसाय तीस ते चाळीस पटीने वाढला. आमच्या ऑफिसची वास्तू आम्हाला लाभली. आमचा उत्साह द्विगुणित झाला. परस्परांवरचा विश्वास आणि परस्परांना समजून घेणे ह्या तत्त्वावर आमचे काम चालते. आमचे ऑफिस उत्तम ठिकाणी आहे. ह्या क्षेत्रात काम करताना स्वत:चे ऑफिस असणे ही जमेची आणि ग्राहकांचा विश्वास संपादन करण्यासाठी गरजेची बाब आहे. वरवर पाहता हे क्षेत्र अमाप पैसा मिळवून देणारे आहे असे दिसत असले, तरी तो मिळवताना अनेक दिव्ये पार करावी लागतात.

सर्वांत महत्त्वाचे म्हणजे जमीन किंवा इतर रिअल इस्टेट क्षेत्रातील व्यवहार इतर वस्तूंच्या व्यवहाराइतके सोपे नसतात. केवळ पैसे मोजले की वस्तू, बिल हाती येते असे इतर क्षेत्रांतील व्यवहार होतात. ह्या ठिकाणी मात्र मालकी सिद्ध करणाऱ्या कागदपत्रांपासून जागेच्या प्रत्यक्ष मोजणीपर्यंत अनेक गोष्टींची शहानिशा करणे आवश्यक असते. खरेदी-विक्री करण्याची प्रक्रिया मोठी असते. अनेक कागदपत्रांची पूर्तता करावी लागते. त्यांची पुरेशी काळजी घ्यावी लागते. जमिनीच्या किंमती सतत वाढणाऱ्या असतात. त्यामुळे त्यांची मालकी प्रस्थापित करण्यासाठी अनेक मंडळी पुढे येऊ शकतात. त्यांची खात्री करून घ्यावी लागते. त्या बाबतीतील कायदेशीर तरतुदींची माहिती असणे आवश्यक असते. कायदेविषयक कटकटी असतात. ह्याविषयी सर्वसामान्य ग्राहकांना काही माहिती नसते. बाजाराविषयीचे अज्ञान असते आणि ह्या विषयात तज्ज्ञ म्हणून जे लोक काम करतात, त्यांच्यावरही धड विश्वास नसतो. एखाद्या ग्राहकाची जर फसवणूक होत असेल, तर त्यापासून बचाव करण्याचे काम तज्ज्ञ इस्टेट ब्रोकर्सच करू शकतात.

ह्या बाबतीत रिअल इस्टेट काउन्सिलिंग किंवा प्रॉपर्टी समुपदेशन होणे किंवा करणे हा सर्वांत महत्त्वाचा भाग आहे आणि ते समुपदेशन प्रत्येक ग्राहकाचे होणे आवश्यक आहे. प्रत्येकाच्या आपल्या प्रॉपर्टीविषयक काही विशिष्ट किंवा विचित्र

यश तुमचेच आहे । १२३

कल्पना, अवास्तव अपेक्षा असतात. त्यांना वास्तवाचे भान नसते. हे सर्व स्पष्ट शब्दांत, काही वेळेस वाईटपणा घेऊन ग्राहकाला समजावून सांगण्याचे काम आमच्यासारखे ब्रोकर्स करतात. अनेकदा जो स्वत:चे घर विक्रीला काढतो, त्याची किंमतीविषयी अवास्तव अपेक्षा असते. वास्तविक एखाद्या वास्तूची किंमत ठरवताना तिचे लोकेशन, तिथला चालू बाजारभाव, त्या विशिष्ट वास्तूचे वय, तिथल्या सुखसोयी, सुविधा, बाजारपेठेची सोय, पार्किंग ह्या सर्व गोष्टींचा विचार करून किंमत ठरवली जाते. कधी ती त्या माणसाच्या अपेक्षेपेक्षा कमी असते. मग तो ग्राहक स्वत:चे डोके चालवतो किंवा त्याला आसपासचे लोक चुकीचे मार्गदर्शन करतात. नव्याने ह्या व्यवसायात आलेले, अभ्यास नसलेले तथाकथित किंवा स्वयंघोषित ब्रोकर दिशाभूल करतात. अयोग्य किंमत ग्राहकाला सांगायला भाग पाडतात. ह्यात बराच काळ जातो. गेलेल्या काळात त्या मालकाने अनेक संधी गमावलेल्या असतात. त्याला पहिली प्रॉपर्टी विकून नवीन घ्यायची असते, त्या पुढच्या प्रॉपर्टीची किंमत वाढते. मग ती महाग मिळते व आधीची किंमत न स्वीकारल्यामुळे मधल्या काळातले व्याजही बुडते.

परंतु आमचा आजवरचा अनुभव असा आहे, की आम्ही जी किंमत ठरवून देतो त्याच्या जवळपासच्या किंमतीस प्रॉपर्टी विकली जाते. आम्ही लोकांना स्पष्ट सांगून दोन टक्के ब्रोकरेज घेतो. ते त्यांना जास्त वाटते. म्हणून ते पैसे वाचवायचा प्रयत्न करतात. मग गल्लीबोळातल्या एखाद्या लाँड्रीवाल्यातर्फे किंवा किराणा दुकानदार वगैरेंकडून व्यवहार करायला प्रवृत्त होतात. कारण लोकांना वाटत असतं, की ह्याला काय पाचपन्नास हजार रुपये दिले की बास; पण त्या व्यक्तींना ह्या क्षेत्रातल्या सर्व अंगांचे ज्ञान नसते. मग तो व्यवहार कुठेतरी अडकतो आणि ग्राहक फसतो. शिवाय कागदपत्रांची पूर्तता स्वत:लाच करावी लागते. संबंधित कार्यालयात हेलपाटे हे त्या ग्राहकालाच घालावे लागतात. शिवाय पैसे जातातच. कधी कधी जो कोणी तथाकथित एजंट असतो तो आमच्यातर्फेसुद्धा काम करून घेतो. त्या केसमध्ये आमचे ब्रोकरेज आणि 'त्याचे' ब्रोकरेज द्यावे लागते आणि अधिकच पैसा ग्राहकाला खर्च करावा लागतो.

आम्हाला नेहमी असं वाटतं, की आपण साधी गोष्ट घेताना ती उत्तम दुकानातून खरेदी करतो, प्रकृतीसाठी उत्तम डॉक्टरकडे जातो; पण घरासारखी महत्त्वाची गोष्ट खरेदी करताना, बऱ्याच जणांच्या आयुष्यात ती एकदाच खरेदी केली जाते. अगदी कोटीचे घर घेतानासुद्धा किराणावाला, लाँड्रीवाला, दूधवाला अशांना प्रॉपर्टी दाखवायला सांगतो, ज्यांना ह्या व्यवसायातील काही माहिती नसते. त्या वेळी चांगले ब्रोकर्स आहेत त्यांना का निवडत नाही? आपल्या वास्तूची जास्त किंमत यावी ह्यासाठी

एखादा ग्राहक दहा जणांना भेटतो. दहा एजंट बदलतो, भरपूर वेळ घालवतो. पण अपेक्षित किंमत मिळत नाही. आमच्यासारखे प्रस्थापित आणि अधिकृत एजंट्स इतर एरियातल्या ४० ते ५० ब्रोकर्सबरोबर काम करत असतात. त्यामुळे त्या विशिष्ट प्रॉपर्टीची माहिती त्या सगळ्यांपर्यंत गेलेली असते. त्यामुळे त्या व्यवहारातली पारदर्शकता वाढते. खरेदीविक्रीतली प्रगती एकाकडेच अधिकृत रीत्या समजते.

शिवाय ग्राहकाला मिळणारी प्रॉपर्टी लीगल आहे किंवा नाही, तिचे टायटल क्लीअर आहे ना, हे तपासून पाहण्याची जबाबदारी ब्रोकर्सची असते. ती ओळखून काम करायचे. इतकेच नाही, तर आपल्या ग्राहकाला भविष्यातदेखील कधीही त्रास होणार नाही, अशी काळजी आम्ही घेत असतो. आपण जेव्हा एका सर्व्हिस इंडस्ट्रीमध्ये काम करतो, त्या वेळी दिलेल्या सेवेचा मोबदला चोख घेतो. त्याचप्रमाणे चोख सेवा देण्याची जबाबदारी आपली असते, ह्याची जाणीव ठेवावी लागते. केवळ पैसे मिळविण्यासाठी काम करण्यापेक्षा चांगले काम केले तर योग्य पैसे नक्कीच मिळतात, हा आमचा अनुभव आहे. एकदा आलेला ग्राहक आपल्या अनुभवाने दुसरा ग्राहक आमच्याकडे पाठवतो, हीच आपल्या चांगल्या कामाची पोचपावती असते. ६० टक्के ते ७०टक्के व्यवसाय जुन्याच ग्राहकांबरोबर केलेल्या व्यवसायातून मिळतो आणि मौखिक प्रसिद्धीमुळे ४०टक्के व्यवसाय मिळतो. आमचे ग्राहकांबरोबरचे संबंध मैत्रीपूर्ण असे प्रस्थापित होतात. त्यांना जर चांगली सेवा दिली गेली नाही किंवा व्यवहार अर्धवट सोडला, तर ग्राहक नाराज होतो. पण आमच्याकडून तसे होत नाही, त्यामुळे ग्राहक परत परत आमच्याकडे येतात.

आम्ही एचडीएफसी, डीएचएफएल, आयसीआयसीआय अशा वित्तीय संस्थांचे प्रतिनिधी असल्याने ग्राहकांना कर्ज मिळवून देणे सोपे होते. आमचे जोडलेले वकील आहेत, चार्टर्ड अकौंटंट्स आहेत. त्यामुळे आमच्याकडे आलेल्या प्रॉपर्टीचे पेपर्स काळजीपूर्वक चेक केले जातात. घर घेणारा आणि विकणारा ह्या दोघांनाही पैशाचे व्यवस्थापन कसे करायचे ह्याविषयी आम्ही सल्ला देऊ शकतो. अशा रीतीने एकाच छताखाली सर्व सुविधा उपलब्ध करून देतो.

अनेकदा असाही अनुभव येतो, की घर विकणाराच माणूस आपल्या प्रॉपर्टीच्या संदर्भातले गंभीर स्वरूपाचे दोष लपवतो. उदा., त्या प्रॉपर्टीची कोर्टकेस चालू असते, बिल्डर किंवा सोसायटीबरोबरचे वाद सुरू असतात, घरावर कर्ज असते, भाऊबंदकी असते. अशा अनेक गोष्टी असतात. परंतु जेव्हा व्यवहाराच्या मध्यावर अथवा पूर्ण झाल्यावर एखादी समस्या निर्माण होते, तेव्हा तो दोष ब्रोकरला दिला जातो. हे टाळण्यासाठी आधीच सर्व सत्य परिस्थिती ब्रोकरला सांगितली जावी, म्हणजे तो त्यातून बाहेर पडण्याचा योग्य आणि कायदेशीर मार्ग शोधू शकतो. केवळ भीती किंवा

अज्ञानापोटी अशा गोष्टी लपवल्याने तोटा आणि त्रास ग्राहकालाच सोसावा लागतो.

ब्रोकर्समध्ये अनेक प्रकार असतात. काही फक्त जमिनीची खरेदी-विक्री करतात. काही फक्त कमर्शिअल डील करतात. म्हणजे अख्खी इमारतच विकतात किंवा भाड्याने देतात. काही सोल मार्केटिंग करतात म्हणजे फक्त बिल्डर्सचे फ्लॅट विकतात. काही फक्त रेसिडेन्शिअल फ्लॅटची खरेदी-विक्री करतात. आम्ही मात्र गरजेनुसार सर्व प्रकारची कामे करतो. आम्ही विशेष करून कोथरूड आणि आसपासच्या परिसरातील व्यवहार करतो. मुख्यत्वे फ्लॅट्स किंवा बंगले विकतो. परंतु ओळखीतून ग्राहक आल्यास प्लॉट वगैरेचा पण व्यवहार करून देतो.

एखाद्या प्रॉपर्टीकडे केवळ बोट दाखवून एजंट तयार होतात आणि काहीच न करता ब्रोकरेजमध्ये वाटेकरी होतात. नेहमीचा असाच अनुभव म्हणजे ब्रोकर्सच एकमेकांचे पाय खेचतात. स्पष्टच सांगायचे म्हणजे आपल्याच समाजातली मंडळी आपल्याच समाजातल्या ब्रोकरवर विश्वास ठेवत नाहीत, काम देत नाहीत, ही आमची खंत आहे.

गंमत म्हणजे वीस-पंचवीस लाखांचा फ्लॅट घेणारा सामान्य माणूस कोटीच्या कोटी उड्डाणे करणाऱ्या तथाकथित धनिकापेक्षा अधिक प्रामाणिक असतो. आमच्यावर त्याचा पराकोटीचा विश्वास असतो. तो सामान्य माणूस व्यवहार पूर्ण झाल्यावर आमच्याकडे येतो, हातात पेढ्यांचा पुडा ठेवतो आणि सांगतो, 'आम्हाला तुमच्यामुळे मनासारखे घर मिळाले.' त्या वेळी त्याच्या चेहऱ्यावर उमटणारे आनंदाचे, कृतार्थतेचे भाव पाहून आमचे श्रम निमाल्यासारखे वाटतात."

म्हणतात ना, वेडी माणसं घर बांधतात आणि शहाणी त्यात राहतात; पण सर्वांनाच शहाणं व्हायचं असलं, तर 'सुशीला इस्टेट'सारख्या प्रस्थापित आणि अधिकृत ब्रोकरची मदत घेणे फायद्याचे असते. असे ब्रोकर्स हे घर घेणारा आणि विकणारा ह्यांच्यामधले बफर्स असतात.

श्री. गरगटे यांच्या या मुलाखतीतून व्यवसायाशी निगडित सर्व खाचखळगे, अपेक्षा, अडचणी आणि व्यवसाय नेटाने चालू ठेवण्यासाठी कराव्या लागणाऱ्या प्रयत्नांची कल्पना येते. ही सर्व तयारी ठेवली आणि मनापासून उद्योग/व्यवसाय केला, तरच यश पदरात पडते.

(ब्राह्मण व्यावसायिक पत्रिका व श्री. संजय गरगटे यांच्या सौजन्याने)

पंचमहाभूतांच्या तत्त्वातून मिळालेली शक्ती माणसाने नेहमी चांगल्या कामासाठी वापरली पाहिजे. सर्व सृष्टी पंचमहाभूतांपासून उत्पन्न झालेली आहे. शक्ती आणि संकल्पना या दोन महत्त्वाच्या गोष्टी आणि पृथ्वी, जल, अग्नी, वायू आणि आकाश ही पंचतत्त्वे अशा सात गोष्टींचा मिलाफ होऊन सृष्टीचे कार्य चालते. जडापासून

शक्तीपर्यंत आणि शक्तीपासून जडापर्यंत सतत परिवर्तन होत असते. या विश्वरूपी यंत्रामार्फत हा बदल सतत होत असतो; पण तो होतो विश्वसंकल्पनेप्रमाणे. या परिवर्तनाचा वेध माणसाने सतत घेतला पाहिजे.

यातून एक गोष्ट स्पष्ट होते, की रस्त्यावर पडलेला दगड असो, हायवेच्या कडेला उगवलेले कण्हेरीचे झाड असो, बागेतील गुलाब असो, शेतातील आंब्याचे झाड असो, धान्य असो वा हिमालयातील भांगेची झाडे असोत; जमिनीच्या पोटातून निघालेला हिरा असो किंवा पृथ्वीतलावर राहणारे प्राणी वा माणसे असोत; सर्वकाही पंचतत्त्वांपासूनच घडले गेले आहे. आपल्या सर्वांमधील तत्त्व एकच आहे; पण ते आपण कशा पद्धतीने आणि किती परिणामकारक पद्धतीने वापरतो, यावर फलनिष्पत्ती अवलंबून असते. यशस्वी आणि अयशस्वी माणसामध्ये हाच फरक असतो. यशस्वी माणूस उपलब्ध शक्ती आणि संकल्पनांचा कमी-अधिक प्रमाणात व योग्य वापर करण्याची क्षमता बाळगतो. पण हा शक्तिस्रोत समजून न घेता, प्रयत्न न करता केवळ दैवावर अवलंबून राहणाऱ्या माणसाला अपयशाचा सामना करावा लागतो. लेखक व ज्येष्ठ व्यवस्थापनतज्ज्ञ श्री. शिव खेरा यांनी यशस्वी आणि अयशस्वी माणसांतला फरक सांगताना म्हटले आहे, की 'यशस्वी माणूस नवीन असे काही करत नाही, तर तो असलेल्याच गोष्टी वेगळेपणाने करतो. जेणेकरून त्याला आपल्या कामात निश्चित यश:प्राप्ती होते.' चैतन्य, संकल्पना व शक्ती हे सगळ्याचे मूळ आहे. जो या मुळाशी घट्ट आहे, त्याला यश मिळणारच. 'लाकूड ओले असेल तर नीट पेटणार नाही, धूर होईल.' त्याचप्रमाणे चैतन्याचा नीट वापर केला नाही, तर अपेक्षित परिणाम साधला जाणार नाही.

ज्यांना आपण दुर्गुण म्हणतो ते आणि सद्गुण म्हणतो ते, यांना विभागणारी रेषा अगदी पुसट असते. काही वेळेस जे तुम्हाला दुर्गुण वाटतात ते विशिष्ट कार्यासाठी सद्गुण ठरू शकतात. अशी खात्री व्यवहारात क्वचितच देता येते. प्रयत्न फसले म्हणून किंवा फसण्याची शक्यता आहे म्हणून तो करायचाच नाही असं ठरवलं, तर कोणतंही काम हाती घेता येणार नाही हे, यश मिळवण्यास उत्सुक असलेल्या माणसाने लक्षात ठेवायला हवे. मदत केली तर त्याची जाण न ठेवणारे, स्वत:ला फार शहाणे समजणारे आणि अहंमन्य लोक भेटले, तरी त्यांच्यातील चांगले गुण ओळखून त्यांचा उपयोग करून घेण्याची क्षमता तुमच्यात असेल, तर तुमची कामं पटापट होतील. लोक तुम्हांला मदत करतील. अहंमन्यतेबरोबरच एखाद्याच्या अंगात धमक आणि चिकाटी असेल, तर नेमक्या त्याच गुणांचा उपयोग करून घेण्याची हातोटी यशस्वी माणसात असते. सॉक्रेटिसची अशी महती होती, की तो कोणत्याही परिस्थितीत उलट-सुलट प्रश्न विचारून सत्य काय ते शोधून काढायचा. बऱ्याच वेळेस आक्रमक

न होता, आदबशीर भाषा वापरूनदेखील आपली विरोधी अगर वेगळी भूमिका प्रभावीपणे मांडता येत असेल, तर ती गोष्ट यश मिळवण्यासाठी उपयुक्त ठरते.

क्रयविक्रय वेलाया काच:काचो मणिर्मणि: ।

सार्वजनिक क्षेत्रात कार्य करत असतानाच माणसाच्या कामावर अनेक बंधनं आणि मर्यादा घालणारी सरकारी यंत्रणा कार्य करत असते. त्यामुळे बऱ्याच वेळा सरकारवर टीका होते, त्यांच्या धोरणातले दोष दाखवावे लागतात. पण सरकारी नोकरी करताना मात्र त्याच धोरणांची एकनिष्ठपणे अंमलबजावणी करता आली, तर तुम्ही यशस्वी होऊ शकता. एखादा माणूस अभ्यासपूर्ण मांडणी करून समाजाचे प्रश्न सरकारपुढे मांडू शकतो, आणि आपले कार्य सिद्धीस नेऊ शकतो.

सीरीयन वडील आणि अमेरिकन आईच्या पोटी जन्माला आलेल्या स्टीव्ह जॉब्जला जन्मानंतर पॉल आणि क्लारा जॉब्ज यांनी दत्तक पुत्र म्हणून वाढवले. पॉल आणि क्लारासाठी स्टीव्ह हा नेहमीच स्पेशल होता. अॅडॉप्शननंतर जॉब्ज कुटुंब कॅलिफोर्नियातल्या माउंटन व्ह्यू भागात राहायला आले, जो पुढे सिलिकॉन व्हॅली म्हणून प्रसिद्धीला आला. इथल्या जुन्या संस्कृतीच्या आणि त्याचबरोबर उद्यमशीलतेच्या वातावरणात स्टीव्ह लहानाचा मोठा झाला आणि त्याचा इलेक्ट्रॉनिकमधला व्यासंग वाढला. १९६० च्या दशकात संगणकाची फक्त मुहूर्तमेढ रोवली गेली होती आणि आयबीएम, एच पी आणि झेरॉक्ससारख्या दिग्गजांनी इन्टेल आणि अॅपलसारख्या नव्या कंपन्यांपुढे आदर्श उभे केले होते. कॉलेजशिक्षण अर्धवट सोडून हिप्पीसंप्रदायाच्या प्रभावामुळे स्टीव्ह भारतामध्ये मन:शांती शोधण्यासाठी येऊन गेला. भारतात केलेल्या संभ्रमावस्थेतील साहसपूर्ण भ्रमंतीत त्याने आध्यात्मिक गुरू आणि स्वयंप्रेरणा मिळविण्याचा प्रयत्न केला. सिलिकॉन व्हॅलीत परत गेल्यावर त्याने स्टीव्ह वोझायनकच्या साथीने 'अॅपल' कंपनीची सर्वसामान्यांसाठी व्यक्तिगत संगणक बनविण्यासाठी स्थापना केली. थोडासा विक्षिप्त आणि भडक माथ्याचा असलेल्या स्टीव्ह जॉब्जमध्ये लोकांना पटविण्याची एक अद्‌भुत हातोटी होती, पण अॅपलच्या यशाने तो प्रकाशझोतात आला आणि चक्क 'टाइम' मासिकाच्या मुखपृष्ठावर झळकला. पण या प्रसिद्धीनंतरही निराधारपणाची मालिका चालूच राहिली. आपल्या 'लीसा' ह्या मुलीला त्याने नाकारले, आपणच सुरू केलेल्या अॅपलच्या मुख्य कार्यकारी अधिकाऱ्यांनी त्याला कंपनीतून हुसकावले; पण १२ वर्षांनंतर डुबणाऱ्या आणि नादारीच्या उंबरठ्यावर असलेल्या कंपनीला वाचविण्यासाठी स्टीव्ह परत कार्यरत झाला. केवळ खर्चबचत, नोकरकपात आणि ठरावीक उत्पादनांवरच फक्त लक्ष केंद्रित करण्याच्या वृत्तीने कंपनीत घडवून आणलेला बदल हे यशस्वितेचे एक वेगळेच उदाहरण आहे.

समर्पित भाव

एकदा एक साधू पाठीवर जड सामान घेऊन टेकडी चढत असतो. चढताना त्याला प्रचंड दम लागतो. जरा विसावा घ्यावा म्हणून तो खाली बसतो, तेव्हा त्याला एक छोटी मुलगी आपल्या छोट्या भावाला पाठीवर घेऊन टेकडी चढत असताना दिसते. साधूला आश्चर्य वाटते- एवढ्या लहान वयात ही मुलगी इतका भार कसा पेलणार? साधू मुलीला विचारतो, 'भावाला पाठीवर घेऊन डोंगर चढते आहेस, इतके जड ओझे घेऊन चाललीयेस, तुला दमायला होत नाही?' मुलगी म्हणते, 'माझ्या पाठीवर माझा भाऊ आहे. ओझे तर तुम्ही घेऊन चालला आहात.' लहान भाऊ आणि ओझे यांत फरक करण्याचं त्या मुलीचं शहाणपण पाहून साधू अवाक होतो आणि त्याला जाणवतं, प्रेमानं केलेल्या गोष्टीचा भार कधीही जाणवत नाही. यशासाठी आपल्या कार्यावर, ध्येयपूर्तीवर प्रेम हवे; म्हणजे त्यासाठी केलेल्या कष्टाचे ओझे वाटणार नाही. पण केवळ कर्तव्यपूर्तीसाठी, टाकणं टाकल्याप्रमाणे मनात सद्‌भाव नसताना काम केलं, तर त्याची परिणती यशात होणं अवघड असतं. माणूस फक्त कामाचा भार वाहत राहतो, पण यशाचं समाधान त्याला मिळू शकत नाही. सीतेला लंकेमधून सोडविण्यासाठी मधे असलेला समुद्र पार करणे रामसैन्य आणि वानरसेनेला आवश्यक होते. अनेकवार प्रयत्न करूनही समुद्राच्या प्रचंड लाटांपुढे आणि रौद्र रूपापुढे वानरसेनेला यश मिळेलसे दिसत नव्हते. पण या प्रयत्नांना आणि शक्ति सामर्थ्याला श्री हनुमान रामभक्तीची जोड देतात आणि 'श्रीराम'जप करून पाण्यात टाकलेला प्रत्येक दगड लंकेपर्यंत पोचवण्यासाठी पूल बांधायला पूरक ठरतो. आपल्याला वाटेल "पुराणातली वांगी पुराणात!" अशा समर्पणाचा सध्याच्या युगात उपयोग होईल का? पण संदर्भ पुराणातला असला, तरी सत्य मात्र हेच आहे, की मनी भाव असेल, तर प्रयत्नांना निश्चितच चांगले फळ मिळते. ध्येयपूर्तीसाठी समर्पणाची भावना असेल, तर यश हमखास मिळते. मग ते समर्पण उद्योजकाचे आपल्या व्यवसायाविषयी, विद्यार्थ्यांचे अभ्यासाविषयी, नेत्याचे आपल्या अनुयायांविषयी किंवा गुरूचे आपल्या शिष्याविषयीही असू शकते. समर्पणाच्या समिधा प्रयत्नांच्या अग्निकुंडात अर्पण केल्याशिवाय यशाचे अमृत निर्माण होत नाही. केवळ मुकादमी करून, सूचना देऊन आणि अगदी जी. आर. (सरकारी आदेश) काढूनही काम पूर्ण होत नाही. किंवा थोड्याफार प्रमाणात -केवळ दाखवण्यापुरती- कामं होतात; पण त्याचे फलित मात्र एखाद्या रिपोर्टात किंवा समितीच्या अहवालात बंदिस्त राहतं.

प्रयत्नांना जोड कृत्रिम बुद्धिमत्तेची

विसावं शतक हे तंत्रज्ञानाचं शतक मानलं जातं. तंत्रज्ञानाच्या जोरावर या शतकात मानवानं अनेक चमत्कार घडवून आणले आणि त्या जोरावरच माणसाची महत्त्वाकांक्षाही

बळावत गेली. त्याला अधिकाधिक यशाची, सुखाची, समृद्धीची जणू चटकच लागली. हे यश वाढविण्यासाठी, द्विगुणित करण्यासाठी मानवी बुद्धिमत्तेसारखीच कृत्रिम बुद्धिमत्ता तयार करून, माणूस जे जे करू शकतो ते सर्व, म्हणजे माणसासारखा विचारही कृत्रिम बुद्धिमत्तेद्वारे करून घेण्याचे ध्येय माणसाने उराशी बाळगले. या यशासाठी माणसांच्या अनेक पिढ्यांनी जंग जंग पछाडले. कृत्रिम बुद्धिमत्तेतील एक अग्रणी शास्त्रज्ञ हर्बर्ट सायमन यांनी १९६५ मध्येच जाहीर केलं होतं, की आता केवळ २० वर्षांत असं यंत्र तयार होईल, की जे माणूस जे काही करतो, ते सारं काही करू शकेल.

त्यानंतर १९७५ च्या सुमारास मार्निव मिन्स्की या शास्त्रज्ञानं तर असा दावा केला, की आता फक्त एका पिढीमध्ये कृत्रिम बुद्धिमत्ता तयार करण्यातले सारे अडथळे दूर होतील. संगणक केवळ तांत्रिक, शारीरिक कामं करेल असं नाही, तर तो मनुष्यसाध्य सर्व कामं करू शकेल. उदा., कविता करेल, नाटक लिहील, भाषांतर करील आणि चित्रपटही दिग्दर्शित करेल. पण दुर्दैवाने माणसासारखं विचार करणारं यंत्र आत्तापर्यंत कोणालाच तयार करता आलं नाही आणि हा दावा फोल ठरला. मानवी बुद्धिमत्तेसारखी बुद्धिमत्ता तयार करणं ही केवळ स्वप्नकल्पनाच राहिली. कारण मानवाला जे जमतं, ते संगणकाला कधीच शक्य नाही आणि मानवाला जे जमणार नाही असे वाटते, ते करण्याची क्षमता माणूस यंत्रामध्ये निर्माण करू शकतो, याची खात्री माणसाला पटली.

मानवी मेंदू हे एक अतिशय गुंतागुंतीचं प्रकरण आहे. मेंदूत अनेक भावभावना, विचार, स्वप्नं याचबरोबर विश्लेषणात्मक बुद्धीचं, सापेक्ष अनुभवांचं आणि या सर्वांची योग्य रीतीने गुंफण करणारं, संगती लावणारं केंद्र आहे. मानवनिर्मित कोणतंही यंत्र कितीही गुंतागुंतीचा विचार करू शकणारं असलं, तरीही मानवी मेंदू करीत असलेल्या या सर्व (विशेषत: भावनिक) गोष्टी त्या यंत्राला करता येणं केवळ अशक्य आहे, हे निर्विवादपणे सिद्ध झालेले आहे. ज्या गोष्टीची कॉपी करायची, ती गोष्ट आपल्याला मुळात पूर्ण कळायला हवी- म्हणजे त्यातल्या भावना, विचार, सिद्धान्त किंवा आशय. केवळ तर्कसंगत मांडणी केली म्हणजे कॉपी पूर्ण होऊ शकत नाही.

मानवी बुद्धिमत्ता नेमकी कशी आहे, हे शास्त्रज्ञांना कळू शकलेलं नाही. त्यामुळे त्या बुद्धिमत्तेचे विविध पैलू, यंत्रात-संगणकात अंतर्भूत करणंही त्यांना पूर्णपणे जमलेलं नाही. त्यामुळे हार मानून कृत्रिम बुद्धिमत्तेऐवजी त्याला समांतर अशी न-मानवी बुद्धिमत्ता विकसित करण्याचा प्रयत्न शास्त्रज्ञांनी सुरू केला. न-मानवी बुद्धिमत्ता अरुंद असली तरी ती खोल जाऊ शकते, ती माणसाच्या बुद्धिमत्तेइतकी व्यापक कधीच होऊ शकत नाही, हे जाणून घेतल्यावर मानवी बुद्धिमत्तेला जे जमतं, ते

अधिक चांगल्या प्रकारे कसं करता येईल, यावर भर द्यायला शास्त्रज्ञांनी सुरुवात केली. मानवी मनाच्या यशाच्या आकाक्षांना यांत्रिक किंवा संगणकीय खोलीची जोड मिळाली आणि यशाचा परीघ मोठा होत गेला. तंत्रज्ञानाचा पुढील काळ हा मानवी आणि न-मानवी बुद्धिमत्तेच्या भागीदारीचा असेल, त्यामुळे यशोशिखराकडे वाटचाल करणाऱ्या माणसाने मानवी प्रयत्नांबरोबरच न-मानवी प्रयत्नांची मदत घ्यायला शिकले पाहिजे. जीवनात यशस्वी होणाऱ्या माणसांना हीच गोष्ट नेमकेपणाने कळलेली असते. इंटरनेट, गुगलसर्च, विकिपिडिया, ब्लॉग ही बुद्धिमत्तेला पूरक साधने आहेत, हे ओळखून त्यांचा योग्य वापर करायला शिकले पाहिजे. आमच्या पिढीत हे तंत्रज्ञान नव्हते, त्यामुळे त्याचा अवलंब करता येत नाही किंवा ते आम्ही तरुण पिढीकडे सोपवले आहे, असे म्हणून चालणार नाही. नवे तंत्रज्ञान आपल्या कुवतीप्रमाणे आत्मसात करण्याचा शक्यतोपरी प्रयत्न करत राहायला शिकले, तर यशही कायमस्वरूपी राहील.

'नव्या बुद्धिमत्तेत' विचार करण्याचं सामर्थ्य आहे, तर त्या विचारांवर वेगाने प्रक्रिया करण्याचे सामर्थ्य न-मानवी बुद्धिमत्तेत म्हणजे संगणकासारख्या यंत्रांमध्ये किंवा माहिती तंत्रज्ञानाच्या विविध स्रोतांमध्ये आहे. केवळ बौद्धिक क्षेत्रातच नाही तर भाषांतर, संभाषण किंवा मीटिंग व सामाजिक आणि वैद्यकीय क्षेत्रामध्येही याचा वापर होऊ शकतो. उदाहरणार्थ, गावात एखादा साथीचा रोग पसरला असेल तर रोगामध्ये शहरात धूलिकणांइतके सूक्ष्म 'नॅनो सेन्सर्स' सोडले जातील. कोणत्या भागात रोगाचे विषाणू जास्त आहेत, याचा वेध हे सेन्सर्स घेऊ शकतील आणि त्याप्रमाणे लोकांना प्रतिबंधात्मक उपाययोजना करता येईल. पण या बाबतीत थोर शास्त्रज्ञ अल्बर्ट आइन्स्टाइनने दिलेला इशारा लक्षात घेणं महत्त्वाचं आहे. तो म्हणतो- 'कम्प्युटर इज इनक्रेडिबली फास्ट, ॲक्युरेट, बट स्टुपिड. ह्यूमन बीइंग्ज आर इनक्रेडिबली स्लो, इनॲक्युरेट, बट इंटलिजंट.' त्यामुळे परस्परपूरक गोष्टींचा योग्य वापर केला, तर यश मिळणे अवघड नाही. ही सांगड घालताना मानसिक आणि शारीरिक तणाव जाणवतील; पण त्यांवर नियंत्रण मिळवण्याचे उपाय शोधणे यशस्वी होण्यासाठी आवश्यक आहे.

तणावमुक्ती

बारमाही पावसाच्या, कधीही वादळवारा उद्भवणाऱ्या प्रदेशात एका धनिक शेतकऱ्याला घरकामासाठी, तबेला, घोड्यांची निगा राखण्यासाठी एक नोकर हवा होता. एके दिवशी सकाळी एक अगदी मरतुकडा किरकोळ देहयष्टीचा मुलगा त्या धनिकाकडे नोकरी मागण्यासाठी आला. 'तू काय करू शकतोस', असे मालकाने त्या मुलाला थोड्या साशंकतेनेच विचारले. मुलाने उत्तर दिले, 'वादळी वाऱ्यासह

गडगडाटी धुवाधार पाऊस पडत असताना मी रात्री गाढ झोपू शकतो.' मालकाला उत्तर थोडे विचित्रच वाटले, पण बाहेरगावी जायची घाई असल्यामुळे, फारसे स्पष्टीकरण न विचारता त्याने मुलाला नोकर म्हणून ठेवून घेतले.

आठवड्याचा बाजारहाट करून मालक थकूनभागून घरी परत आला आणि लगेच झोपायला गेला. मध्यरात्री सोसाट्याचा वारा, मोठा गडगडाट होऊन धुंवाधार पाऊस सुरू झाला. मालकाची झोपमोड झाली. त्याच वेळी त्याला काळजी वाटायला लागली ती मोकळ्यावर घोड्यांसाठी वाळत घातलेल्या चाऱ्याची, घोड्यांना गवत आणि पाणीही घातलेले नसणार याची. त्याने नोकराला जोरजोराने हाका मारायला सुरुवात केली, पण प्रतिसाद मिळाला नाही. म्हणून मालकाने नाइलाजाने रेनकोट चढवला, छत्री घेतली, विजेरी (बॅटरी) घेतली आणि चिंतातुर मनाने वाळत घातलेले गवत बघायला माळावर गेला. पाहतो तर काय! सर्व गवत आवरून नीट, आच्छादून ठेवलेले त्याला दिसले. तबेल्यात गेला तेव्हा घोड्यांसाठी(गव्हाणीत) गवत, पाण्याची पातेली भरून ठेवलेली त्याला दिसली. अर्थातच घोडे चारा-पाणी खाऊन समाधानाने झोप घेत होते, हे त्याने पाहिले. त्याच वेळी त्याचे लक्ष तबेल्याच्या वरच्या माळ्यावर गेले, जी जागा स्वच्छ करून त्याचा नवा नोकर शरीराचे मुटकुळे करून शांत झोपला होता. निसर्गाचे बाहेर चाललेले तांडव त्याच्या गावीही नव्हते. आता मालकाला नोकराच्या उत्तराचे स्पष्टीकरण मिळाले.

नोकर शांत झोपू शकला, कारण त्याला ताण नव्हता. झोपायला जायच्या आधीच त्याने आपली सर्व कामे व्यवस्थित पूर्ण केली होती. तात्पर्य, कुठलंही काम, प्रॉजेक्ट, कंपनी, कुठलाही अमेरिकन, युरोपिअन किंवा बाहेरचा माणूस तुमच्या जिवापेक्षा, ताणापेक्षा मोठा नाही. तुमच्या आयुष्यासाठी नोकऱ्या आहेत. काम, व्यवसाय आणि यश आहे. त्यांच्यासाठी तुमचं आयुष्य नाही. त्यामुळे जमेल, झेपेल एवढंच काम हातात घ्या, त्यासाठी आग्रह धरा. प्रतिष्ठा, पोस्ट, पगाराच्या किंवा यशाच्या नादाने किंवा वरिष्ठांची मर्जी संपादन करण्याच्या हव्यासाने न झेपणाऱ्या जबाबदाऱ्या अंगावर घेऊ नका. तुमच्या जिवापेक्षा मौल्यवान काहीही नाही, याचं भान ठेवा. स्वत:साठी, कुटुंबासाठी वेळ द्या; अन्यथा घरच्या तणावपूर्ण वातावरणाचा परिणाम ऑफिसमधल्या कामावर होईल. मन प्रसन्न, तणावरहित असेल, वरिष्ठ, सहकारी समाधानी असतील, घरात आनंदी वातावरण असेल, तर ते तुमच्या कामाला प्रोत्साहन देणारं ठरतं. ऑफिसमधले, घरचे ताणतणाव, स्पर्धा, पक्षपात या गोष्टी घरी घेऊन न येता, तिथेच विसरा. खरंतर मिटवून टाका. स्वत:वर स्वत:च मर्यादा घालून घ्या. कुठे थांबायचे हे तुमचे तुम्हीच ठरवा, अन्यथा जीवनातली स्पर्धा जीवघेणी ठरेल. स्पर्धा ही कधीही न संपणारी असते. कधीकधी ती स्वत:ची स्वत:बरोबरही

असते. त्यामुळे कुठे थांबायचं याचं भान तुम्हाला स्वत:लाच ठेवायला हवं. कुठलीही परिस्थिती ओढवली तरी आपल्या वरिष्ठांना, सहकर्मचाऱ्यांना, कुटुंबीयांना विश्वासात घेऊन ती परिस्थिती नीट समजावून सांगा. तुमच्या जिवापेक्षा त्यांनाही इतर गोष्टी महत्त्वाच्या नाहीत, याची खात्री बाळगा. म्हणजे पाहा- तणावरहित आयुष्य जगून तुम्ही यशस्वी होऊ शकाल.

ज्यांच्या सगळ्या आशा-आकांक्षा तुमच्यावर आहेत ते आई-वडील, आयुष्यभराची साथ करणारी बायको आणि सर्वस्वी तुमच्याच साहाय्याची आवश्यकता असणारी तुमची मुलं यांना तुमची नितान्त गरज आहे, याची या यशाच्या प्रवासात सतत जाणीव ठेवा. त्यासाठी तुम्ही दीर्घायुषी, स्वस्थ आणि आनंदी असणं गरजेचं आहे. स्वत: आनंदी असलात, तर दुसऱ्याला आनंदी करू शकाल. तुम्ही तणावरहित असलात, तर त्यांचाही तणाव कमी होईल. तणावनियोजनातही तुमच्या आवडी-निवडी जपा, स्वत:साठी थोडातरी वेळ काढा. संगीत, व्यायाम, योगासने, वाचन अशा आवडी आणि विरंगुळे जपा. थोडक्यात, क्षुल्लक गोष्टीसाठी ताण निर्माण करू नका आणि तणाव आलाच तर त्याचे नियोजन करायला शिका; कारण आयुष्याच्या अखेरीस यशच काय, पण सगळ्याच गोष्टी क्षुल्लक असतात. नाहीतर यशाने मिळालेला आनंद उपभोगायला आयुष्यच उरणार नाही! यश, पैसा, कीर्ती, समृद्धी मिळाली, पण जगायचं राहून गेलं, अशी खंत वाटायची वेळ तुमच्यावर येऊ नये, ही काळजी घ्या.

धाडस दाखवा!

काही गोष्टींना बऱ्याच वेळा आपण धाडसाने सामोरे जात नाही. अडचणी आल्या, प्रतिकूल परिस्थिती निर्माण झाली किंवा इतरेजनांचा विरोध झाला, तर बहुतेकजण परतीचा मार्ग स्वीकारतात. एका मर्यादेपर्यंत आपण सरळ रेषेचा विचार करतो; पण अप्रिय निष्कर्ष निघू लागले, की तिथून वाट फुटेल तिकडे पळ काढतो. पळ काढल्यावर, लपून राहिल्यावर किंवा माघार घेतल्यावर तरी का होईना, आपली अप्रिय निष्कर्षापासून मुक्तता होईल, असे आपल्याला वाटते. त्यामुळे तो सोईस्कर मार्ग आपण पत्करतो. हे खरे आहे; पण आपण पळून गेलो तरी अप्रिय निष्कर्ष शिल्लक राहतातच, ते नष्ट होत नाहीत आणि आयुष्यात पुन्हा कधीतरी परत ते आपल्याला भेडसावू लागतात. उदा., नोकरी करत असताना वरिष्ठांचा दबाव, टार्गेट पूर्ण करण्याची सक्ती किंवा व्यवसाय करताना खेळत्या भांडवलाची चणचण, स्पर्धेमध्ये टिकून राहण्याची क्षमता, उत्पादकतेमध्ये खर्च कमी करून नफा वाढविण्याची गरज, वेळेचे नियोजन करण्याची असमर्थता अशा अडचणी येतच राहणार. पण म्हणून ही नोकरीच नको- दुसरी बघू , हा व्यवसायच नको- नवीन काहीतरी करू, असे म्हणून

पळ काढून चालेल का? पळालात तर तो तात्पुरता मार्ग असेल. दुसरा मार्गही काटेरी, वेडावाकडा, खाचखळग्यांचा आणि निश्चित मुक्कामी पोचवणारा असेलच असे नाही. कारण नवीन नोकरीत, व्यवसायात हेच प्रश्न कदाचित नव्या स्वरूपात आणि नव्या व्याप्तीने तुमच्यासमोर दत्त म्हणून उभे राहतील. नवीन व्यवसायात अशाच प्रकारची नवी आव्हाने पेलण्याची तुम्हाला गरज पडेल. तेव्हा अडचणींनी घाबरून न जाता, अडचणींतून मार्ग काढण्याचे, मात करण्याचे धाडस दाखवलेत तर यश दिसेल.

आर्थिक उदारीकरण, वैश्वीकरण आणि खाजगीकरणाच्या रेट्यामुळे प्रगतिशील देशांच्या अर्थव्यवस्थेमध्ये आमूलाग्र बदल घडून आले. नोकरीची, व्यापाराची आणि यशाची समीकरणे बदलली. सुरक्षित अर्थव्यवस्थेमध्ये काम करणाऱ्या नोकरदारांना, व्यावसायिकांना, विक्रेत्यांना मुक्त अर्थव्यवस्थेमुळे नवीन आव्हानांना तोंड द्यावे लागले. अशा परिस्थितीत बदलत्या परिस्थितीप्रमाणे जे स्वतःला बदलत गेले, ते टिकून राहिले; पण जे निष्क्रिय, परंपरागत किंवा मागासलेले राहिले, ते नामशेष झाले. 'महापुरे झाडे जाती, तेथे लव्हाळे वाचती' अशी एक सुंदर म्हण आहे. त्याचा अर्थ –परिस्थितीच्या तडाख्याने भले भले नामोहरम होतात; पण आपली मुळं, माणसं आणि तत्त्वांना घट्ट पकडून राहणारा, काळाप्रमाणे स्वतःत बदल घडवून आणणारा अशा महापुरातही टिकू राहतो आणि यश मिळवतो.

कधीकधी माणूस फक्त सोयीच्या (स्वतःला सोईस्कर वाटणाऱ्या) जाणिवाच फक्त जागृत ठेवतो, बाकीच्या बधिर करून टाकतो. त्यामुळे आपले आयुष्य कधीकधी करमणूकजनक आणि विनोदी होते, तरी आपण शक्य तेवढे गंभीरपणाने ते जगण्याचा प्रयत्न करतो. व्यावसायिक यशाच्या आड एखाद्या वेळेस अशा बधिर झालेल्या/ केलेल्या जाणिवा येऊ शकतात. उदा., नवरा आणि बायको चुकून योगायोगाने महत्त्वाकांक्षी निघाली तर दुसऱ्याच्या भावना समजून न घेता, त्यांची महत्त्वाकांक्षा आपापल्या स्वतंत्र दिशेने सुसाटून दोघांच्याही अपेक्षांचा भंग होण्याची शक्यता असते.

यश गाठायचे असेल, तर 'हा सूर्य हा जयद्रथ' ही वृत्ती ठेवावी लागते. तत्कालीन परिस्थितीचा आणि शक्यतांचा प्रॅक्टिकल विचार करावा लागतो. सूर्य आणि जयद्रथ दाखवून देणारा कोणीतरी भेटतो; पण आता (प्राप्त परिस्थितीत) कुणाला, केव्हा आणि कसा बाण मारायचा, हे धनुर्धारीच ठरवू शकतो. इतरांच्या हातांत बाणही नसतो आणि धनुष्यही! बाण मारायचाच असेल तर सूर्य मावळण्यापूर्वीच मारायला हवा; म्हणजेच योग्य वेळ आणि संधी पकडायला हवी, तरच ईप्सित साध्य होऊन यश मिळू शकते. मागील गेल्या दोन दशकांपासून संपूर्ण विश्वामध्ये व्यवसायाचे

स्वरूप पार बदलले आहे. संधी कित्येक पटींनी वाढल्या आहेत. साधने मात्र पूर्वीचीच आहेत. अर्थात त्यांचा वापर माहितीतंत्रज्ञान आणि ज्ञानस्फोटामुळे खूपच वाढला आहे. बदलत्या काळाबरोबर आव्हानेही वाढली आहेत. शालेय शिक्षणापासून सुरू होणारी स्पर्धा, नोकरी-व्यवसाय-यश या सर्व पातळ्यांवर तीव्र झाली आहे. स्पर्धेमुळे संधी आणि आव्हानांमुळे अपेक्षेचे ओझे आपल्या सर्वांवर आले आहे. गुणवत्ता व आपल्या कामाचे अपेक्षित फलित यांची पातळी उंचावत चालली आहे. याचा ताणही वाढतो आहे. त्यामुळे आपली जीवनपद्धती, कामाचे स्वरूप पूर्णत: पालटून गेले आहे आणि त्यातून 'वेळेचा अभाव' ही समस्या मोठ्या प्रमाणात निर्माण झाली आहे. अशा परिस्थितीत अपेक्षित लक्ष्यभेद करण्यासाठी बाण मारायला तरी आपल्याला वेळ मिळतो का?

भ्रामक समजुती

वेळेचा अभाव हा भ्रम आहे की वास्तवता आहे, याचा वैयक्तिक पातळीवर तपास करणे प्रत्येक यशस्वी व्यक्तीसाठी फार आवश्यक आहे. व्यस्त असणे आणि सतत नवीन काहीतरी उत्पादक काम करण्यात व्यस्त असणे, या दोन अगदी भिन्न गोष्टी आहेत. आपली व्यस्तता आपल्याला किंवा दुसऱ्यांना उपयुक्त व फायदेशीर आहे, हे गृहीत धरणे खरंतर चुकीचं आणि बेजबाबदारपणाचं आहे. आपल्या प्रत्येक कामाच्या उपयुक्ततेचा आढावा घेणे त्यासाठी आवश्यक आहे.

आपल्या कामामुळे (स्वत:च्या कायम व्यस्ततेमुळे) स्वत:ला, स्वत:च्या कंपनीला, कुटुंबाला आणि एकूणच सामाजिक (अर्थ)व्यवस्थेला कोणत्या प्रकारचे, गुणवत्तेचे आणि किती प्रमाणात योगदान मिळत आहे, याची स्वत:ला तपासणी करता आली पाहिजे. त्यामुळे केलेल्या कामातून स्वत:ची प्रगती होत आहे की नाही, आणि दिवसागणिक त्यात काही भर पडते आहे की नाही, हे पाहणे आवश्यक आहे. अन्यथा ढोरमेहनत करून स्वत: आहे त्या स्थितीतच राहणार असलात, तर ती सर्व मेहनत निरर्थक ठरेल. इतरांच्या फायद्याबरोबरच स्वत:ला होणारा कायमस्वरूपी लाभदेखील विचारात घेण्यासारखा असतो आणि त्यासाठी योग्य तो समन्वय साधण्याची गरज असते; अन्यथा इतरांची सेवा करताना, त्यांना सुविधा पुरवताना, त्यांच्या प्रगतीसाठी कामं करताना स्वत:ची प्रगती मात्र खुंटू शकते. पाश्चिमात्य देशांतील लोकांची कामातील उत्पादकता किंवा उपयोगिता पूर्वेकडील देशांपेक्षा जास्त आहे, असा सार्वत्रिक समज आहे. चिनी आणि जपानी लोकांची कार्यकुशलता आणि कामाविषयीची निष्ठा त्याला अपवाद ठरू शकतील. पण प्रत्येक व्यक्ती आणि व्यवसायाच्या बाबतीत असा सरसकट विचार करून चालणार नाही. उत्पादकता कमी होण्याला आपली जडणघडण, सामाजिक रीतिभाती, नियोजनाचा अभाव,

शिस्तीचा अभाव या गोष्टी कारणीभूत होऊ शकतात. त्यामुळे उत्पादकता जरी पाश्चिमात्यांइतकीच असली तरी चुकीचे काम होणे, एकच काम पुन्हा पुन्हा स्वत: करणे किंवा वेगळ्या वेगळ्या व्यक्तींना करायला सांगणे यामुळे पौर्वात्यांची उत्पादकता कमी आहे. बऱ्याच वेळा उपलब्ध वेळेचा अपव्यय होऊन उत्पादकता घटण्याचा संभव असतो त्यामुळे हा सार्वत्रिक समज दूर करून उत्पादकता वाढविण्यासाठी पुढील काही सवयी टाळायलाच हव्यात-

१) ऑफिसवेळेपेक्षा जास्त काळ ऑफिसमध्ये थांबायला लागणे.

२) जास्त दिलेल्या कामास नाही म्हणता न येणे आणि हाती असलेल्या कामाचे प्रत्यक्ष स्वरूप व बोजा समजून न घेता कार्यारंभ करणे.

३) वरिष्ठांची मर्जी राखण्यासाठी त्यांच्या उपस्थितीत कोणत्याही परिस्थितीत आपली हजेरी दाखवणे.

या सवयींमुळे तुम्ही व्यस्त आहात असे दिसते (कित्येक वेळेला असा आभासही निर्माण केला जातो); पण प्रत्यक्षात मात्र तुमची उत्पादकता कमी झालेली असते. त्यामुळे व्यस्त राहण्यापेक्षा नियोजनबद्ध राहणे, कामाच्या महत्त्वाच्या टप्प्यांवर लक्ष ठेवणे आणि व्यस्ततेच्या उपयुक्ततेचा नियमित आढावा घेणे, ही यशस्वी माणसाची नित्याचीच सवय व्हायला हवी. काम करणाऱ्यांचे मस्त, त्रस्त आणि व्यस्त असे वर्गीकरण होऊ शकते. 'मस्त' वर्गातली व्यक्ती आकाश कोसळलं, तरी आपल्याच मस्तीत असते आणि कामाचा आनंद घेते; मग त्याचा उपयोग किती आहे, याचा विचार करीत नाही. 'त्रस्त' व्यक्ती प्रत्येक गोष्टीला अडसर मानते, त्यामुळे कशातच आनंद मिळवू शकत नाही. व्यस्त व्यक्ती मात्र या दोन्हींतला ताळमेळ साधून यश मिळवू शकते.

निंबस या पूर्वीच्या प्रायोजकांशी मोडलेला करार, सहाराच्या श्री. सुब्रतो राय यांच्याशी झालेले मतभेद, भारतीय संघाचा २०११ मध्ये झालेला अत्यंत खराब खेळ (ऑस्ट्रलियाने चारी मुंड्या चीत केलेले असल्यामुळे) अशी अनियमितता असूनही 'गिरे तो भी टांग उपर' म्हणत बीसीसीआय आपली काही चूक झाली आहे, हे मान्य करण्याच्या मन:स्थितीतच नव्हते. त्यामुळे 'आम्ही पडलेलो नाही... आम्हाला चिखलात बसणेच आवडते', अशा मनोवृत्तीचे दर्शन त्यांच्या वागण्यातून घडते. बीसीसीआयच्या कारभाराची पद्धत आणि भारतीय संघाचा त्या वेळचा फॉर्म बघता, कोणतीही मोठी कंपनी २०१२च्या आयपीएलला मोठी प्रायोजकता आपणहून देऊ करेल, अशी तिळमात्र शक्यता नव्हती. तसेच टीव्ही कंपन्याही भारतीय क्रिकेट प्रसारणाचे हक्क अनावश्यक चढ्या भावाने विकत घेण्याच्या मन:स्थितीत आणि ऐपतीत आहेत अशी परिस्थिती नव्हती. त्यामुळे बीसीसीआय स्वत:चेच नुकसान

करून घेण्याची जास्त शक्यता होती.पण केलेल्या कामाचे समयोचित मूल्यांकन बीसीसीआयने वेळेवर केले नाही आणि परिणामी २०१२च्या आयपीएलच्या आयोजनात मोठ्या प्रमाणात भ्रष्टाचार झाला. हे उदाहरण डोळ्यांसमोर ठेऊन वैयक्तिक-सामाजिक-व्यावसायिक उपयुक्ततेचा आणि यशस्वितेचा लेखाजोखा प्रत्येकाने वेळीच करणे फार आवश्यक असते. नवं शिकण्याची निसर्गाने मानवाला दिलेली कला ही त्यामुळेच एक अपूर्व देणगी मानावी लागेल. नवीन गोष्टी शिकून, शक्य झाल्यास जुन्या चुका टाळून आपण आपले आयुष्य सुंदर करू शकतो. भूत आणि वर्तमान त्यामुळे जोडले जाऊन भविष्य साकारते आणि योग्य तो दृष्टिकोन तयार होतो आणि घडलेल्या घटनांचा इतिहास त्यामुळे समजतो.

छोटी सुरुवात

पण हे सिंहावलोकन किंवा स्वत:चा लेखा-जोखा करणं मला जमणार नाही, असं म्हणणारे बरेच असतात. माझ्या स्वभावातच ते नाही, अशी पुष्टीही देतात. आहे हे असं आहे, आणि मला असंच वागता/करता येतं असंही फुशारकीने सांगतात. पण स्वत:च स्वत:चा परामर्श घेणं खरंच अवघड आहे का? मला वाटतं, अजिबात नाही; फक्त आपली भूमिका त्या बाबतीत सकारात्मक हवी. आणि एकदा का तुम्ही हे करायचे ठरवलेत, तर हळूहळू सवयीमुळे तो तुमचा स्वभावही बनू शकतो आणि अंतिमत: तुम्ही तुमच्या प्रयत्नात यशस्वी होऊ शकता. असं म्हणतात, की-

गच्छन्ती पिपीलिका याति योजनानां शतमपि ।
अगच्छन् वैनतेयोऽपि पदमेकं न गच्छति ॥

मुंगी चालत राहिली तर शेकडो मैल दूर जाऊ शकते; पण गरुड जागचा हलला नाही, तर एक पाऊलही पुढे जाऊ शकत नाही. माणसाचे यश त्याच्या प्रयत्नांमध्ये असते हे निश्चित.

स्वत:त काही सकारात्मक बदल करायचे असतील, तर काही अंशी 'ट्रूथ थेरपी' उपयोगी पडेल. TRUTH या इंग्रजी शब्दाचा अर्थ सत्य असा आहे; पण ही सत्याची जाणीव/आडाखा त्याच्या प्रत्येक अक्षरातून कसा घेता येईल ते पहा. त्यातील प्रत्येक अक्षर काय सांगते?

T - Talk to all sorts of people. म्हणजेच आपल्या संपर्कात येणाऱ्या सर्व तऱ्हेच्या व्यक्तींशी बोलण्याचा, त्यांना समजून घेण्याचा प्रयत्न करा. म्हणजे वेगळे विचार तुम्हाला कळतील.

R - Read the magazines & books & reference material. चांगल्या प्रतीचे संदर्भ नेहमी वाचा. त्यामुळे तुम्ही काळाशी आणि वेळेशी जोडलेले राहाल.

U - Use the dictionary. आपल्याला न कळलेले शब्द, संकल्पना, वाक्प्रचार

यश तुमचेच आहे । १३७

डिक्शनरीत शोधा. कदाचित त्या शब्दांचा योग्य अर्थ/समर्पक भाग त्यानंतरच तुम्हाला कळू शकेल.

T - Track down new words. वाचताना किंवा ऐकताना जे नवीन शब्द कानावर येतील, नवीन विचार समजतील, जाणवतील, ते एखाद्या वहीत लिहून ठेवा आणि नंतर त्यांचा अर्थ शोधा.

H - Hear good speakers. घरबसल्या रेडिओ, टीव्हीवरील बातम्या, ऑफिसात बॉसचे, कर्मचाऱ्यांचे संभाषण, मित्रांचे बोलणे, कुटुंबातील संवाद नीट ऐका. तुम्हाला बऱ्याच नवीन गोष्टींचे ज्ञान होईल.

ही 'ट्रुथ थेरपी' वापरून आपले आयुष्य अर्थपूर्ण कसे करता येईल, याचे उदाहरण पुढे दिले आहे.

घेई छंद मकरंद

कला, आवड, छंद यांतून स्वरोजगारनिर्मितीची आणि त्यातून यश मिळविल्याची बरीच उदाहरणे देता येतील. सुरुवातीला केवळ विरंगुळा किंवा टाइमपास वाटणारा एखादा छंदच जाणीवपूर्वक किंवा गरजेपोटी जोपासला, तर त्यातून अर्थार्जनही होऊ शकते याचे ज्वलंत उदाहरण म्हणजे सतीश गादिया. अनेक छंद जोपासणारे आपण पाहतो, ऐकतो. छंद जोपासताना ते त्या छंदाचे बंदे होऊन जातात; पण काही वेळा परिस्थितीची गरज म्हणून आणि अर्थार्जनाची निकड म्हणून असे छंद या छंदिष्ट व्यक्तीला बाजूला ठेवावे लागतात. तिचा यात मानसिक कोंडमारा होतो, आणि नाइलाज असल्याने हा 'तोंड दाबून बुक्क्यांचा मार' तिला सहन करावा लागतो. सतीश गादियाने मात्र अशी तडजोड न करता आपल्या व्यवसायामध्येच छंदालाही अर्थार्जनाचे साधन बनवून एक नवा आदर्श निर्माण केला त्याची ही गोष्ट.

सतीशला लहानपणापासून फुलांची आवड आणि उत्सुकता होती. त्या आवडीच्या फुलांचा शोध घेण्यातच तो रमायचा. शिक्षण कमी असल्याने सतीशने पोटापाण्यासाठी इस्त्रीचा व्यवसाय सुरू केला. इस्त्रीचे कपडे पोचवताना एका गिऱ्हाइकाच्या दारात एक कमळ बघून बालपणीची त्याची फुलांची आवड जागृत झाली आणि ग्राहकांच्या कपड्यांची टिपटॉप इस्त्री करता करता तो कमळाच्या प्रेमात पडला. त्याला कमळाने वेड लावले आणि त्याचा शोध घेत कमळफुलासाठी गुरू शेखर भडसावळे यांच्याकडे तो पोचला. त्यांच्याकडून कमळ आणि कमळाची शेती करायचा एक मंत्र आत्मसात करून घरी आला. शेती करायची म्हणजे कमळाच्या वेगवेगळ्या जाती, प्रकार, आकार यांचा अभ्यास हवाच आणि तो करताना कधी वळवणच्या तलावात रुतला, कधी ओरिसातील तलावातील कमळ काढताना मगर मागे लागली, तर एकदा बिहारमधील तलावात चिखलात रुतून पडण्याचा धोका या कमळध्यासामुळे पत्करावा

लागला.

छंद जोपासता जोपासता त्याने घरच्यांनाही कमळाविषयी आवड निर्माण केली. परिणामी सासऱ्यांनी डुडुळगाव (आळंदी) येथे अर्धा एकर शेतीची जागा या छंदोपासनेसाठी दिली. सतीश गादियांनी छंदाला कष्टाची आणि कल्पकतेची जोड देत त्या शेतीत कमळबाग फुलवली आणि थोड्याच कालावधीत ही आवड 'अर्थ'पूर्णही बनवली. आज दरमहा ५-१० हजार रुपये उत्पन्न या शेतीच्या माध्यमातून ते मिळवतात. कमळं विकणं, कमळाची बाग विकसित करून देणं, स्वत:च्या कमळबागेची सफर पर्यटकांना घडवणं अशा विविध माध्यमांतून हा छंद जोपासत ठेवला. कमळाच्या बियांची खीर, कमळाच्या मुळांची भाजी, कमळपाकळ्यांचा कमलकंद असे नावीन्यपूर्ण प्रॉडक्ट्स तयार केले. हे सर्व करताना छंद जोपासत राहिले. त्यासाठी १०८ पाकळ्यांचे सर्वांत मोठे कमळ केरळ राज्यातून मिळवले. दरभंगा-बिहार येथील डॉ. विनोद गुप्ता यांच्याकडून मखना कमळ आणलं. डॉ. शिवकुमार, कलकत्ता बोटॅनिकल गार्डन यांच्याकडून राजकमल (व्हिक्टोरिया) आणले. बँकॉकच्या एका मित्रानं त्यांना केशरी रंगाचे कमळ, पिवळ्या आणि गुलाबी रंगाची कमोदिनी आणि केशरी रंगाची लीली भेट दिली. निमित्त काहीही असले, तरी छंद वाढतच राहिला. त्यासाठी महाराष्ट्रच काय, भारतातील अनेक जंगलं पादाक्रांत केली. अशा प्रकारे कमळाचे ५ प्रकार आणि कुमुदिनीचे ३० प्रकार जोपासणाऱ्या या कमळवेड्याला महाराष्ट्रात कमळशेतीचा प्रसार करण्याचा ध्यास आहे.

कमळांच्या जिज्ञासेपोटी कमळांविषयी माहितीसंकलन, विक्रीव्यवस्था, सल्ला-मार्गदर्शन करत नव्या पिढीतही मुलांमध्ये कमळशेतीची आवड निर्माण करण्याचा त्यांचा प्रयत्न आहे. पारंपरिक शेतीत शेतकरी आर्थिक अडचणींनी निराश होतात. पुरेसे पीक येत नाही आणि अर्थार्जन होत नाही म्हणून नाइलाजाने जमिनी विकून टाकतात. एकरकमी मिळालेल्या पैशाने लक्षाधीश होतातही; पण उत्पन्नाचे साधनच गमावल्यामुळे भिक्षाधीश व्हायला वेळ लागत नाही. अशा परिस्थितीत महाराष्ट्रात आणि विदर्भात घडतात तशा शेतकऱ्यांच्या आत्महत्या वाढतात. पण सतीशने स्वत:मध्ये आत्मविश्वास निर्माण करून आत्महत्या करणाऱ्यांना आत्मपरीक्षण करण्याचा आदर्श घालून दिला आहे. एका छंदातून वेगळा समाधानी शेतकरी निर्माण केला आणि आपल्या चरितार्थाचे साधन बनवले. हौसेला मोल नसते असे म्हणतात; पण सतीशने हौसेला/छंदाला मोल निर्माण करून स्वत:चे, आणि कुटुंबाचे अर्थनियोजन कमळशेतीवर सक्षम केले.

ध्येयाचा ध्यास

एक यशस्वी उद्योजक आणि हरहुन्नरी व्यक्तिमत्त्व म्हणून नावाजले गेलेले श्री.विठ्ठल

कामत यांनी तरुणांना दिलेला संदेश लक्षात घेण्यासारखा आहे. ते म्हणतात, 'ध्येयाचा ध्यास घ्या, यशस्वी व्हा. ध्येय निश्चित करा, आणि ते मिळेपर्यंत त्याचा ध्यास धरा. त्यासाठी एकाग्रता, मनाची व्यापकता, आत्मपरीक्षण, टीमवर्क, कोणत्याही कामाची कदर करणे आणि यश मिळेपर्यंत सतत त्याचा ध्यास घेतला तर कधीही अपयश येणार नाही,' असा गुरुमंत्र ऑर्किड हॉटेल ग्रुपचे संचालक विठ्ठल कामत यांनी दिला आहे.

मन, मनगट, मेंदू सशक्त करून मेहनतीला आराध्य दैवत मानून स्वतःला आणि देशाला समृद्ध करण्यातच खरे यश आहे. खऱ्या तरुणाला दोनच सेंट (परफ्युम) शोभतात. एक म्हणजे मैदानात खेळून आलेल्या घामाचा आणि दुसरा म्हणजे घामावर बसलेल्या मैदानावरील मातीचा; कारण दोन्हींत मन, मनगट, मेंदू आणि मेहनत आहे.

जुळवणुकीने उन्नती

मनःशक्ती प्रयोग केंद्राचे प्रथमस्वामी विज्ञानानंद यांनी म्हटले आहे, की भ्याड माणूस अज्ञानाने जुळवणूक करतो, तेव्हा उन्नती घडत नाही; परंतु ज्ञानाने, अहंकार मुक्तीच्या माध्यमातून ज्या वेळेस माणूस जुळवणुकीकडे वळतो, तेव्हाच त्याची मानसिक उन्नती घडते. जुळवणुकीनेच मनःशक्ती व मनःशांती वाढते. त्यामुळे काळाशी, वेळेशी, परिस्थितीशी व्यक्तींशी जुळवून घेतले, तर यशाचा मार्ग सुखकारक होईल.

ज्ञानामध्ये 'वर्तन करणे' ही प्रमुख अट असते. मनुष्य हा सर्वसाधारणपणे प्रसंगानुरूप तात्कालिक विचार करतो. आपल्याला प्रेयस्कर काय यापेक्षा श्रेयस्कर काय हे लक्षात घेऊन वर्तन केले, तर आयुष्यातील कितीतरी समस्यांवर उपाय मिळू शकेल. जुळवून घेणं हा मनाचा कमकुवतपणा नसून, ती एक मानसिक ताकद आहे. माणसाला आयुष्यभर खरेतर जुळवणुकीला सामोरे जावेच लागते. नवजात अर्भकाला सुरुवातीचे बारा दिवस निसर्गाशी जुळवून घ्यावेच लागते. बालपणी वडीलधाऱ्यांशी, अभ्यासात कठीण विषयांशी, लग्नानंतर नवरा-बायकोला एकमेकांशी, व्यवसायात किंवा नोकरीत सहकर्मचाऱ्यांशी. त्याशिवाय जीवनाचा गाडा पुढे जाऊच शकत नाही. नातेवाईक, शेजारीपाजारी, मित्र, शत्रू, मुले, पालक, आई-वडील यांच्याशी जुळवून घेणे हा माणसाचा स्थायिभाव आहे. इतकेच काय, आपल्याला काळाशी आणि वेळेशीही जुळवणूक करून घ्यावी लागते. आशिया खंडातून युरोप अथवा अमेरिका आणि इतर खंडांत जाताना अथवा येतानादेखील घड्याळाचे काटे स्थानिक वेळेप्रमाणे जुळवून घ्यावेच लागतात. निसर्गनियमांतील जुळवणुकीचा धडा प्रत्येक टप्प्यावर पाठलाग करीत असतो.

'मी कधीच जुळवून घेणार नाही', 'मी बदलणार नाही', 'तुम्हालाच बदलावं

लागेल' ही वृत्तीच मुळात चुकीची आहे. किंबहुना अशी भूमिका घेणारी व्यक्ती स्वत:च्या मानसिक कमकुवतपणाचा कबुलीजबाब देत असते. जुळवून घेण्यासाठी मनाचा मोठेपणा, उदारता आणि दुसऱ्याला समजावून घेऊन मदतीचा हात देण्याची वृत्ती लागते आणि ही वृत्ती माणसामध्ये एकदा विकसित झाली, की इतरांशी व्यवहार करताना काहीच अडचण येत नाही आणि साहजिकच आपला यशाचा मार्ग सुकर होतो.

चार्लस डार्विनने 'उत्क्रांतीचा सिद्धांत' मांडला. एकपेशीय प्राण्यांपासून मानवापर्यंत जिवाची जी उत्क्रांती घडली, त्यातील प्रत्येक पायरीवर त्या जिवाला प्रचंड जुळवणुकीला सामोरे जावे लागले. याचाच अर्थ प्रगती हवी असेल तर जुळवणुकीला, बदलाला सामोरे जा! जुळवून न घेणारी व्यक्ती, स्वत:च्या हाताने स्वत:ची प्रगती रोखून धरत असते आणि अज्ञानाने हे तिच्या लक्षातही येत नाही. एकदा जुळवून घेण्याची ताकद माणसाने आपल्या मेंदूत निर्माण केली, की ती ताकद त्याला त्याच्या सर्व क्षेत्रांमध्ये उपयोगी पडते. तेच यशाचे, उन्नतीचे गमक आहे.

पण जुळवून घेण्यासाठी व्यक्तीमध्ये अंतर्बाह्य शुद्धी असणे गरजेचे असते. स्वत:शी सत्याने वागणे, सत्य व्यवहाराने द्रव्य मिळविणे म्हणजे द्रव्यशुद्धी. शुद्ध द्रव्याने अन्न मिळविणे म्हणजे आहारशुद्धी झाली. योग्य वर्तनाने आचारशुद्धी आणि बाह्य स्वच्छतेने शरीरशुद्धी साधता येते. या सर्वांत महत्त्वाची आहे ती अंतर्शुद्धी; जी काम, क्रोध, मोह, मद, मत्सर या षड्‌रिपूंवर विजय मिळवून किंवा या विकारांत न अडकून राहिल्यामुळे होऊ शकते. अशा तऱ्हेने अंतर्बाह्य शुद्ध राहिले म्हणजे माणूस ढोंगीपणा करत नाही, शरीराने आणि मनाने अहिंसा पाळतो, त्याची वृत्ती क्षमाशील होते, मनाचा सरळपणा येतो. अशा माणसाला साहजिकच गुरुजनांबद्दल श्रद्धा–भक्ती आणि सहकर्मचारी, मित्र, सगेसोयरे यांच्याबद्दल आदर वाटतो आणि त्यांच्याशी जुळवून घेणे अशा व्यक्तीला सोपे जाते. इतर लोकही अशा अंतर्बाह्य शुद्ध व्यक्तीचा मोठेपणा जाणून तिच्याशी जुळवून घेतात. अशा आचार, विचार आणि कृतीच्या गोष्टी घडून आल्या, की विजय मिळवणे अवघड जात नाही.

डोक्याला ताप

चांगल्या उद्देशाने आणि कष्टपूर्वक एखादी गोष्ट करायची म्हटली, तर आपल्या प्रयत्नात प्रचलित व्यवस्थापनाचे अडसरही येऊ शकतात आणि जुळवून घेणेही अवघड होते. क्लिष्ट नियम, गुंतागुंतीचे आणि सहजासहजी न कळणारे कायदे, तसेच सचोटीच्या व्यवहारांवरदेखील कायद्याचा अतिरेकी बडगा यांमुळे स्वतंत्रपणे काही व्यवसाय करायचे, सल्लागार म्हणून काम करायचेही धाडस होत नाही. तुमची चारी बाजूंनी कोंडी कशी होईल, याची पूर्ण काळजी प्रशासन घेत असते. मग निर्णयक्षमतेला,

नवनिर्मितीला आणि उद्यमक्षमतेला चालना कशी मिळणार? तुम्ही नोकरी-व्यवसायातून मिळविलेल्या पैशांवर शासनाचा कसा डोळा असतो, याचे उदाहरण पहा ना-

तुम्ही व्यवसाय-धंदा करताय? तुम्हाला आवश्यक मूलभूत सेवा पुरवायला देश बांधील नाही. खरेतर शासनाने या बाबतीत वर्षानुवर्षे हेळसांडच केलेली आहे. तरी या सगळ्या अडचणींतून मार्ग काढून तुम्ही तुमचा उद्योग नेकीने आणि सचोटीने करून चार पैसे मिळवले, की सरकार त्यातला काही भाग प्रोफेशनल टॅक्स, इन्कम टॅक्स, सेल्स टॅक्स, सेन्ट्रल एक्साइज, कॉर्पोरेशन टॅक्स, टर्नओव्हर टॅक्स, सर्व्हिस टॅक्स, स्टॅम्प ड्यूटी आणि रजिस्ट्रेशन फीच्या नावाखाली काढून घेणार. तुम्ही मिळविलेला नफा जरी तुम्ही तुमच्या भागधारकांना वाटत असाल, तरी तुम्हाला डिव्हिडंड डिस्ट्रिब्यूशन टॅक्स द्यावा लागेल. स्वत:ची वैयक्तिक किंवा व्यवसायाची रोख रक्कम रुपये २०००० पेक्षा जास्त बँकेतून काढायची असेल, तर तुम्हाला 'कॅश हॅण्डलिंग टॅक्स' द्यावा लागतो. व्यवसायवृद्धीसाठी व उत्तम नातेसंबंधांसाठी तुमच्या ग्राहकांना/सहकर्मचाऱ्यांना हॉटेलात मेजवानी दिलीत, तर तुम्हाला फूड आणि एन्टरटेनमेंट टॅक्स द्यावा लागेल. तुमचेच पैसे आपल्या प्रिय व्यक्तीला भेट म्हणून द्यायचे, तर गिफ्ट टॅक्स आहेच. जमवलेल्या संपत्तीवर वेल्थ टॅक्स आहे. स्वत:चे मनोरंजन करून घ्यायचे असेल, तरी एन्टरटेनमेंट टॅक्स आहे. या सगळ्या ओझ्याने तुम्ही जर मेलात, तर कदाचित तुम्हाला उद्या फ्युनरल टॅक्सही द्यावा लागेल. आणि जर का हे टॅक्स, ड्युटी, लेव्ही, सरचार्ज भरण्यात हयगय केलीत किंवा उशिर केलात तर याद राखा, तुम्हाला उशिरा भरलेल्या रकमेवर व्याज तर द्यावे लागेलच आणि जर हे टॅक्सेस भरले नाहीत तर दंडही ठोठावला जाईल! आता बोला! डोक्याला एवढा ताप असताना, आपलेच पैसे खर्च करण्यावर इतकी बंधने असताना, धंदा-व्यवसाय करण्याची, त्यात नफा मिळवून धंद्यात वाढ करायची आणि यशस्वी होण्याची उभारी तुमच्यात राहील का? अशा परिस्थितीत कित्येकदा माणसाची विचारसरणी नकारात्मक व्हायला लागते. पण परिस्थितीशी जुळवून घेणे अपरिहार्य आहे. असं म्हणतात, की "More we study, the more we know, The more we know, the more we forget, the more we forget, the less we know.... So why study?"

या संदर्भात एक मजेदार किस्सा लक्षात येतो. प्राणिसंग्रहालयातील अधिकाऱ्यांच्या असं लक्षात आलं, की प्राणिसंग्रहालयातील कांगारूचं एक पिल्लू बऱ्याचदा कांगारूच्या पिंजऱ्यातून बाहेर पडलेले दिसायचे. अशा प्रकारचा धोका टाळण्यासाठी आणि असे प्रकार परत होऊ नयेत म्हणून काहीतरी उपाययोजना करायला पाहिजे, असे अधिकाऱ्याचे विचाराअंती ठरले. अधिकाऱ्यांच्या अभ्यासानुसार कांगारूचे पिल्लू जास्तीत जास्त दहा फूट उंच उडी मारू शकते. त्यामुळे अधिकाऱ्यांनी पिंजऱ्यावर १० फुटापर्यंत

संरक्षक (प्रतिबंधात्मक) तारा लावल्या. पण तरीसुद्धा अधिकाऱ्यांनी बघितले, की दुसऱ्या दिवशी पिल्लू परत पिंजऱ्याबाहेर आहे. आता त्यांनी १० फुटांची उंची वाढवून २० फूट केली. तरीही पुढच्या दिवशी पिल्लू पिंजऱ्याबाहेर दिसले. अधिकाऱ्यांनी संरक्षक तारांची उंची ४० फूट केली, हे पाहून शेजारच्या पिंजऱ्यातील उंटाने कांगारूच्या आईला विचारले, ''पिल्लू बाहेर जाऊ नये म्हणून हे अधिकारी संरक्षक तारांची उंची आणखी किती वाढवणार आहेत?'' कांगारूची आई म्हणाली, ''त्यांना कदाचित १०० फुटापर्यंतही उंची वाढवावी लागेल; कारण त्या मूर्ख अधिकाऱ्यांच्या हे लक्षात येत नाही, की रात्री पिंजऱ्याचे दार बंद करणे त्यापेक्षा जास्त महत्त्वाचे आहे!

फार कमी माणसे परिस्थितिसापेक्ष असा सारासार विचार करतात. त्यामुळे यश मिळणेही अवघड असते. पण अशाही परिस्थितीत अनेक प्रज्ञावंतांनी स्वतःच्या कार्यकुशलतेची, चिकाटीची आणि सृजनात्मक विचारांची चमक दाखवून व्यवसाय यशस्वी केले आहेत. नोकरीमध्ये उत्तम यश मिळवलेले आहे किंवा सल्लागार, समुपदेशक, मार्गदर्शक अथवा इतर कोणत्याही अन्य प्रकारांनी यश मिळवलेले आहे. कारण कोणत्याही अडचणीत, प्रतिकूल परिस्थितीत मार्ग काढणारा आणि यश मिळविणाराच जगाच्या दृष्टीने 'हीरो ठरतो.' त्याला लोक उद्योजक, व्यवस्थापक म्हणून डोक्यावर घेतात. कारण या लोकांनी मनाशी एक पक्की खूणगाठ बांधलेली असते की–

अमन्त्रमक्षरं नास्ति नास्ति मूलमनौषधम् ।
अयोग्य पुरुषो नास्ति योजक: तत्र दुर्लभ:॥

यशस्वी लोकांना हे नक्की माहीत असते; की कोणतीही व्यक्ती किंवा गोष्ट निरुपयोगी नसते. प्रत्येक अक्षर हे मंत्राचे सामर्थ्य घेऊन येते, प्रत्येक वनस्पतीमध्ये कोणते ना कोणतेतरी औषधी गुण असतातच; फक्त आवश्यकता असते ती ते गुण ओळखणाऱ्याची. जो प्रत्येक गोष्टीतली, व्यक्तीतली, चल आणि अचल गोष्टींतली उपयुक्तता ओळखतो, तोच यशस्वी होतो.

प्रयत्नवाद हवा

ब्रह्मर्षी विश्वामित्र म्हणजे मूर्तिमंत प्रयत्नवाद हे आपल्या पुराणांतून आपल्याला वाचायला मिळते. वसिष्ठ ऋषींकडून कामधेनू मिळविण्यात असफल ठरलेल्या विश्वामित्रांचे शंभर पुत्र त्या युद्धात मारले गेले आणि त्यांचा पराभव झाला. व्यथित झालेल्या विश्वामित्रांनी आपले राज्य उरलेल्या एकमात्र पुत्राला दिले, पण ते हरले नाहीत. विजयासाठी नवा प्रयत्न त्यांनी सुरू केला. त्यांनी देवाधिदेव शंकराला प्रसन्न करून घेतले. त्यांच्याकडून अस्त्रे, शस्त्रे प्राप्त करून घेतली आणि नव्या जोमाने वसिष्ठ ऋषींवर हल्ला चढवला. वसिष्ठ मुनींनी ब्रह्मदंडाच्या प्रभावाने विश्वामित्रांचा परत

पराभव केला. 'धिक बलं, क्षत्रिय बलं, ब्रह्मतेजो बलं बलम्' असे म्हणत विश्वामित्र परत ब्रह्मबल मिळविण्यासाठी तपश्चर्येला लागले. आत्मसंयमन करून त्यांनी आत्मशक्ती वाढवली आणि जनमानसात आपली प्रतिमाही उंचावली. ब्रह्मदेव प्रसन्न झाले आणि त्यांनी विश्वामित्रांना 'ऋषित्व' देऊ केले; पण विश्वामित्रांना 'ब्रह्मर्षी' व्हायचे होते. त्यांनी आपले तप चालूच ठेवले. इंद्राचे धाबे दणाणले आणि आपले इंद्रपद धोक्यात येते की काय, अशी परिस्थिती निर्माण होईल असे त्याला वाटले आणि त्याने मेनकेच्या माध्यमातून विश्वामित्रांचा तपोभंग केला. विश्वामित्रांनी परत नव्या जोमाने तपश्चर्येला प्रारंभ केला. या वेळी इंद्रदेवांनी रंभेला पाठविले आणि विश्वामित्रांनी तपोभंगाचा प्रयत्न करणाऱ्या रंभेला रागाच्या भरात शाप दिला; पण तपोभंग झालाच! पहिल्यांदा कामामुळे तर दुसऱ्यांदा क्रोधामुळे. विश्वामित्र पुन्हा सावरले, तपाला बसले. इंद्रदेवाने परत त्यांना विचलित करण्याचा प्रयत्न केला; पण विश्वामित्रांनी काम, क्रोध आदी विकारांवर आता विजय मिळविला होता. त्यामुळे त्यांनी ब्रह्मदेवांनाही प्रसन्न करून घेतले. अशा रीतीने अविरत प्रयत्न करीत विश्वामित्रांनी ब्रह्मर्षिपद प्राप्त केले. त्यांची जिद्द व चिकाटीला या जगात तोड नाही. प्रत्येक माणसाने यशस्वी होण्यासाठी 'हाच आदर्श' डोळ्यासमोर ठेवायला हवा.

कथा जरी पुराणांतली असली, तरी त्यात प्रकट झालेले सत्य हे त्रिकालाबाधित असेच आहे. ज्ञानी, प्रयत्नशील माणूस आपल्या कष्टाने पण जिद्दीने यश, कीर्ती, पैसा मिळवतो. पण एखाद्या मोहाच्या, क्रोधाच्या, दंभाच्या किंवा मत्सराच्या क्षणी पराभूत होतो. अशा वेळी हार न मानता आयुष्यात अधिक काही मिळविण्याची ती एक संधी आहे असे मानून, त्या प्रसंगातून शिकून काम, क्रोध, मोह, मद, मत्सर या षड्रिपूंवर नियंत्रण मिळवून नव्या जोमाने यशासाठी कार्यरत होणे आवश्यक आहे. इतिहासात (मागे होऊन गेलेल्या गोष्टीत) काय किंवा भूगोलात (जगाच्या कोणत्याही भागातील व्यक्तींच्या संदर्भात) जय-विजयाचा हा खेळ कायम चालूच असतो; पण त्यावरही मात करून विजयश्री खेचून आणण्याचे सामर्थ्य अनेकांनी सिद्ध केले आहे.

यशासाठी अधिष्ठान

अमेरिकनांना पगाराचा आकडा आणि मोटारीचा आकार यांवरून जीवनातील यश मोजण्याची सवय झाली आहे. पण मानवतेशी तुमचा काय संबंध आहे, त्यांना तुम्ही काय सेवा दिली, हे तिथे कोणी विचारत नाही. जगातील सर्व गोष्टींचा अर्थ माणसांच्या जीवनावर त्याचा काय परिणाम होतो, यावर अवलंबून आहे. माणसाच्या योग्यतेला डावलणारी प्रत्येक गोष्ट वाईटच होय.

माणूस माकडापासून आला, तसा माणसातून श्रेष्ठ माणूस जन्माला येईल, असे नित्शे म्हणतो. दुसऱ्या जगाबद्दलचा विश्वास, त्यातील दुःख सहन करण्यामागचा

दृष्टिकोन ही सर्व दुर्बलांची गोष्ट आहे. गरजा आणि शक्तिहीनता यातून हे गुण (?) निर्माण झाले आहेत. सत्याग्रह शब्दातील संकल्पना, सत्य म्हणजेच खरेपणा म्हणजेच प्रेम आणि आग्रह म्हणजे दुसऱ्याला ते करायला लावणे.

माँटगोमेरीच्या डेक्स्टर अव्हेन्यू बॅप्टिष्ट चर्चने मार्टिन ल्यूथर किंग ज्युनियरलाच चर्चचे पालक होण्यासाठी आमंत्रित केले होते. त्यानिमित्त त्याला एक परीक्षात्मक प्रवचन द्यायचे होते. परीक्षा म्हणून मार्टिनच्या मनात भीती होती. भाषण विद्वत्ताप्रचुर असावे की भावनांना हात घालणारे? की नेहमीप्रमाणे परमेश्वर जशी स्फूर्ती देईत तसे उत्स्फूर्तपणे बोलावे, अशी त्याची दोलायमान स्थिती होती. पण शेवटी त्याने निर्णय घेतला, 'मार्टिन ल्यूथर किंगला बाजूला ठेव, देवाला पुढे येऊ दे; म्हणजे सर्वकाही ठीक होईल. लक्षात ठेव, तू धर्मग्रंथाचा एक वाहक आहेस, उगम नाही', असे मानत मार्टिनने प्रभूसमोर गुडघे टेकले. सायंप्रार्थना केली. परमेश्वराने प्रवचनाच्या वेळी तिथे असावे आणि त्याचे आपल्याला मार्गदर्शन व्हावे, अशी इच्छा व्यक्त केली. प्रार्थनेने त्याचे मन शांत झाले आणि तो गाढ निद्रेच्या अधीन झाला. त्यानंतरचे त्याचे प्रवचन फारच प्रभावी झाले.

वेळ नाही

'सेव्हन हॅबिट्स ऑफ सक्सेस' चा लेखक स्टिफन कोव्हे म्हणतो, 'वेळ खर्च करणं महत्त्वाचं नाही, तर वेळेत गुंतवणूक करणं जास्त महत्त्वाचं आहे.' उपलब्ध वेळ नियोजनबद्ध पद्धतीने भविष्यकालीन यशासाठी माणसं कसा वापरतात, यावर सर्व अवलंबून असतं. आपल्या संपर्कात येणारे जवळपास सर्वच केव्हा ना केव्हा तरी 'वेळच मिळत नाही!'ची तक्रार नोंदवतात; कारण त्यांच्यासाठी दिवसाचे २४ तास पुरेसे नसतात. दुर्दैवाने दिवसात २४ तासांपेक्षा अधिक वेळ नसल्यामुळे 'वेळच मिळत नाही' ही त्यांची तक्रार आपल्याला ऐकूनही घ्यावी लागते. वेळ ही अशी एक गोष्ट आहे, की जी प्रत्येकालाच प्रत्येक गोष्टीसाठी अगदी अत्यावश्यक बाब असते. त्यामुळे अगदी अल्पावधीत यशाचं शिखर गाठणाऱ्या उद्योजकांना, यशस्वी व्यापाऱ्यांना शास्त्रज्ञांना आणि संशोधकांना ह्या '२४ तास बंधनाचा' अडसर येत नाही का? येणारच की! पण अशा लोकांनी वेळेचं व्यवस्थापन करण्याचा मंत्र जपलेला असल्यामुळे ते यशस्वी होतात आणि 'वेळ नाही'ची तक्रार करणारे मात्र जमिनीवरच रांगत राहतात.

त्यामुळे कॅलेंडरवरच्या तारखा पाहून स्वत:ची फसगत होऊ देऊ नका. कॅलेंडरवर ३६५ किंवा ३६६ दिवस छापलेले असले, तरी तुमच्या गाठी तेवढेच दिवस येतील, ज्या दिवसांचा तुम्ही योग्य वापर करू शकाल. एखाद्या माणसाला एखाद्या वर्षात उपलब्ध असलेल्या वेळेतून एका आठवड्याएवढेच यश मिळू शकते, तर एखाद्याला

एका आठवड्याच्या वेळेतच संपूर्ण वर्षाएवढे यश मिळू शकते. हे सर्व तुम्ही वेळेचं गणित कसं जमवता, यावर अवलंबून आहे. दिवसाच्या शेवटी, विशेषत: रात्री झोपताना आजच्या दिवसात आपण काहीच करू शकलो नाही, अशी वैषम्याची भावना निर्माण झाली, तर विचार करून वेळेच्या व्यवस्थापनावर वेळीच लक्ष केंद्रित करणे हाच एक उपाय असू शकतो. यासाठी ध्येय ठरवणे, कामाची महत्त्वानुसार वर्गवारी करणे, निकालावर लक्ष केंद्रित करणे आणि वेळेच्या दुर्भिक्षतेवर विजय मिळवणे या गोष्टी केल्या, तर हे व्यवस्थापन सुलभ होऊ शकते. आणि एक उद्दिष्ट साध्य झाल्यानंतर त्या जागी दुसऱ्या उद्दिष्टाची उपलब्धता करून देणेही आवश्यक असते. अन्यथा लोकांमध्ये 'शून्यत्वा'ची भावना वाढू शकते. 'आता सगळं झालं, काही करण्यासारखं राहिलं नाही', अशी भावना जर का वाढीस लागली, तर नवीन काही करणंच शक्य नसतं. पहिल्या चांद्रमोहिमेत हजर असलेल्या बझ आल्डरीन यालाही चंद्रावर पाऊल ठेवून पृथ्वीवर परतल्यानंतर भावनिक संघर्षाला सामोरे जावे लागले होते; कारण 'चांद्रमोहिमेनंतरही जीवन अस्तित्वात आहे', या गोष्टीचा जणू त्याला विसरच पडला होता. त्यामुळे ध्येयाची सातत्यताही जीवनात आवश्यक आहे.

सत्याचा शोध

ज्याला आपण सत्य म्हणतो, त्याचा संबंध अंतिम सत्याशी असतो. आपण ईश्वराला, आत्म्याला, त्या अनंततेलाच सत्य समजत असतो. आपण जे पाहतो, अनुभवतो, जाणतो, त्याला सत्य समजत असतो. सत्याचा संबंध विश्वाशीदेखील आहे. आपल्या विश्वासाचे मूळ संस्कारांत असते. संस्कार तर अनित्य असतात, पण श्रद्धा मात्र नित्य असते. म्हणजेच कशावरतरी विश्वास ठेवल्याशिवाय आपल्या प्रवासाला, ज्ञानाला सुरुवात होत नसते. म्हणून ज्याला आपण सत्य म्हणतो, तोदेखील आपला एक शोधच असतो. आपला प्रवास नेहमी अनिश्चिततेकडून निश्चिततेकडे, अमूर्ततेकडून समूर्ततेकडे, कल्पनेकडून वास्तवाकडे, विचारांकडून व्यवहार्यतेकडे होत असतो. त्यामुळे व्यवहार आणि वास्तव जाणण्यासाठी सत्य जाणणेही आवश्यक असते आणि यशासाठी नेहमी त्या सत्याची कास धरावी लागते.

पण जॉन ड्युई हा विचारवंत म्हणतो, की आपल्या तर्कबुद्धीचा संबंध ज्ञानाशी व सत्याशी नसून वस्तुस्थितीच्या शोधाशी असतो. तो म्हणतो, सत्य हे कधीही परिपूर्ण असू शकत नाही. ते अंतिम वा चिरंतन नसते. सत्य ही उत्क्रांत होणारी विचारव्यवस्था आहे. माणसाला सत्य हळूहळू कळते आणि कुठल्याही एका ठरावीक क्षणी ते अंतिम असू शकत नाही.

सत्य आणि असत्य कसे ठरवावे? एखादे विधान खरे किंवा खोटे आहे, हे

आपण कोणती भाषा वापरतो यावरून ठरते. भाषा आणि सत्य यांचा जवळचा संबंध आहे. आपल्याला सत्य कळते ते शब्दांद्वारेच. सत्याप्रमाणे श्रद्धादेखील तपासणे आवश्यक असते. म्हणजेच सत्य नव्हे तर शोधच मानवी जीवनाचा मुख्य हेतू असतो. तो शब्द आणि संकल्पनापलीकडे, त्या सखोल आशयाकडे, श्रद्धेकडे सुरू असतो. मानवी अस्तित्व आणि त्याच्या सभोवतालचे अवकाश यांतील परस्परसंबंध जाणणे म्हणजे शोध. तर्कबुद्धीचा मुख्य हेतू सत्य किंवा ज्ञान नसून शोधच आहे. जॉन ड्युईच्या म्हणण्याप्रमाणे अनिश्चिततेकडून सुनिश्चित बदलाकडे जाणे किंवा समाजात वस्तुनिष्ठ बदल घडवून आणणे म्हणजे 'शोध' होय. या जगाला एकत्र आणणे आणि पूर्णत्वाकडे नेणे, हा शोधाचा विषय आहे. आपले प्रयत्न, संशोधन, शोध, श्रद्धा, विचार वा कृती या चांगल्या किंवा वाईट ठरतात, त्या त्यांच्या परिणामावरूनच. भगवद्गीतेतील संदेश हेच सांगतो-

'कर्मण्येवाधिकारस्ते मां फलेषु कदाचन' हा उपदेश ब्राह्मणांनी वैश्य-शूद्रांना केलेला नाही; तर क्षत्रिय श्रीकृष्णाने धनुर्धर अर्जुनाला केलेला आहे. कर्माच्या हेतूत मन गुंतवून फळाच्या आशेने कर्म करू नकोस. म्हणजेच वैयक्तिक भावनेवर विजय मिळवायला भगवंतांनी सांगितले आहे. 'नियतं कुरु कर्म त्वं'- 'तुझे ठरलेले कर्म तू कर' असेच श्रीकृष्णाने अर्जुनाला सांगितले आहे. ह्या जगात आपल्या वाट्याला आलेले कर्म केलेच पाहिजे. हा कर्मयोग भगवान श्रीकृष्णाने स्वत: केलेला आहे. लोकमान्य टिळकांनी गीतेतून कर्मयोग घेतला आणि 'गीतारहस्य'निर्मिती केली. कर्म कोणालाच टाळता येत नाही. ज्ञानेश्वरमहाराज म्हणतात- विहीत कर्म पांडवा। आपुला अनन्य ओलावा। आणि हेचि परमेश्वरा। मत सर्वात्मकाची।।

धर्म, अर्थ, काम, मोक्ष या चार पायांवर हिंदू धर्म आधारलेला आहे आणि त्याचाच पुरस्कार व्यासांनी गीतेत केला आहे. मोक्षप्राप्तीचे चार मार्ग गीतेत सांगितले आहेत- १) ज्ञानयोग, २) कर्मयोग, ३) हटयोग आणि ४) भक्तियोग. मोक्ष हे मानवाचे अंतिम ध्येय. माणसाने बुद्धीने ज्ञानयोग, हाताने कर्मयोग, मनाने भक्तियोग आणि साधनेने हटयोग करावा. यांतील हटयोग योग्यांसाठी, ऋषींसाठी आहे; पण सर्वसामान्य माणसाच्या दृष्टिकोनातून आरोग्यरक्षणासाठी प्राणायामासारख्या हटयोगातून आरोग्यसिद्धी प्राप्त करता येते.

आद्य शंकराचार्यांनी ज्ञानयोगाचा पुरस्कार केला आहे. 'ज्ञानयोग तु कैवल्यम्', 'न हि ज्ञानेन सदृशं पवित्रमिह विद्यते' म्हणजेच ज्ञानासारखे पवित्र करणारे जगात दुसरे काहीही नाही. शंकराचार्य 'चर्पटपंजरी'मध्ये म्हणतात- 'गेयं गीता नाम सहस्रं। ध्येयं श्रीपति रूप अत्रस्त्रं। - ज्ञान कोणतंही असो, ते पवित्र, आनंददायी असायला हवं. आत्मज्ञान, ब्रह्मज्ञान हेच खरे ज्ञान. आणि वैश्विक ज्ञान- दृश्य जगाचे ज्ञान- त्याला

भगवान श्रीकृष्ण विज्ञान म्हणतात. धर्म म्हणजे कर्तव्य. प्रत्येकाने कौटुंबिक, सामाजिक, राजकीय कर्तव्ये पार पाडली, तरच जीवनाची इतिकर्तव्यता होईल आणि त्यातच जीवनातील खरे यश आहे. गीता ही मानवी जीवनाच्या कल्याणासाठी भगवान श्रीकृष्णांनी अर्जुनाचे निमित्त करून अखिल मानवी समाजाला सांगितली आहे. भगवान श्रीकृष्णांनी मानवी जीवनाची विकसनशील परंपरा कायम टिकून राहील, अशा तत्त्वांचा गीतेमध्ये समावेश केला आहे. ही तत्त्वे देशकालातीत आहेत. त्यामुळे यशाच्या प्राप्तीसाठी गीतेचा उपदेश लक्षात घ्यायला हवा.

स्वप्न आणि सत्य

तुमची स्वप्नं ही फक्त तुमची स्वत:चीच नसतात, तर तुमच्या आईवडिलांची, बहीण-भावांची आणि सग्यासोयऱ्यांचीही असतात. सर्वोत्तम संगीतसंयोजक हा किताब मिळवणाऱ्या ए. आर. रहमानचे स्वप्न हे त्याच्या आईचे -श्रीमती करीमा बेगम यांचेही- स्वप्न होते. त्यामुळेच ए. आर. रहमानबरोबरच त्यांनाही जगातील सर्वांत प्रभावी व्यक्ती होण्याचा बहुमान प्राप्त झाला. रहमान यांनी मिळवलेली २ ऑस्कर्स, २ ग्रॅमी, १ बाफ्टा, १ गोल्डन ग्लोबबरोबरच २७ फिल्मफेअर ॲवॉर्ड्समधील त्यांच्या यशाची प्रेरणा ही त्यांची आई होती, हे त्यांनी मान्य केले आहे. कालचे स्वप्न आणि उद्याचे यश यांमध्ये आजचा आळस येऊ शकतो. तो झटकून कामाला लागले आणि अपार मेहनत घेतली, तर करिमा बेगम यांच्या स्वप्नाप्रमाणे तुमची स्वप्नेही पूर्ण होऊ शकतील. पण त्यासाठी 'पॅशन टू परफॉर्म' महत्त्वाची आहे. There is nothing you can't do or have फक्त प्रखर इच्छाशक्ती हवी. या स्वप्नपूर्तीमध्ये व्यवस्था (सामाजिक, आर्थिक, राजकीय) येत असेल किंवा व्यवस्थेत दोष असेल, तर त्याविरुद्ध बंड करण्याचे सामर्थ्य दाखवावे. जसा वाइटाला नकार द्यायला हवा, तसा चांगल्याला होकार द्यायला हवा.

वाइटाला नकार का?

मनोहर मधुकर प्रभाकर हा पुण्याच्या औंध भागामध्ये राहणारा माणूस घरफोड्यांमध्ये सर्वांत वरच्या स्थानावर आहे. आर्थिक संपन्नता आणि स्थावर जंगम असताना तू चोरी का करतोस, असा भोळा प्रश्न पोलिसांनी त्याला विचारला; तेव्हा 'मला घरफोडी करायचा चस्का आहे. अचानक हुक्की येते आणि मी घरफोडी करायला निघतो' असे उत्तर त्याने दिले. एम. एम. चा औंधमध्ये दीड हजार चौ.फुटांचा फ्लॅट आहे. एक रेस्टॉरंट, एक पानबिडी शॉप अशी बरीच मालमत्ता आहे. त्याने बांधलेल्या मंदिरातील गणपतीच्या मूर्तीवर सुमारे अडीच ते तीन लाख रुपयांचे दागिने आहेत. पिंपरी-चिंचवड महापालिकेच्या निवडणुकीत तो अपक्ष उमेदवार म्हणून उभाही राहिला होता. रात्री घरफोड्या केल्यानंतर तो एसी टॅक्सीने किंवा सकाळच्या इंद्रायणीने

मुंबईहून पुण्याला घरी परतायचा. सकाळी साडेअकरापर्यंत घरी पोचला नाही, तर त्याचे कुटुंबीय मुंबईत त्याने तैनात केलेल्या चार वकिलांना फोन करायचे. मुंबईत चार भागांमध्ये एम. एम. ने प्रत्येक भागात एक वकील ठेवला होता. पोलिस ठाण्यात फोन करून हे वकील त्याचा शोध घ्यायला लागायचे.

पण हा 'चस्का' माणसाने विधायक कामासाठी वापरला, आखलेली रणनीती किंवा व्यवस्थापन काहीतरी सकारात्मक करण्यासाठी वापरले असते, तर त्याला जेलची हवा खावी लागली नसती. अधिकाच्या हव्यासात आहे तेही हातचे घालवून बसण्याची वेळ अशा माणसांवर येते.

बदल कशासाठी?

एके काळी छायाचित्रणाची कदर करणाऱ्या प्रत्येकाच्या मनात 'कोडॅक'चे स्थान फार वरच्या दर्जाचे होते. पण तीच कंपनी आता दिवाळखोरीच्या उंबरठ्यावर आहे; कारण येणाऱ्या बदलांचा सामना त्या कंपनीला प्रभावीपणे करता आला नाही. नवनवे तंत्रज्ञान वेगाने बाजारपेठ काबीज करत असताना 'कोडॅक'ला तो वेग साधता आला नाही. शाळा अर्धवट सोडून 'जॉन इस्टमन' या अमेरिकन नागरिकाने कोडॅक कंपनीची स्थापना केली. त्यासाठी त्याने रोशर सेव्हिंग बँकेतील कामाचा राजीनामा दिला. कॅमेरा फिल्म, फोटो डेव्हलपिंगवर लक्ष केंद्रित केलेल्या 'कोडॅक' कंपनीने डिजिटल कॅमेरा बाजारात आणला. (पण काळानुसार वेगाने तांत्रिक सुधारणा करण्यात इस्टमन कमी पडले.) अमेरिकेने सुरू केलेल्या चांद्रमोहिमेतही 'कोडॅक'चा सहभाग होता. १९६९ मध्ये अमेरिकेने चंद्रावर पाठवलेल्या नील आर्मस्ट्रॉंग या अंतराळवीराने आपला सहचारी अल्ड्रीनचे छायाचित्र टिपण्यासाठी कोडॅक कॅमेऱ्याचा वापर केला होता.

'यू प्रेस द बटन, वुई डू इट', असे घोषवाक्य असलेल्या कोडॅक कंपनीची स्थापना १८८८ मध्ये झाली; पण बदलत्या परिस्थितीप्रमाणे तांत्रिक प्रगतीबरोबर 'बदलाचे बटन' ते दाबू शकले नाहीत. त्यामुळे व्यापारी चढाओढीत आणि यश टिकवण्यात ते मागे पडले. १९०० मध्येच पहिला 'ब्राउनी' कॅमेरा कोडॅकने बाजारात आणला. त्याची किंमत फक्त १ डॉलर होती आणि त्याच्या रोलची किंमत पंधरा सेंट. चलच्चित्रपटासाठी फिल्म पुरविण्याचा मानही कोडॅकला जातो; पण तंत्रज्ञान स्फोटाच्या युगात इतर कंपन्यांशी कोडॅक स्पर्धा करू शकली नाही आणि मागे पडली. बदलाबरोबरच व्यावसायिक निष्ठा जपणेही आवश्यक असते.

व्यावसायिक निष्ठा

'व्हिडिओकॉन इंडस्ट्रीज'चा रौप्यमहोत्सव साजरा करणारे ज्येष्ठ उद्योजक श्री. वेणुगोपाल धूत म्हणतात, ''कोणत्याही उद्योजकाजवळ भक्ताप्रमाणे दोन गोष्टी

असणे आवश्यक आहे. त्या म्हणजे, कितीही संकटे आली, काहीही विपरीत घडले, तरी अखंड साधनेचा निर्धार आणि आत्मविश्वास. तुकाराममहाराजांनी म्हटल्याप्रमाणे–

सात दिवसांचा जरी झाला उपवासी।
तरी कीर्तनासी टाकू नये।
फुटो हे मस्तक, तुटो हे शरीर।
परि नामाचा गजर सोडू नये।

भांडवलासाठी पब्लिक लिमिटेड कंपनी स्थापन करण्याचे धाडस त्यांनी दाखवले; कारण इलेक्ट्रॉनिक्सच्या क्षेत्रात तेव्हातरी अशी पब्लिक लिमिटेड कंपनी भारतात नव्हती. या माध्यमातून त्यांनी भागीदारीतून थेट पब्लिक लिमिटेड अशी हनुमान उडी घेतली. साधना आणि आत्मविश्वासाबरोबर निष्ठाही जपली आणि केवळ दहा वर्षांत १२०० कोटी रुपयांची उलाढाल केली. १९९१ च्या उदारीकरणाने बहुराष्ट्रीय इलेक्ट्रॉनिक कंपन्या भारतात आल्या; पण 'महापुरे झाडे जाती, तेथे लव्हाळे वाचती' या म्हणीप्रमाणे जिगर राखल्यामुळे 'व्हिडिओकॉन' टिकून राहिली. भविष्यकाळाचा नेमका अंदाज घेण्याची ताकद असेल तर कोणताही उद्योजक वर्तमानकाळातील संकटांना घाबरत नाही. जागतिकीकरण एकतर्फी नाही, जगातले उद्योग आपल्याकडे येतात तर आपणही बाहेर जाऊ शकतो, हे व्हिडिओकॉनने ओळखले. शत्रू कितीही बलाढ्य असला, तरी त्याची काहीतरी कमकुवत बाजू असतेच. या कमकुवत बाजूवर नेमका हल्ला चढवला, तर 'यश' नक्की मिळते.

मल्टीनॅशनल कंपन्यांना फक्त आपला ब्रँड वाढविण्यात रस आहे, त्यांच्या उत्पादनासाठी लागणारे सुटे भाग ते कोणाकडूनही खरेदी करतात, या कमकुवत बाजूवर 'व्हिडीओकॉन'ने जोर दिला. आपला ब्रॅण्डनेम वाढविण्यात ताकद खर्च न करता कंपनी सुट्या भागांच्या उत्पादनाकडे वळली आणि सर्वच ब्रॅण्डचे जागतिक उत्पादक 'व्हिडिओकॉन'चे ग्राहक बनले आणि कंपनी यथावकाश सुट्या भागाच्या क्षेत्रातील मक्तेदारच बनली.

श्रीकृष्णाने अठरा वेळा युद्धात जरासंधाचा पराभव केला होता, पण मल्लयुद्धात त्याला समोरासमोर हरविणे शक्य नव्हते. जरासंधाला उभा चिरला तरच त्याचा मृत्यू होणार होता. हे काम फक्त भीमच करू शकेल, याची जाणीव श्रीकृष्णाला होती. म्हणूनच अर्जुन आणि भीमासह जाऊन श्रीकृष्णाने त्याला मल्लयुद्धाचे आव्हान दिले. भीम आणि जरासंधाच्या मल्लयुद्धात श्रीकृष्णाच्या अपेक्षेप्रमाणे घडले आणि भीमाने जरासंधाचा वध केला.

एखाद्यानं काही चांगलं काम केलं, तर त्याचं आवर्जून कौतुक करा. अगदी सर्वांना कळेल इतक्या मोठ्या आवाजात त्याचे मोकळ्या मनाने कौतुक करा.

आपल्या कौतुकाने तो शेफारून जाईल, अशी भीती बाळगू नका. उलट, तुमच्या कौतुकाच्या शब्दांमुळे पुढच्या वेळेस तुमच्याबरोबर काम करताना तुमच्याबद्दल त्याला विश्वास वाटेल व कदाचित तो अधिक चांगलं काम करण्याचा प्रयत्न करेल. कोणाची खरडपट्टी काढायची असेल, तर मात्र खाजगीत काढा. त्याच्या अवगुणांचे भांडवल न करता, इतरांना कळणार नाही अशा बेतानं, त्याला एकट्याला बोलावून त्याचे दोष त्याला दाखवून द्या. स्वत:ला यश मिळवायचं असेल; तर इतरांनी यशस्वी होण्यासाठी सर्वतोपरी प्रयत्नशील रहा.

महात्मा गांधीजींनी म्हटलेले आहे, की 'ध्येयपूर्तीसाठी वेगवेगळ्या मार्गांचा अवलंब करायला काय हरकत आहे, जोपर्यंत त्या मार्गावरून जाताना आपण एकाच ध्येयाची प्राप्ती करून घेऊ शकतो? भारतीय स्वातंत्र्यासाठी सुरू असलेल्या विविध प्रयत्नांच्या बाबतीत जहाल-मवाळ, सनदशीर आणि बेकायदा, कायदापालन-कायदेभंग, शांततेचा मार्ग, हिंसेचा मार्ग हे महात्माजींचे विचार जरी राजकारणाशी संबंधित असले तरी व्यापार, व्यवसाय आणि आपल्या कार्यक्षेत्रात यश मिळविण्यासाठी याच तत्त्वांचा अवलंब आपण करू शकतो. 'You should keep no stones unturned.' -म्हणजेच अंतिम यशासाठी मार्गक्रमण करताना आवश्यक असतील ते सर्व भले-बुरे मार्ग अवलंबावे लागतातच. बदल करत असताना किंवा बदलाला सामोरे जाताना बदलामुळे निर्माण होणाऱ्या शक्यतांना सामोरे जाण्याची, त्यांचा विचार करण्याची आवश्यकता जास्त आहे. (वेगवेगळ्या प्रकारे माणसांमध्ये-कर्मचाऱ्यांमध्ये बदल घडवून आणण्याच्या आवश्यकतेपेक्षा.) संस्थेच्या मुख्याधिकाऱ्यांनी, यशासाठी धडपडणाऱ्या उद्योजकाने ही गोष्ट लक्षात ठेवली पाहिजे. अकौंट्स डिपार्टमेंटमध्ये काम करणाऱ्या अधिकाऱ्याला त्याची 'विक्रीक्षमता सुधार' असा सल्ला दिला तर त्यातून नैराश्य, विरोध उफाळून येण्याची शक्यता असते; पण परिस्थितीप्रमाणे अकौंट्स किंवा विक्रीव्यवस्थापन डिपार्टमेंटमध्येच आमूलाग्र बदल घडवायला हवेत आणि त्यात तो कर्मचारी कसा साहाय्यभूत होऊ शकतो, हे त्याला पटवून दिले तर कदाचित विरोध आणि नैराश्य दोन्ही सरेल आणि कर्मचारी नव्या जोमाने, उत्साहाने स्वत:च्या कार्यपद्धतीचाही फेरविचार करायला स्वखुशीने तयार होईल. विक्री, उत्पादन किंवा तत्सम खात्यांमध्ये अंडर-परफॉर्म करणाऱ्यांच्या टारगेटमध्ये बदलत्या परिस्थितीत फेरबदल करून त्यांना 'रीझनेबल टार्गेट्स' दिली, तर त्यांच्या कार्यक्षमतेत निश्चितच सुधारणा होण्याची शक्यता असते.

संस्थेच्या मुख्याधिकाऱ्याला कोणत्याही परिस्थितीत संस्थेत काम करणाऱ्या मनुष्यबळाच्या क्षमतांकडे दुर्लक्ष करून चालत नाही. तुम्ही बूट किंवा चप्पल तयार करण्याच्या उद्योगात असा नाहीतर बुटांसाठी आवश्यक असणारे पायमोजे उत्पादन

करत असा, प्रत्येक धंदा हा मुळात मानवी गरजा भागविण्यासाठी/माणसांचा विचार करून सुरू केलेला असतो. त्यामुळे ठरविलेल्या ध्येयाची प्राप्ती करण्यासाठी मनुष्यबळाचा वापर इतर उपलब्ध साधनसामग्री कशी उत्तम रीतीने वापरता येईल, याचा विचार करून केला तर यश मिळवणे सुलभ होईल.

'उत्तम तेच हवे' हे धोरण ठेवायलाच हवे; पण त्या ध्येयप्राप्तीसाठी झटणाऱ्या आपल्या सहकाऱ्यांना, कर्मचाऱ्यांना सामावून घेता येईल, त्यांना उद्युक्त करेल अशी लवचीक पॉलिसी आपल्या संस्थेमध्ये निर्माण करणं आवश्यक आहे. ही काळजी जर आपण (मालकाने) घेतली नाही, तर त्यातून पिळवणूक होईल आणि obstinate होईल.

खऱ्या व्यावसायिकाला त्याचे उत्तरदायित्व कोणाला आहे हे ठरवता आले पाहिजे. म्हणजे त्याच्या दृष्टीने त्याच्या व्यवसायात काम करणारे नोकर, त्याचे भागधारक, त्याचे व्यावसायिक संबंधी की ग्राहक? कारण या तिघांच्या गरजा आणि व्यावसायिकाकडून असलेल्या अपेक्षा वेगवेगळ्या असतात. नोकरांना आपल्या मालकाकडून जादा पगाराची अपेक्षा असते, भागधारकांना कमी खर्च आणि अधिक नफा हवा असतो, तर ग्राहकांच्या दृष्टीने कमी पैशात (किंमतीत) उच्च प्रतीचा माल महत्त्वाचा असतो. त्यामुळे असा वैयक्तिक विचार करण्यापेक्षा व्यवसायाची मूल्ये काय असावीत याचा सर्वांगीण विचार करून त्याप्रमाणे धोरणांची आखणी केली, तर ती धोरणे या सर्वच गटांचे समाधान करू शकतील आणि व्यवसाय यशस्वी होऊ शकेल. आणि या प्रक्रियेमध्ये आपल्या नेतृत्वाने सक्षम अशी कार्यकर्त्यांची साखळी निर्माण हाईल, जी त्या व्यवसायाला वृद्धिंगत करण्यात आणि अनंत काळापर्यंत चालू ठेवण्यात मदत करेल. एका माणसाच्या विचारापेक्षा आणि कृतीपेक्षा दहा समविचारी लोक एकाच ध्येयाच्या दृष्टीने विचार करणारे असतील, तर ध्येयप्राप्ती दहापट वेगाने होऊ शकते.

महात्मा गांधींनी सेवेला सर्वांत जास्त प्राधान्य देताना तुमच्या यशात ग्राहक हा सर्वांत महत्त्वाचा घटक असल्याचे प्रतिपादन केले आहे. त्याला केवळ 'ग्राहक-राजा' म्हणून ते थांबले नाहीत. महात्मा गांधींच्या म्हणण्याप्रमाणे केवळ ग्राहकाच्या अस्तित्वानेच तुमचे अस्तित्व टिकून असते. तो गरज निर्माण करतो आणि ती गरज भागवण्यासाठी बाजारात येतो. त्यामुळे उत्पादकाला वस्तू उत्पन्न करायचे, विक्रेत्याला विक्रीसेवा देण्याचे आणि व्यावसायिकाला त्यासंबंधीची सेवा आणि मार्गदर्शन पुरविण्याची संधी मिळते. ग्राहकच नसेल तर तुम्ही उत्पन्न केलेल्या मालाचा, तुमच्या जमीनजुमल्याचा आणि उत्पादक घटकांचा आणि तुमच्या धैर्याचा आणि उत्पादन वितरणक्षमतेचा काहीच उपयोग नाही. त्यामुळे व्यावसायिकाने नफ्याचा जास्त विचार

करण्यापेक्षा, ग्राहकाचा- त्यांच्या आवडीनिवडीचा, त्यात होणाऱ्या फेरबदलाचा, त्याच्या खरेदीक्षमतेचा आणि तो कोणत्या आर्थिक स्तराचा आहे, याचा सतत विचार केला तर तो नक्की यशस्वी होईल. भारतासारख्या खंडप्राय देशात जिथे ७० टक्के जनता खेड्यांत आणि आदिवासी पाड्यांत राहते, तिथे अशा ग्राहक वर्गाचा विचार केला तरच कायमस्वरूपी यश मिळू शकेल.

आपल्या निर्णयाची योग्यता तपासून पाहायची असेल, तर महात्मा गांधीजींनी सांगितलेल्या परीक्षेत पास होणे गरजेचे आहे. गांधीजी म्हणत, तुम्हाला जेव्हा तुमच्या एखाद्या निर्णयाबद्दल शंका असेल, तेव्हा तो निर्णय घेण्यापूर्वी तुमच्या डोळ्यांसमोर समाजातल्या गरिबांत गरीब आणि असहाय माणसाचा चेहरा आणा आणि मग स्वत:लाच विचारा, 'मी घेत असलेला निर्णय या माणसाच्या भल्याचा आहे का?' म. गांधींच्या नावाभोवती असलेलं वलय बघता त्यांच्या लोकमान्यतेचे हेच रहस्य आहे, असे लक्षात येते. कोणत्याही एका विशिष्ट घटनेमुळे किंवा प्रसंगामुळे- उदा., मरिट्झबर्ग या साउथ आफ्रिकेतील रेल्वेच्या फर्स्ट क्लास कंपार्टमेंटमधून झालेली हकालपट्टी, १८९९ मध्ये उद्भवलेल्या दुसऱ्या बोअर युद्धात(Boer war) रुग्णवाहिका पुरवणे, बार्डोलीचा सत्याग्रह किंवा स्वदेशीचा स्वीकार- नसून या सर्वांचा एकत्रित परिणाम म्हणूनच त्यांचे महात्मापण सिद्ध झालेले आहे. एकाच वेळी अनेक आघाड्यांवर लढायच्या त्यांच्या कौशल्यामुळे, योग्य वेळी योग्य निर्णय घेण्याच्या क्षमतेमुळे आणि आपण घेतलेल्या निर्णयाच्या परिणामांची तमा न बाळगता अंमलबजावणी करण्याच्या त्यांच्या धाडसामुळेच ते महात्मापदाला पोचू शकले.

नव्या भूमीच्या शोधात विविध राजांच्या प्रोत्साहनामुळे पंधराव्या शतकात जोरदार मोहीमपर्व चालू होते. याच दरम्यान पोर्तुगालमधल्या वास्को-द-गामाने त्याची स्वप्नवत् वाटणारी मोहीम फत्ते तर केलीच; पण भारतासारख्या मसाल्यांच्या भूमीकडे जाणारा मार्ग शोधून युरोपीय देश आणि भारत यांच्यातल्या व्यापारी संबंधांची मुहूर्तमेढ रोवली. वास्कोच्या बरोबर साओ ग्रॅब्रिएल, साओ राफाएल, बेरिओ ही तीन जहाजं तीन वर्षं पुरेल इतक्या अत्यावश्यक गोष्टींच्या साठ्याचं जहाज देण्यात आलं. या खलाशांमध्ये सुतार, काही धर्मोपदेशक, दुभाषे आणि काही गुंडही होते, ज्यांचा उपयोग अनोळखी प्रदेशात प्रथम उतरून प्रदेशाचा शोध घेण्यासाठी होणार होता. सोबत अनुभवी नावाडी व सैनिकही होते. वादळवाऱ्याला, अनेक अडचणींना आणि आव्हानांना तोंड देत त्यांनी भारताचा किनारा गाठला. पुढे गोवा आणि कोचिन येथे पोर्तुगीजांनी आपलं राज्य स्थापन केलं. या राज्याचा पहिला व्हॉइसरॉय म्हणूनही वास्को-द-गामाची नेमणूक करण्यात आली होती.

Erma Bombeck says, "God created man, but I could do better.' म्युझिक, मूव्ही आणि मोबाईलच्या माध्यमातून सांस्कृतिक बदल घडवून आणणाऱ्या (Cultural transformation) ॲपलच्या स्टीव्ह जॉब्जने हे प्रत्यक्षात आणले. पेप्सीको कंपनीचे मुख्य कार्यकारी अधिकारी मि. जॉन शुले यांना ॲपल कंपनीचे प्रमुख म्हणून नियुक्ती करताना जॉब्जने विचारले, ''आयुष्यभर शीतपेये- एरिएटेड वॉटर- विकत राहणे तू पसंत करशील की, जगात बदल घडवून आणण्याची तुझी इच्छा आहे.'' कदाचित हाच प्रश्न आपण प्रत्येकाने स्वतःला विचारायला हवा. इतर चारचौघांसारखं आयुष्य मी जगणार की मला काहीतरी भव्यदिव्य करून दाखवायचे आहे? आणि या प्रश्नाचा पाठपुरावा करत परिश्रम केले, तर यश नक्कीच मिळेल! पण त्यासाठी माणसामध्ये प्रबळ इच्छाशक्ती हवी आणि सतत नव्या आव्हानांना सामोरे जाण्याची तयारी हवी. ज्याची कोणाशीच तुलना होऊ शकणार नाही, असा आशावाद हवा.

सुरक्षा हे मानवाचे मुख्य उद्दिष्ट असते. किंबहुना सर्वच प्राणिमात्रांचे सुरक्षितता हे नैसर्गिक उद्दिष्ट असते. जन्मतःच स्वतःची सुरक्षितता, नंतर आजूबाजूच्या वातावरणापासून शारीरिक सुरक्षिततेबरोबरच मानसिक सुरक्षिततेचीही निकड वाटायला लागते. असुरक्षिततेच्या नकारात्मक भावनेमुळे त्रस्त झालेला माणूस जास्त सतर्क, चौकस आणि चिकित्सक झाला आहे. पण जेव्हा असुरक्षिततेची भावना तर्कविसंगत होते आणि माणसाला प्रमाणाबाहेर ग्रासायला लागते, तेव्हा चांगल्या कामाचेही नकारात्मक परिणाम व्हायला लागतात. त्यामुळे कोणतीही घटना, प्रसंग, अनुभव यांच्याकडे सुरक्षिततेच्या अतिरेकी अपेक्षेने बघणाऱ्या माणसांना शेवटी नैराश्य येते. नैराश्यातून पराभवाची भावना आणि अपयश हे ठरलेलेच आहे. अतिसुरक्षिततेमुळे आपल्या वागण्यात, बोलण्यात आणि कृतीत साचेबद्धपणा येतो, ज्यामुळे नवीन काही करण्याच्या संशोधक वृत्तीत अडथळा निर्माण होतो आणि प्रगतीचा मार्गच खुंटतो. या असुरक्षिततेतून काही लोक भविष्य, उपासतापास, गंडे-दोरे, ताईत अशा बाह्य उपायांकडे वळतात आणि मनातून ही असुरक्षिततेची भावना काढून टाकण्याची क्षमताच गमावून बसतात. त्यामुळे स्वतःचा स्वतःवर विश्वास असला, असुरक्षित वातावरणात निग्रही वृत्तीने त्या वातावरणाचा सामना करण्याची, प्रसंगाशी दोन हात करण्याची मानसिकता जोपासली, तर या बाह्य उपायांशिवायही अडचणीवर मात करता येईल. 'मन चंगा तो कठौती में गंगा', असं म्हणतात. म्हणजे मनात आणलं तर तुम्ही गंगेचा प्रवाहही बदलू शकता, पण कमकुवत मनाने परिस्थितीला सामोरे गेलात, तर तुमचा निभाव लागणे अशक्य असते. आजच्या असुरक्षिततेतूनच भविष्याची असुरक्षितता माणसाला ग्रासायला लागते आणि एखाद्या भुंग्याप्रमाणे माणसाच्या चित्तवृत्ती ही असुरक्षितता पोखरते. भविष्याचा विचार करून, सतत कुठली ना

कुठली भीती बाळगून माणसे आपल्या क्षमतेचा आणि वेळेचाही अपव्यय करतात. नोकरी मिळविण्यासाठी मुलाखतीला चाललेला असाच एक 'चिंतामणी' मुलाखतीला वेळेवर पोचायचे म्हणून अगदी लवकर बसस्टॉपवर पोचला. बसला यायला वेळ असल्यामुळे चिंतामणीचे विचारचक्र सुरू झाले... अजून बस आली नाही. बसचा संप तर नसेल ना? बस जरी आली तरी नेहमीच्या वेळेत येईल ना? बसमध्ये बसायला नाही निदान चढायला तरी जागा मिळेल का? तिकिटासाठी सुट्टे पैसे मिळतील का? बस वेळेत इच्छित ठिकाणी पोचेल का? वगैरे वगैरे विचारात व्यग्र असलेल्या चिंतामणीच्या डोळ्यांसमोरून बस निघून गेली आणि हे चिंतामणी मात्र तसेच बसस्टॉपवर ताटकळत राहिले. हे सर्व टाळायचे असेल आणि यश मिळवायचे असेल तर सुरक्षितता निश्चित बाळगली पाहिजे; पण अतिरेकी सुरक्षिततेला किंवा भीतीला थारा देऊ नका. खरं म्हणजे थोडेसे बेडर, बिनदिक्कत आणि बिनधास्त व्हा; कारण 'धोका आणि फायदा' यांचे नेहमी सम प्रमाण असते. तुम्ही जेवढा जास्त धोका पतकरायला तयार असाल, तितका जास्त फायदा तुम्हाला होण्याची शक्यता असते.

आपल्या दैनंदिन जीवनातला क्रमही आपल्या अगदी नकळतच साचेबद्धपणाने मांडला जातो. परंतु हाच साचेबद्धपणा, हीच सुरक्षितता प्रगतीच्या आणि परिणामी यशाच्या मार्गामध्ये मात्र मर्यादा व अडथळा निर्माण करतात. भविष्याविषयीही आपली मानसिकता तशीच असते; कारण भविष्य हे अपरिचित व अनिश्चित असल्यामुळे चिंता निर्माण करते. भविष्याविषयीच्या चिंतेने ग्रासलेले अनेक लोक मनात सतत एक अनामिक भीती बाळगून असतात. प्रत्यक्षात, अशी भीती बाळगून असलेल्या घटना भविष्यात घडतच नाहीत आणि ज्या घडतात, त्यांना आपण बहुतांश वेळी यशस्वीपणे सामोरे गेल्याचे आढळून येईल. परिचित, ओळखीच्या वाटा आपले जीवन सहजसुलभ करतात. पण त्याचबरोबर त्या वाटचालीत एक तोचतोचपणा येत जातो. आपण इतरांपेक्षा वेगळे आहोत, आपल्या अस्तित्वाचा काही विशेष हेतू असला पाहिजे, हे आपण विसरायला लागतो आणि कळपातील एक बनून प्रवाहाबरोबर वाहत राहतो. पण काहीतरी असामान्य, अद्भुत आणि चाकोरीबाहेरचे करायचे असेल, तर या साचेबंदपणाला 'ट्विस्ट' देणं गरजेचं आहे. कल्पक, उद्यमशील आणि धाडसी माणूस आपल्या प्रयत्नांनी असा 'ट्विस्ट' घडवून आणतो आणि यशस्वी होतो. राजकीय, सामाजिक, औद्योगिक, कला क्षेत्र वा इतर कुठलेही क्षेत्र असो, देदीप्यमान यश मिळविलेल्या व्यक्ती नेहमी अपरिचित मार्गावरून गेल्याचे निदर्शनास येईल.

रॉबर्ट फ्रॉस्टच्या पुढील ओळी यश मिळविण्यास उत्सुक असलेल्या माणसाने

कायम लक्षात ठेवायला हव्यात-

Two roads diverged in a wood

and I took the done less travelled by

and that has made all the difference

'अपरिचिततेत असुरक्षा' ही तर्कविसंगती आहे. यशस्वी होण्यासाठी माणसाला ही विसंगती दूर करून सुसंगत विचार करून त्याप्रमाणे काम करणे आवश्यक असते. असे केले तरच अपरिचित मार्गावरून जाणेसुद्धा सुरक्षित असू शकते, असा विश्वास तुमच्यात निर्माण होईल. हा विश्वास स्वत:चा स्वत:वर, स्वत:च्या क्षमतेवर आणि स्वत:च्या अपेक्षांवर असायला हवा.

ऑल इंडिया काँग्रेस कमिटीच्या एका मीटिंगमध्ये महात्मा गांधी म्हणाले होते, "For the last twenty years we have tried to learn not to loose courage even though we are in hopeless monority and are laughed at. We have learnt to hold on our beliefs in the confidence that we are in the right.' ब्रिटिश सत्तेविरुद्ध लढा देणाऱ्या महात्मा गांधीजींच्या या विचारांची प्रचिती आपल्याला जीवनात वेळोवेळी येऊ शकते. काहीतरी नवीन, वेगळ्या विचाराने वागायला जाणाऱ्या माणसाच्या विरोधात लोक जातात, त्याचा उपहास करतात, त्याच्या प्रयत्नांना नावे ठेवून अनेक अडसर निर्माण करतात; पण गांधीजी म्हणतात त्याप्रमाणे अशा वेळी आपले धैर्य सोडून चालत नाही. अशाही परिस्थितीत निकराने परिस्थितीचा सामना करणाऱ्या आणि लढणाऱ्या माणसाला यश निश्चितच मिळते. गांधीजींनी जेव्हा 'इंडियन सेल्फ रूल' किंवा 'भारतीय स्वातंत्र्याची मागणी' केली, तेव्हा प्राप्त परिस्थितीत त्यांचे सर्वांनीच हसे केले; कारण गांधीजी क्रांतीच्या नव्हे तर शांतीच्या मार्गाने स्वातंत्र्य मिळवू पाहत होते. पण गांधीजींची निष्ठा ठाम होती. निष्ठा हे दुधारी शस्त्र आहे. त्यामुळे फायदा तसाच तोटाही होऊ शकतो. त्यामुळे निष्ठेचा उपयोग कौशल्याने आणि फार काळजीपूर्वक करावा लागतो. एखाद्या मूर्तिकाराच्या मन:पटलावर ज्याप्रमाणे पाषाणातून घडवायच्या मूर्तीची स्पष्ट प्रतिमा कोरलेली असते, त्याचप्रमाणे नेत्याची आपल्या ध्येयधोरणांविषयीची प्रतिमा स्पष्ट असेल, तर निश्चितच यश मिळेल.

शंका हा धैर्याचा शत्रू आहे; पण शंका घेता येत असेल, तर निर्णय घेण्याची ताकदही वाढीला लागते. यशस्वी लोक शंका आणि धैर्य यामध्ये योग्य समन्वय राखण्यासाठी निर्णय घेताना तीन गोष्टी पाळतात-

१) अशा वेळी नेता सर्व माहिती जमा करतो, विषयासंबंधी जास्तीत जास्त मते गोळा करतो. परिस्थितीच्या बाजूने आणि विषयावर मतनोंदणी करणाऱ्या सर्वांचा

विचार करतो. संबंधित विषयावरील टीका आणि मतभेद शांतपणे आणि कोणताही द्वेष मनात न बाळगता ऐकून घेतो; पण प्रत्येक टप्प्यावर दुसऱ्याच्या मतांसंबंधीचे शंकाप्रदर्शन मोकळेपणाने करतो.

२) अशा प्रकारे संकलित केलेल्या माहितीचे विश्लेषण करून त्यावर स्वत:ची मते तयार करतो.

३) सरतेशेवटी नेता आपला निर्णय जाहीर करतो आणि त्या निर्णयाची अंमलबजावणी करायला सुरुवात करतो. या वेळी त्याच्या सर्व शंका दूर झालेल्या असतात आणि उद्भवणाऱ्या संकटांना, अडचणींना धैर्याने सामोरे जाण्याची मानसिक तयारी त्याने केलेली असते. त्यामुळे बहुमत किंवा अल्पमत हा प्रश्नच उद्भवत नाही, तर एकमताने काम केले जाते. नेता फक्त अपेक्षित ध्येयाच्या सिद्धीसाठी आपल्या सहकाऱ्यांना बरोबर घेऊन कार्यप्रवण होतो आणि आपल्या सहकाऱ्यांच्या निष्ठेवर, उत्साहावर आणि सहकार्यावर विसंबून राहतो.

माहिती तंत्रज्ञानाच्या स्फोटामुळे विचारांची देवाणघेवाण जलद आणि स्थलकालाच्या मर्यादांचे बंधन न जुमानता होते ही गोष्ट चांगली असली, तरी त्यामुळे विचार करून निर्णय घ्यायला मिळणारा वेळ खूपच कमी झाला आहे. पत्र तयार करा, पोस्ट करा, ते मिळाल्यावर त्याची पोच मिळणार आणि त्यानंतर दुसऱ्याने विचारलेल्या प्रश्नांची उत्तरे द्यायला पुरेसा वेळ मिळत होता. आता सर्व इन्स्टंटचा जमाना आहे. लोकांना इंटरनेट, मोबाईल, मेसेजद्वारे उत्तरे हवी असतात. किंवा ब्लॉगवर, फेसबुक किंवा ट्विटरवर तुम्ही आपली मते नोंदवू शकता. किंबहुना इतरांना तेच अपेक्षित असते. अशा वेळी विचारमंथनाला मिळणारा वेळ फारच कमी असतो. त्यामुळे आत्ताच्या उद्योजकाकडे, सल्लागाराकडे किंवा वरिष्ठ पदावर काम करणाऱ्या नोकरदाराकडे झटपट निर्णय घेण्याची क्षमता असेल, तर तो नक्कीच यशस्वी होतो. पण निर्णयातून उद्भवणाऱ्या परिणामांची तीव्रता किंवा व्याप्ती मोठी असते, तेव्हा असे घाईने/तातडीने/ऑनलाइन निर्णय घेणे टाळले पाहिजे. असं म्हणतात, की मित्रपक्ष हे शत्रुपक्षापेक्षा सोईस्कर असतात; त्यामुळे घाईचा निर्णय घेऊन अनवधानाने शत्रू निर्माण करण्यापेक्षा विचारपूर्वक निर्णय घेऊन मित्र जोडा.

My imperfection and failures are as much a blessing from God as my successes and my talents and I lay them both at his feet, अशी धारणा हवी. सुरुवातीच्या प्रयत्नात अपयश आल्यास किंवा आपल्या अपेक्षेप्रमाणे काम पूर्ण न झाल्यास मनाला फार लावून घेऊ नका किंवा आपल्याला आता ही गोष्ट जमणारच नाही, असाही समज करून घेऊ नका. यश आणि अपयश हे ऊनपावसासारखे असते. पहिल्या प्रयत्नानंतर, सतत यशाच्या दृष्टीने प्रयत्न करत राहिलात, तर सरतेशेवटी

यश नक्कीच मिळेल. सतत प्रयत्न करत राहणे ही अपूर्णत्वाकडून पूर्णत्वाकडे सुरू असलेली वाटचाल असते. कदाचित नियतीच्या मनातही तुमचा पाया पक्का करण्यासाठी, कष्टाचे आणि परिश्रमाचे महत्त्व पटवून देण्यासाठी सुरुवातीला अपयश दाखवायची इच्छा असते. 'समय से पहले और भाग्य से ज्यादा कभी कुछ नहीं मिलता', असं नेहमीच म्हणतात. त्यामुळे यशासाठी फार घाई आणि अतिरेकी हव्यास केला, तर कदाचित यश तुमच्यापासून दूर जायला लागेल. तेव्हा संयमाने, धीराने आणि सचोटीने काम करत राहून यशाची एक एक पायरी चढत राहिलात, तर यशोशिखरावर पोचल्यावरही तुमच्या चित्तवृत्ती शांत राहतील. यशाच्या घाईगर्दीमुळे तुम्हाला धाप लागणार नाही किंवा अतिरेकी प्रयत्नांमुळे घशाला कोरड पडणार नाही. कष्टाच्या आणि वेळेच्या कोंदणात मुरलेले यश तुम्ही बऱ्याच वेळपर्यंत अनुभवू शकाल.

यश:प्राप्तीसाठी कर्माचे चार मार्ग उपयोगी पडतील.

१) ज्ञानमार्ग २) योगमार्ग ३) भक्तिमार्ग ४) कर्ममार्ग

ज्ञानमार्गावर सतत मार्गक्रमण करीत अनेक लोकांनी यश मिळविलेले आहे. मिळेल तितके आणि मिळेल तेथे सतत ज्ञानसाधनेची कास धरली, तर कोणतेही काम तुम्हाला अशक्य किंवा अवघड वाटणार नाही. 'न हि ज्ञानेन सदृशं पवित्र मिहं विद्यते.' 'ज्ञानासारखा पवित्र राजमार्ग दुसरा नाही.' आपल्या ज्ञानार्जनाची कुवत कमी असेल, तर साधना आणि योग करून अवघड गोष्टीही सुलभ करणे माणसाला शक्य आहे. काही लोक तर हाती घेतलेल्या कामावरील प्रचण्ड निष्ठा आणि भक्तीच्या मार्गाने यश मिळवितात. या सर्वांमध्ये भगवान श्रीकृष्णांनी गीतेमध्ये सांगितलेला 'कर्ममार्ग' सर्वोत्तम व सर्वसमावेशक असा आहे. प्रत्येकाने आपले कर्म करीत राहिले, तर यश नक्कीच मिळते.

यशाचा कर्मयोग

यश मिळवू इच्छिणाऱ्या प्रत्येकाने पुढील प्रश्न व त्यांची वास्तव उत्तरे लक्षात घेऊन वागले पाहिजे-

मला हतबल कोण बनवतं?	माझी भीती
मला पूर्णत्व कशामुळे मिळते?	परमेश्वरी कृपेने
कोणत्या गोष्टीमुळे मी कार्यरत राहतो?	माझा विश्वास
कोणत्या गोष्टीमुळे मी कृतज्ञ राहतो?	नि:स्वार्थीपणा
कोणत्या गोष्टीमुळे मी प्रामाणिकपणा जोपासतो?	माझी सदसद्विवेकबुद्धी
मला मन:शांती कशामुळे लाभते?	ज्ञानाच्या व कामाच्या ओढीने
मी कोणत्या गोष्टींपासून शिकतो?	माझ्या चुका
मला कोणत्या गोष्टीचा अभिमान वाटतो?	कठोर परिश्रम

मला विजयी कोण बनवतो ?	मिळालेल्या संधीचे सोने करण्याचे माझे धैर्य
कोणती गोष्ट मला सक्षम बनवते?	माझा आत्मविश्वास
कोणामुळे मला धैर्य मिळते ?	परमेश्वर आणि मी स्वत:
मी कोण आहे?	माझ्या जीवनाचा शिल्पकार

यश मिळण्याची प्रक्रिया ही बऱ्याच वेळा फार धीमी असते. त्यामुळे उतावळेपणा दाखवून चालत नाही. 'पी हळद आणि हो गोरी', असा साधा फॉर्म्युला यश मिळविण्यासाठी उपयुक्त ठरत नाही. मानवनिर्मित असो वा निसर्गनिर्मित, कोणतीही गोष्ट घडायला ठरावीक कालावधी हा लागतोच. भूपृष्ठावर अडीच सेंटिमीटरचा मातीचा थर जमा व्हायला साधारणत: ५०० ते २००० वर्षे लागतात. गेल्या दोनशे वर्षांत पृथ्वीच्या वातावरणात १० सेंटिग्रेडने तापमानाची वाढ झाली आहे. मूल जन्मल्यानंतर स्वत:च्या ताकदीवर चालायला किमान दोन–अडीच वर्षांचा कालावधी तरी लागतो. अशा नैसर्गिक आणि मानवी नियमांमुळे यश मिळवायचे असेल, तर त्यासाठी बऱ्याच प्राथमिक तयारीची गरज असते. ही तयारी कशी कराल?

१) तुम्हाला स्वत:ला विशिष्ट परिस्थितीत जशी वागणूक अपेक्षित असते, तशीच वागणूक दुसऱ्याला द्या.

२) स्वत:चा न्यायनिवाडा स्वत:च करा. त्यामुळे तुम्ही आनंदी व्हाल.

३) प्रेमाचे शब्द आणि दयाळू वृत्ती यांमुळे तुम्ही जगही जिंकू शकता.

४) नेहमी उच्च उद्दिष्ट ठेवा. मग बघा, तुमच्या कर्तृत्वाला आसमानही ठेंगणे वाटेल.

५) नकारात्मक विचाराचा शेवट हा नकारात्मक कृतीतच होतो, हे ध्यानात ठेवा.

६) ध्येयनिष्ठ नसलेल्या मित्रांपासून सावध रहा !

***

यशासाठी संघटन व सहजीवन

यशासाठी प्रयत्न करीत असताना इतरांचा त्यात सहभाग असणे फार महत्त्वाचे आहे. 'संघटना ही शक्ती आहे.' नेता हा एकट्याच्या कर्तृत्वाने कधीच मोठा होत नाही. अनुयायांची साथ असेल, तरच यशाची एक एक पायरी चढणे पुढाऱ्याला शक्य होते. निसर्गाने आणि प्राण्यांनीदेखील आपल्याला हीच शिकवण दिलेली आहे. 'एकमेका साह्य करू, अवघे धरू सुपंथ', ही उक्ती सार्थ ठरवीत या पृथ्वीतलावर अनेक जीव जगताना दिसतात. मग मनुष्यप्राण्याने आपल्या जीवनात इतरांना सहभागी करून घेण्यात काय हरकत आहे? त्यामुळे आपल्याबरोबर इतरांचे भले होईलच आणि स्वत:लाही अपेक्षित यश मिळू शकेल. मग फक्त मलाच यश मिळावे अशी अपेक्षा का? आपल्या जोडीदारासाठी, सहकर्मचाऱ्यांसाठी, नोकरवर्गासाठी यशाची अपेक्षा ठेवली, त्यांनाही स्वत:च्या यशात वाटेकरी करण्याचा विचार ठेवला तर यश निश्चित आणि लवकर मिळेल. कारण प्रत्येकाच्या दृष्टीनेच ती win win situation असेल. साहचर्याने आपल्या यशाचा आनंद द्विगुणितच काय, शतगुणितही होईल. म्हणजे जितकेजण आपल्या या यशात उपयोगी पडले, त्या सर्वांचाच तो आनंद असेल.

निसर्गशास्त्राच्या अभ्यासकांच्या मते जंगलात फिरताना तुम्हाला जर हरणाचा माग काढायचा असेल, तर प्रथम माकडांचा मागोवा घ्यावा लागतो. कारण ज्या झाडावर माकडांची टोळी वावरते, त्या झाडाखाली, आजूबाजूला हरणं दिसण्याची दाट शक्यता असते. यामागे त्यांची (हरीण व माकड यांची) सहजीवनाची प्रवृत्ती आढळते. माकडं जे खातात त्यापेक्षा जास्त ते टाकतात. हीच अर्धवट खाल्लेली फळे, बिया, पाने हरणांना खायला मिळतात. वाघासारख्या हिंस्र प्राण्यांची चाहूल लागताच माकडे विशिष्ट आवाजात खाकरतात; त्यामुळे हरणंही सावध होऊन आपला जीव

वाचवतात. अक्राळविक्राळ दिसणाऱ्या आणि पाहताक्षणी घाबरवणाऱ्या मगरींबरोबर बगळ्यांसारख्या पाणपक्ष्यांचे सहजीवन निगडित असते. आ वासलेल्या मगरीच्या जबड्यात आपले अख्खे तोंड खुपसून बगळे तिच्या दाताच्या फटीत अडकलेले मांसाचे तुकडे खाऊन गुजराण करतात. त्यामुळे मगरीचे दातही स्वच्छ होतात आणि बगळ्यांनाही अन्न मिळते. आता 'हनी गाइड' नावाच्या पक्ष्याचेच बघा ना! हा पक्षी प्रथम मधमाशांचे पोळे शोधतो आणि त्याचा रस्ता अस्वलाला दाखवतो. म्हणजे जेथे अस्वल असेल, तेथे तो त्याच्यापुढे उडत राहतो. अस्वलही मधाच्या आशेने या 'हनी गाइड'च्या (अस्वलाचे गाइड) मागोमाग तो नेईल त्या दिशेस जात राहते आणि पोळ्यापर्यंत पोचते. अंगावरील दाट व लांब केसांमुळे मधमाशांचा डंख अस्वलाला इजा करू शकत नाही. अशा प्रकारे अस्वलाला खायला मिळते व माशा दूर उडून गेल्यावर हनी गाइड पक्ष्यालाही पोळ्यातील मेण व ते उत्पन्न करणाऱ्या अळ्या खायला मिळतात. पडीक जमीन व डोंगराळ भागात खुळखुळा ही वनस्पती आढळते. त्या झुडपांवर Red spotted moth या पतंगाची मादी अंडी घालते. अंड्यातून अळी बाहेर पडते व झाडांची पाने खाऊ लागते. अळी पाने खाऊ लागली, की त्या परिसरात राहणारे टायगर जातीतील ग्लासी टायगर, ब्लू टायगर, स्ट्राइप टायगर, प्लेन टायगर तसेच कॉमन क्रो ही फुलपाखरे अळीने चावा घेतलेल्या पानातून जो रस पाझरतो, तो टिपण्यासाठी झुंबड उडवतात. मात्र ज्या झाडांवर रेड स्पॉटेड मॉथ या पतंगाची अळी नाही, त्या झाडांवर ही फुलपाखरे दिसत नाहीत. कारण अळीने पाने कुरतडल्याशिवाय त्यातून रस पाझरत नाही. सहजीवनाचा हा संदेश निसर्गाने आपल्याला दिलेला आहे. त्याचा अंगीकार मनुष्यप्राण्याने आपल्या जीवनात केला, तर ते यश मिळवायला लाभकारकच होईल.

वनस्पतींचा जादूगार समजला जाणारा ल्यूथर बरबॅक तर म्हणत असे, ''मी काटेरी कॅक्टसवर प्रयोग करताना प्रेमाचे नाते निर्माण व्हावे म्हणून त्यांच्याशी बोलत असे. मी त्यांना सांगत असे की, 'तुम्हाला माझ्यापासून कसलेही भय नाही. तुम्हाला तुमच्या शरीरावरील संरक्षक काट्यांची गरज नाही. मी तुमचे रक्षण करेन.' बरबॅकच्या या प्रार्थनेमुळे काटेरहित कॅक्टस निर्माण झाले. हे होऊ शकले कारण वनस्पतींना २० पेक्षा जास्त संवेदनांच्या जाणिवा असतात; पण माणसापेक्षा त्या जाणिवा वेगळ्या असल्यामुळे सामान्य माणूस त्या जाणिवा ओळखू शकत नाही. शिवाय माणसाच्या मानाने वनस्पतींच्या हालचाली अतिशय हळू आणि सूक्ष्म असल्याने सहजपणे लक्षात येत नाहीत आणि त्या हालचाली लक्षपूर्वक अनुभवण्याकरिता माणसाला वेळही नाही. पण माणसाने वेळ काढला, संयम दाखवला आणि जाणिवा अनुभवल्या, तर ल्यूथर बरबॅकसारखे यश माणसाला नक्कीच मिळू शकते. बरबॅक म्हणतो, ''माझे

शब्द झाडेझुडपे समजतात की नाही, हे मला कळत नाही; पण कोणत्या तरी मनामनाच्या जाणिवेतून (नात्यातून) त्या वनस्पती माझ्या शब्दांचे अर्थ व हेतू समजतात; मग काटेरहित कॅक्टस का निर्माण होणार नाहीत?''

जॉर्ज वॉशिंग्टन कार्व्हर म्हणतो, ''सर्व फुले माझ्याशी बोलतात, तसेच रानातील अनेक सूक्ष्म जीवही. माझ्या प्रत्येक प्रयोगात मी वनस्पतींना विश्वासात घेतो. मला मदत करा, असे म्हणतो आणि त्यांना असे आश्वासन देतो, की तुमच्या छोट्याशा जीवाबद्दलही मला प्रेम आणि आदरच आहे.'' 'नास्ति मूलं अनौषधन' म्हणजे जिच्यामध्ये औषधी गुण नाहीत, अशी एकही वनस्पती नाही आणि हा तर आयुर्वेदाचा मूलाधार आहे. वनस्पती माणसाचा विचार करतात आणि भावना ओळखतात. एकाग्र विचार आणि हेतूचा परिणाम वनस्पतींवर होतो. आपलेपणाने मनापासून आराध्य वृक्षाचे संगोपन केल्यास आणि सहवास वाढवल्यास विचारांची देवाण-घेवाण वृक्षांशीसुद्धा होऊ शकते; मग प्रयत्न केला तर संगोपन आणि सहवासाने आपल्या अवतीभवतीच्या भिन्न प्रकृतीच्या, भिन्न वृत्तीच्या व्यक्तीदेखील आपल्या यशाच्या प्रवासात नक्कीच साहाय्यभूत होऊ शकतील.

बुद्धीचा अनिश्चय हे अपयश, तसेच बुद्धीचा निश्चय हेच यश असते. त्यामुळे बुद्धीचा निश्चय करून एखादे काम केल्यास यश नक्कीच मिळेल. सगळीकडे भ्रष्टाचार आहे म्हणून आपण आरडाओरड करतो, कधी कधी आपण आपल्या स्वार्थासाठी त्याचा फायदाही घेतो. पण व्यावहारिक यश पाहिजे की यशाचे समाधान पाहिजे, याचा मनात नेहमी संघर्ष चालू असतो. अशा वेळी यशाच्या किंवा सत्याच्या मार्गावर नेणाऱ्या अगदी साध्या विचारांचा, छोट्या माणसांचा आपल्याला खूप उपयोग होऊ शकतो. 'बुडत्याला काडीचा आधार' म्हणतात, त्याप्रमाणे अपयशाच्या गर्तेत सापडत असताना सक्रिय विचारांचा, समविचारी स्नेह्यांचा आणि अगदी छोटीसुद्धा मदत देऊ शकणाऱ्या माणसांचा आपल्याला उपयोग होऊ शकतो, हे कायम ध्यानात ठेवावे.

राम-रावणाचं युद्ध सुरू होणार होतं. उभय बाजूंची युद्धाची तयारी पूर्ण झाली होती. आक्रमणाची आज्ञा होण्यास काही क्षणांचा अवधी होता. तोच रामाच्या सैन्यात हाहाकार उडाला. वानरसैन्य सैरभैर झालं. महाबलाढ्य हनुमानाचं अवसानही गळून पडलं. युद्धाच्या पहिल्याच दिवशी युद्ध सुरू होण्याच्या आधीच श्रीरामाच्या सेनापतीनं-सुग्रीवाने-माघार घेतली असे वाटत होते; कारण तो रणांगणातून युद्धापूर्वीच नाहीसा झाला होता. नुकताच सुग्रीवाला सेनापतिपदाचा अभिषेक झाला होता आणि सेनापतीच युद्धभूमीवर नाही? श्रीराम डोळे मिटून अशा परिस्थितीत परमेश्वराची प्रार्थना करत होते, तेवढ्यात रक्तबंबाळ अवस्थेतील सुग्रीव श्रीरामांपुढे हजर झाला आणि युद्धभूमीवरून नाहीसं होण्याचं कारण त्याने श्रीरामांना विषद केले. युद्धापूर्वी

आपल्या सैन्याचं अवलोकन करणाऱ्या रावणाला पाहून सुग्रीवाच्या संताप, चीड, सूड या भावना अनावर झाल्या. त्याच तिरिमिरीत सुग्रीवाने कोणालाही न सांगता, कल्पना न देता रावणाशी एकट्यानेच युद्ध सुरू केले. रावणाने कपटनीतीचा अवलंब केल्यामुळे सुग्रीवाला माघार घ्यावी लागली आणि उतावळेपणाने केलेली चूकही त्याच्या लक्षात आली. अतिउत्साह आणि घाईने केलेले कृत्य सहजसाध्य काम बिघडवू शकते. सुग्रीवाने श्रीरामांप्रमाणे बुद्धीचा निश्चय केला असता, श्रीरामाशी समन्वय साधला असता तर सुग्रीव, श्रीहनुमान आणि सैन्याचंही अवसान गळून गेलं नसतं.

पूर्वनियोजिततेचे तत्त्व

'त्यांना ते जमतं, मला जमणार नाही' किंवा तो सधन कुटुंबातून आलेला असल्यामुळे त्याच्याकडे सत्ता, संपत्ती आणि सोयीही उपलब्ध आहेत; माझ्याकडे यांपैकी काहीच नाही; मग मला कसे जमणार? असा विचार करण्यापेक्षा, स्वत:जवळ नसल्या तरी इतरांच्या सहकार्याने त्या गोष्टी मिळविण्याचा प्रयत्न केलात, तर तुम्हालाही यशाची ही सर्व साधने थोड्या प्रयत्नाने का होईना, उपलब्ध होऊ शकतील. निसर्गात 'बळी तो कान पिळी' हाच नियम फक्त दिसत नाही, तर प्राण्यांतील एकमेकांवर अवलंबून राहण्याची सहजीवनाची प्रवृत्तीही दिसते. तशीच वृत्ती आपल्यातही आली तर खऱ्या अर्थाने माणूस एकमेकाला साहाय्य करून सुपंथ धरेल आणि यशस्वी होईल.

एखादा ५० किलोचा धोंडा एखाद्या पिरॅमिडसारख्या तिरप्या गुळगुळीत टेकडीवरून खाली सोडला, तर तो किती वेळात खाली येऊ शकेल, हे भौतिक शास्त्राच्या अभ्यासाने सहज सांगता येईल. कारण संबंधित धोंड्याचे वजन, त्याचा गुळगुळीतपणा, पिरॅमिडच्या बाजूची उंची, अंतर इ. गोष्टी आपल्याला माहीत असतात किंवा आपण ती माहिती करून घेऊ शकतो. त्यामुळे परिणाम जाणण्याच्या अंदाजात चूक होण्याची शक्यता फार कमी असते. इतकेच काय, त्याच प्रकारचा दुसरा पिरॅमिड, कोणतेही ५० किलोचे वजन आणि उंची, अंतर, गुळगुळीतपणा या गोष्टी सारख्याच असताना वरून सोडलेल्या गोळ्याला खाली यायला पहिल्या गोळ्याइतकाच वेळ लागेल, असे 'डिटरमिनिजम' म्हणजे 'पूर्वनियोजिततेचे तत्त्व' यानुसार बिनचूक सांगता येईल.

आता ५० किलोच्या दगडाऐवजी ५० किलोचा माणूस पिरॅमिडच्या टोकाकडून पायाकडे निघाला, तर तो किती वेळात पिरॅमिडखाली पोचेल, हे मात्र बिनचूक सांगता येणार नाही. कारण हा चालताबोलता ५० किलोचा मनुष्य नावाचा गोळा दोन पावले पुढे चालेल, मग आडव्या बाजूने जाईल, मध्येच पळेल, मधूनच रमत- गमत चालेल, अर्धे अंतर गेल्यावर पुन्हा उलटे फिरेल; कारण तो त्याच्या वृत्ति-प्रवृत्ती

आणि स्थितीप्रमाणे वागेल किंबहुना चालेल. ५० किलोच्या लोखंडी गोळ्याला मन नाही पण मानवाला मात्र स्वतःचे मन, स्वतंत्र वृत्ती आहे. यशाच्या मार्गात या वृत्ति-प्रवृत्ती आणि स्थितीमुळेही अनेक वळणे येतात. एखादे वळण यशाच्या शिखरावर पोचवते तर एखादे वळण तुम्हाला अपयशाच्या गर्तेतही ढकलू शकते. त्यामुळे सावध रहा! तुमची वृत्ती आणि प्रवृत्ती अशी ठेवा, की जेणेकरून तुमची स्थिती यश मिळवायला साहाय्यक होईल. म्हणूनच आपल्या यशाचा गर्व करू नये, असं म्हणतात. यश मिळाले तरी माणसाने नम्र असावे; कारण यशाची ही स्थिती कोणत्या क्षणी बदलेल, हे सांगता येत नाही.

पण यशाच्या बाबतीत असे 'पूर्वनियोजिततेचे तत्त्व' लागू होईलच, असे नाही. किंबहुना सगळ्या गोष्टी सारख्या असल्या, तरी प्रत्येकाला मिळणारे यश हे वेगवेगळे असू शकते. भविष्याच्या वेधातून यश मिळणे अवघड असते; पण विज्ञानाने कदाचित ते शक्य होते. त्यामुळे भविष्यापेक्षा लक्ष्यावर, कृतीवर विश्वास ठेवला तर अपेक्षित यश मिळण्याची शक्यता असते. प्रयत्न करणाऱ्या व्यक्तीचा कार्यकारणभाव जुळून आला, तर यशही त्याच्या दृष्टिपथात येऊ शकते. संस्कृतमध्ये एक सुंदर सुभाषित आहे-

दिव्यं चतुरसं पीत्वा गर्वं न याति कोकिलः ।
पीत्वा कर्दमपानीयं भेको रटरटायते ॥

आंब्यातला रस पिणाऱ्या कोकिळेला गर्व नसतो, पण चिखलातले पाणी पिणारा बेडूक मात्र गर्वाने डराव डराव करत असतो. यशाच्या धुंदीने उन्मत्तपणा दाखवलात, तर कदाचित कोकिळेऐवजी बेडूक होऊन डराव डराव करण्याची वेळ तुमच्यावर यायची. त्यामुळे माझे पालक, सहकर्मचारी, हितचिंतक, कुटुंब, समाज हे सर्व माझ्यासाठी धडपडत आहेत, त्यांच्याशी कृतज्ञ राहूनच मी माझ्या आयुष्यात यश मिळवीन, ही भावना सतत जागृत ठेवावी. पैसा मोजून आणि मौज करून पैसा संपेल; पण दूरदृष्टीने तो इतरांसाठी (थोडातरी) वापरला, सत्संग केला तर भविष्यात स्वतःला आणि दुसऱ्यांनाही त्याचा उपयोग होईल. यशस्वी माणसाने दूरदृष्टीने असा सत्संग शोधावा, म्हणजे जीवन सार्थ आणि समाधानी होईल. म्हणूनच 'शुद्ध बीजापोटी फळे रसाळ गोमटी' असे म्हणतात. पण सत्संग नसेल, तर 'मनी नाही भाव आणि देवा मला पाव' अशी परिस्थिती येते. वृत्ती सात्त्विक असेल, कृती योग्य असेल, तर त्याची परिणती यशात होणार हे निश्चितच!

शुद्ध बीजापोटी मिळणाऱ्या रसाळ फळांसाठी एक उदाहरण देता येईल. उदाहरण सत्तराव्या शतकातील थोर संत रामदासस्वामींचे आहे. दासांच्या चाफळ गावी रामनवमी व हनुमान जयंतीचा उत्सव मोठ्या प्रमाणात साजरा होत असे. नियमितपणे

शिवाजीमहाराजांकडून शिधासामग्रीही येत असे आणि यात्रा मोठ्या प्रमाणात पार पडत असे. पण एका वर्षी महाराजांकडून शिधासामग्री वेळेवर आली नाही. उत्सवाला फक्त पंधरा दिवसच उरले होते. त्यामुळे यंदाचा उत्सव कसा पार पडणार, याबद्दल सर्व शिष्यांना चिंता वाटू लागली. शिष्यांनी समर्थांना अडचणीची जाणीव करून दिली; पण समर्थ शांत होते. त्यांनी हसून उत्तर दिलं, 'रामराय समर्थ आहेत, ते त्याची काळजी घेतील। आपण सर्वजण श्रीरामाची मनोमन प्रार्थना करू या।'

शिष्यांना चिंता पडली. समर्थ एवढे निर्धास्त कसे? असा प्रश्न पडला. रामनवमी उत्सव जवळ येत चालला होता. तशातच स्वामींनी एके दिवशी मध्यरात्रीच्या सुमारास कल्याणस्वामींना लेखनसाहित्य घेऊन बोलविले. समर्थांच्या वाणीतून सरस्वती प्रकटली आणि 'मनाचे श्लोक' साकारले! सकाळपर्यंत लिहिण्याचं काम संपलं. दहा-पंधरा शिष्यांना बोलावून या मनाच्या श्लोकांच्या दहा-पंधरा प्रती काढल्या व प्रत्येकाला देऊन शिष्यांना आसपासच्या गावांत पाठवले. शिष्यांनी प्रत्येक घरापुढे उभं राहून एकेक श्लोक खड्या आवाजात म्हणून 'जय जय रघुवीर समर्थ' अशी गर्जना केली आणि पाहतापाहता शिष्यांजवळील भिक्षेच्या सर्व झोळ्या धान्याने भरल्या, जे अधिक झालं ते गावकऱ्यांनी गाड्यांमध्ये भरून चाफळच्या मठात पाठवलं. दहा दिवसांत गाड्याच्या गाड्या भरून धान्य मठात जमा झालं. दरवर्षीपेक्षा अधिक सामग्री जमा झाली. शिष्यांना वाटणारी चिंता मिटली. दरवर्षी होणारा रामनवमी व हनुमानजयंती उत्सव त्या वर्षी अधिक मोठ्या प्रमाणात साजरा झाला. हा सर्व समर्थांनी आणि त्यांच्या शिष्यांनी कळकळीने केलेल्या प्रार्थनेचा प्रभाव होता. दाखला पुरातनकालीन असला, तरी शुद्ध भावनेची परिणामकारकता त्रिकालाबाधित आहे, हे निश्चित! तुमच्या प्रयत्नात तुम्ही प्रामाणिक असाल आणि त्याच प्रामाणिकपणे तुम्ही इतरांना मदतीसाठी हाक मारलीत, तर कोणत्याही अडचणींवर मात करून यश मिळवणे अवघड नाही! भारतातील प्राचीन परंपरांनी, संतांनी आणि संतवचनांनी आपल्याला फक्त धर्मकांडच शिकवले असे नाही, तर 'कर्मकांड'ही शिकवले. खऱ्या प्रयत्नांना फळ नक्कीच मिळते, हे दाखवून दिले.

घेण्याबरोबर देण्यातला आनंदही यशाच्या मार्गावर प्रत्येकाने अनुभवायला हवा. ही देण्याची वृत्ती लहानपणापासून जोपासायला हवी. लहान मुलांनासुद्धा खाऊतला खाऊ, खेळण्यांतील खेळ इतरांना देण्याची सवय लागली पाहिजे; म्हणजे मोठेपणी आपलं धन, दौलत, यश इतरांबरोबर वाटायला तो तयार होतो. खूप जमवून नुसते साठवून ठेवले; तर एक दिवस चोर येऊन ते लुटून नेण्याचा धोका असतो. म्हणूनच संपत्ती मिळवावी, आपल्याला आवश्यक तेवढी स्वत:साठी, कुटुंबासाठी खर्चही करावी, पण उरलेली इतरांना देताना हात आखडू नये. आयुष्यात प्रत्येकजण समाजाकडून

काही ना नाही काही घेत असतो, म्हणून प्रत्येकाने समाजाला देणे हे सुद्धा प्रत्येकाचे कर्तव्य आहे. निःस्वार्थपणे काम करताना फायद्याचा प्रश्न नसतो त्यामुळे मनावर ताणही नसतो, त्यामुळे तुलनेने शक्ती व्यय कमी होतो. म्हणजेच शक्तीबचत होते; जी अधिक यश मिळवायला उपयोगी पडते. सूर्य, सविता देवतेकडून प्रकाश घेतो आणि स्वत: जळत राहून तो सर्व जगाला देतो. सूर्य या ग्रहावर जीवसृष्टी नाही पण पृथ्वीवरील सर्व जीवसृष्टी सूर्यापासून मिळालेल्या प्राणशक्तीमुळे जिवंत आहे. त्यामुळेच गायत्री मंत्राचा महिमा अगाध आहे. 'ॐ भू भुर्वस्व:, ॐ तत्सवितुर्वरेण्यम्, भर्गो देवस्य धीमहि, धीयो यो न: प्रचोदयात्।' म्हणजे हे सूर्या, मलासुद्धा स्वत:ला दु:ख घेऊन, कमी ठेवून इतरांना देण्याची बुद्धी दे, अशी प्रार्थना आपण करतो. पण प्रत्यक्षात अपेक्षेपेक्षा वास्तव वेगळे असते. माणसाने कार्य करणे अपेक्षित आहे; पण व्यावहारिक जगात तो काय करतो, ते आता पाहू.

काय करणे अपेक्षित आहे?

१) व्यापारधर्माचे पालन २) समाधानी वृत्ती राखणे ३) सुज्ञपणे वाचवणे आणि खर्च करणे. ४) परतफेडीची खात्री होईल तेव्हाच कर्ज घेणे. ५) साधा आणि सरळ विचार करणे.(परिस्थिती, अपेक्षा, काळ याला साजेसा) ६) जेवढे पचते तेवढेच खाणे. ७) कष्ट करणे. ८) साध्यापेक्षा साधनं महत्त्वाची मानणे. ९) कर्म करणे, फळाची अपेक्षा न ठेवणे.

काय करणे अपेक्षित नाही?

१) धनाची ओढ ठेवणे. २) फार महत्त्वाकांक्षी राहणे. ३) कर्ज काढून मनसोक्त खर्च करणे व आनंद मिळवणे. ४) अधिक मिळविण्याची आस असेल तर व्यावसायिक क्षमता वाढते, तशी मनोवृत्ती बनवणे. ५) अतिरेकी हव्यासाने जीवनात फार हेलकावे येतात म्हणून हव्यास करणे. ६) संधीचा लाभ घेण्यासाठी प्रत्येक गोष्टीचा फक्त व्यापारी दृष्टीने विचार करणे आणि फायदा घेणे. ७) कमी कष्टांत, कमी वेळात जास्त फायदा मिळवणे. ८) व्यर्थ कष्ट करणे. ९) साधनांचा अविचारी वापर करून जास्तीत जास्त नफा मिळवणे.

यात एक मात्र खरं, की उद्योगव्यवसायातील यशासाठी 'मूल्याधिष्ठित क्षमता' हा एकच उपाय आहे. टीओरिओ हा तत्त्ववेत्ता म्हणतो, "प्रत्येक माणसाला आपण प्रत्येक गोष्ट अगदी बरोबर करावी असेच वाटत असते; पण कोणती गोष्ट बरोबर आहे हे त्याला कळले असेल, तरच तो बरोबर वागतो आणि ज्याची श्रद्धा बरोबर असते तोच नैतिक, व्यावहारिक आणि वैचारिक दृष्ट्या बरोबर गोष्टीचा विचार करू शकतो."

त्यामुळे स्वत:ला काय 'योग्य' वाटते, ही सर्वांत महत्त्वाची गोष्ट आहे. आणि

त्यातूनच पुढे नैतिकतेचा आयुष्यभराचा प्रवास सुरू होतो. ॲन हर्ली म्हणतो, 'मूल्य म्हणजे फक्त शब्द नाहीत; तर मूल्य म्हणजे आपण प्रत्यक्षात जे जगतो ते/ ज्याच्यासाठी आपला नेहमी झगडा चालू असतो आणि लोकांना प्रवृत्त करत असतो ते. 'लोका सांगे ब्रह्मज्ञान, आपण कोरडे पाषाण', अशी वृत्ती असेल तर मूल्य जपता येत नाही. इंग्रजीत एक फार सुरेख म्हण आहे. असे म्हणतात, की "Charity begins at home'- म्हणजे मूल्य जोपासण्याची सुरुवात स्वत:पासून, स्वत:च्या घरापासून आणि स्वत:च्या व्यवसायापासूनच झाली पाहिजे. दुसऱ्यांनी बरोबर नैतिकतेला धरून वागावं अशी अपेक्षा असेल, तर प्रथम आपली वागणूक आणि व्यवहार योग्य आणि नैतिकतेला धरून आहेत का, हे पाहणे आवश्यक आहे. असे झाले तर पूर्णपणे शाकाहारी असणारा माणूस मांसमच्छीचा व्यवसाय करू शकतो, सुपारीच्या खांडाचंही व्यसन नसणारा दारूचा गुत्ता चालवू शकतो आणि आंतरिक निर्मळ असलेला आणि उच्च नैतिक मूल्ये जपणारा माणूस करबुडवेगिरी करणाऱ्या कंपनीत काम करू शकतो, आणि अंतर्यामी अत्यंत मृदू आणि हळवा असणारा माणूस युद्धप्रसंगी आपले कर्तव्य म्हणून आपल्या देशासाठी लढताना शत्रूला गोळ्या घालू शकतो. फक्त मूल्यं ठाम हवीत. कोणती गोष्ट योग्य आणि कोणती अयोग्य, कोणती गोष्ट नैतिकतेला, धर्माला धरून आहे आणि कोणती गोष्ट अनैतिक आहे, ह्या कल्पना पक्क्या हव्यात. वाघ कधीही शेळीसारखं गवत खाणार नाही. पण तत्त्वापेक्षा फायद्याला महत्त्व देणाऱ्या व्यक्तींच्या बाबतीत हळूहळू तत्त्व आणि फायदा दोन्हीही नष्ट होतातआणि वाघ गवत खायला लागतो. कठोपनिषदात यासाठी 'रथ' ओढणाऱ्या घोड्यांची उपमा दिलेली आहे. घोडा हे विकारांचे प्रतीक आहे (राग, लोभ, मोह, मद, मत्सर, करुणा आणि त्याग) आणि ज्या मार्गावरून हा रथ धावतो, ती जीवनाची उद्दिष्टे आहेत. मनाची योग्य मशागत झालेला माणूस घोडा आणि रथ योग्य मार्गावर राखू शकतो. जगप्रसिद्ध नाटककार शेक्सपिअर तर म्हणतो, 'जगात चांगलं आणि वाईट असं काही नसतं; तर तुमची विचारसरणी किंवा मनोभूमिका एखाद्या गोष्टीला चांगलं किंवा वाईट ठरवते.' तत्त्वे ही बोटांच्या ठशाप्रमाणे असतात, एकासारखी दुसरी नसतात. पण तुमचा ठसा तुम्ही प्रत्येक ठिकाणी उमटवत जाता. बौद्ध धर्माचा अनुयायी– 'बुद्धिस्ट'– होणं सोपं आहे; पण बुद्ध होणं अत्यंत अवघड आहे. बुद्ध होण्यासाठी यम, नियम, आसन, प्राणायाम, प्रत्यघर आणि धर्माचे काटेकोर पालन आवश्यक आहे. आणि वेदशास्त्रात सांगितल्याप्रमाणे अहिंसा, सत्य, अस्तेय, ब्रह्मचर्य, अपरिग्रह, मनाची शुद्धी, संतोष, तप, स्वाध्याय, ईश्वराशी तादात्म्य स्थिती, क्षमावृत्ती, मानसिक संतुलन, क्रोधावर विजय अशा अनेक सद्गुणांचे संवर्धन करावे लागते.

खऱ्या सोन्याची पारख घासून, कापून, तापवून आणि घाव घालून केली जाते;

त्याचप्रमाणे खऱ्या माणसाची परीक्षा त्याच्याच कृतीतून, त्यागातून, त्याच्या वागण्यातून आणि गुणांतूनच होते. दारूच्या भांड्यातल्या दारूची वाफ होऊन भांडे रिकामे झाले, तरी दारूचा वास जसा कायम राहतो, त्याचप्रमाणे गंगाजळाने स्नान केले, तरी त्यांच्या मनाची मलिनता कायम राहते. आपल्या भूमीवर आक्रमण करण्यासाठी येणाऱ्या शत्रूला ठार मारणाऱ्या सैनिकाचे वर्तन जसे योग्य असते, त्याचप्रमाणे आपल्याशी वाईट अथवा दुष्टपणाने वागणाऱ्याशी त्याच पद्धतीने वागून त्याला त्याची चूक दाखवून देण्यात काहीही गैर नाही. चांगले वागणाऱ्याशी मात्र कोणत्याही परिस्थितीत आपण चांगलेच वागायला हवे. हे जाणवले तर, यश:प्राप्ती नक्कीच होईल. कारण असे म्हणतात, की-

यद्यदाचरति श्रेष्ठ:स्तत्तदेवेतरो जन:
स यत्प्रमाणं कुरुते लोक स्तदनुवर्तते ।।

भगवद्गीता (अध्याय ३, श्लोक २१)

श्रेष्ठ, शीलवान, गुणवान, चारित्र्यवान माणसाचे अनुकरण सर्वचजण करतात आणि त्याने घालून दिलेल्या आदर्शाचे नेहमी पालन केले जाते. विचार आणि वृत्तीतला कार्यकारणभाव सांगण्याचा प्रयत्न श्री. शिव खेरा यांनी पुढील ओळींमध्ये केलेला आहे -

Our thoughts are causes.
You sow a thought, you reap an action.
You sow an action, you reap a habit.
You sow a habit, you reap a character.
You sow a character, you reap a destiny.
It all starts with a thought.

जेव्हा एक माणूस दुसऱ्या माणसाच्या हक्कांची पायमल्ली करतो, तेव्हा तो दोषी ठरतो; पण नीतिशास्त्राप्रमाणे मात्र दुसऱ्यांच्या हक्कांची पायमल्ली करण्याचा त्याने नुसता विचार जरी केला, तरी तो दोषी ठरतो. आपली दृष्टी आणि विचार चांगले हवेत. 'तुम्ही एक वर्षाचा विचार करत असाल तर फुलं लावा, दहा वर्षांचा विचार करत असाल तर झाडे लावा; पण जर भविष्याचा विचार करत असाल तर लोकांशी स्नेहसंबंध जपा', असे म्हणतात ते यामुळेच.

प्रबळ इच्छाशक्ती

योग्य मनोधारणा एखाद्या संरक्षणात्मक भिंतीसारखी तुमचे रक्षण करील. क्रिकेटमधून नुकत्याच निवृत्त झालेल्या राहुल द्रविडने 'द वॉल' ही उपाधी सर्वार्थांनी सिद्ध केली होती. कोणत्याही क्षेत्रात यशस्वी व्हायचे असेल, तर गुणवत्तेबरोबर एकाग्रता, चिकाटी

आणि हसत कष्ट करायची तयारी असावी लागते. द्रविडमध्ये ते गुण आहेत म्हणून तो इतके उत्तुंग यश मिळवू शकला. त्याच्यामध्ये स्वयंशिस्त आहे, त्याचा मनावर ताबा आहे आणि सर्वांत महत्त्वाचे म्हणजे तगडी इच्छाशक्ती आहे. २००४ च्या पाकिस्तान दौऱ्यात मुलतान कसोटीत सचिन तेंडुलकर द्विशतकाच्या अगदी जवळ असताना कप्तान या नात्याने राहुल द्रविडने डाव घोषित केला. सर्वच क्रिकेटप्रेमी आणि विशेषत: सचिन त्या निर्णयाने त्या क्षणी नाराज झाले; पण दुसऱ्या दिवशी राहुल द्रविड सचिनच्या खोलीत गेला आणि त्याने घेतलेला निर्णय संघाच्या सामन्यातील प्रवासाचा विचार करून घेतल्याचे स्पष्ट केले, तेव्हा सर्वांचीच नाराजी दूर झाली. राहुल आणि सचिनमध्येही क्रिकेट सामन्यातील या निर्णयाने दुरावा निर्माण झाला नाही. कारण राहूलने एकत्र बसून शांतपणे मुद्दा सोडविला होता. या घटनेचा प्रसिद्धिमाध्यमांनी विपर्यास करू नये म्हणून असेही ठरवले, की त्याबाबत अधिक काही बोलायचे नाही आणि जर काही बोलायचे असेल, तर एकमेकांशी संपर्क साधायचा आणि स्पष्ट बोलायचे. या निर्णयात दोघांत वितुष्ट येऊ न देण्याचा राहुलचा कटाक्ष होता. मनात दुसरे कोणतेही विचार नसल्याने सुसंवाद साधता आला, ज्याने कोणत्याही प्रकारची शंका दोघांच्याही मनात राहिली नाही. वैयक्तिक आयुष्यात आणि व्यवसायातही अशी परिपक्वता फार महत्त्वाची असते.

२००३ वर्ल्डकपमधील यष्टिरक्षणाची जबाबदारी असो वा संघाला गरज असताना सलामीला जायचा प्रश्न असो, राहुल द्रविड कधीच मागे हटला नाही. त्याने नुसतीच निर्णयांना संमती दाखवली असे नाही, तर प्रत्येक जबाबदारी सर्वोत्तम प्रकारे पार पाडता यावी म्हणून कष्ट केले. त्याच्या यशाचे गमक आहे, त्याचा मनावर असलेला ताबा. राहुलने तंदुरुस्ती राखण्यासाठी किती वेगवेगळे उपाय अवलंबिले, ते बघून सर्वच चकित होतात. राहुलला सुरुवातीच्या काळात एकदिवशीय क्रिकेटमध्ये अपेक्षित यश मिळत नव्हते. एकदिवशीय क्रिकेटमध्ये फलंदाजी करताना जरा जास्त आत्मविश्वास मनात ठेवावा लागतो. फटका मारताना मारू का नको, अशी शंका कणभरही असून चालत नाही. तुम्ही स्वत:ला पाठिंबा द्यावा लागतो. तसेच फलंदाजीच्या शैलीचा विचार करून एकेरी धाव मिळणारे फटके जागरूकतेने मिळविण्याची हातोटी बाणावी लागते. याचा विचार करून त्याने आपल्या मर्यादांवर विजय मिळवला आणि कसोटी सामन्यात १० हजार धावा, एकदिवशीय सामन्यातही १० हजार धावांचा टप्पा ओलांडण्याचा पराक्रम करून दाखवला. कसोटीत २०१ झेल पकडून विश्वविक्रमही केला. कोणत्याही जागेवर क्षेत्ररक्षण करायला राहुलने नकार दिला नाही. संघातील ज्येष्ठ खेळाडू असूनही त्याने शॉर्टलेगसारख्या धोकादायक जागेवर उभे राहायला कधी नकार दिला नाही. झेल पकडण्याचे तंत्र विकसित करायला त्याने सरावादरम्यान

पकडलेले झेल, हे त्याच्या यशाचे गमक आहे.

खेळाडूंना जगभरातून मिळणाऱ्या कौतुकापेक्षाही स्वत:च्या आणि विरुद्ध संघांतील खेळाडूंच्या डोळ्यांत दिसणारा भीतियुक्त आदर जास्त मोलाचा असतो. राहुलला भारतीय संघात असलेला मान उच्च श्रेणीचा आहे. तसेच, जगभरातील संघ राहुल फलंदाजी करू लागला, की ज्या दबावाखाली असतात- खरे म्हणजे धास्तावतात- तोही राहुलच्या गुणांना केलेला मुजरा आहे. कारण जगभरात तो इंडिया टीमची 'द वॉल' म्हणून ओळखला जातो. आंतरराष्ट्रीय क्रिकेटमध्ये यश मिळवायचे झाल्यास काय करायला पाहिजे, असे कोणी विचारले तर राहुल द्रविड आणि अनिल कुंबळेच्या कार्यपद्धतीचे निरीक्षण केले पाहिजे. जेव्हा जाहिरातीत अनिल कुंबळेही म्हणतो, 'सब खुद एक्सपिरियन्स किया है मैंने.' क्रिकेटमध्ये राहुल असेल; टेनिसमध्ये लिएंडर पेस; उद्योगात श्री. रतन टाटा किंवा श्री. नारायण मूर्ती असतील; राजकारणात जयप्रकाश किंवा अटलजींसारखे नेते असतील; समाजकारणात बाबा आढाव किंवा मेधा पाटकर आणि समाजसेवेत बाबा आमटेंसारखे आदर्श असतील; जीवनात यशस्वी होण्यासाठी आपण अशा आदर्शांचा सतत पाठपुरावा करायला हवा.

सप्तसूर, सप्तरंग बहार आणतात; पण त्यांची मनोभावे आळवणी केली तरच. गायक सतत सुरांचा रियाज करतो आणि त्यात नैपुण्य मिळवणारा एखादाच लता मंगेशकर किंवा भीमसेनजींसारखा अद्वितीय ठरतो. चित्रकार सतत रंग-रेषांचाच विचार करतो, तेव्हा राजा रविवर्मा, मुळगावकर किंवा एम. एफ. हुसेनसारखा चित्रकार निर्माण होतो. संगीतकार सतत ताल आणि लयीचा वेध घेत राहतो, तेव्हाच सी. रामचंद्र, नौशाद किंवा मदनमोहनसारखा संगीतकार रसिकांच्या मनावर वर्षांनुवर्षे अधिराज्य गाजवतो. पण त्यासाठी समर्पण, मनाची निष्ठा आणि ध्येयाची आसक्ती असावी लागते. स्वत:चा व्यवसाय, नोकरी किंवा कोणताही धंदा करताना ही निष्ठा जपली, तरच उत्तुंग यश मिळू शकते. थोडेफार प्रयत्न करून सर्वांनाच यश मिळतं; पण अशी ध्येयासक्त माणसं असतील, तर त्यांना मिळणारं यश हे अतिशय उत्तुंग असतं. आल्फ्रेड नोबल, रॉकफेलर, फोर्ड असोत किंवा सर जमशेटजी टाटा, धिरुभाई अंबानी किंवा लक्ष्मीकांत मित्तलांसारखे उद्योगपती म्हणूनच आपला वेगळा असा ठसा उमटवतात.

सीएसआयआर संस्थेचे माजी डायरेक्टर जनरल आणि नावाजलेले शास्त्रज्ञ डॉ.रघुनाथ माशेलकर यांनी 'शेपिंग यंग माइड्स' या ऑल इंडिया मॅनेजमेंट असोसिएशनच्या सेमिनारमध्ये मांडलेले विचार प्रेरणा देणारे आहेत. ते म्हणतात, ''२१ वे शतक हे ज्ञानाधिष्ठित शतक असणार आहे, असे बरेचजण म्हणतात; पण खोलवर विचार केला तर हे फक्त ज्ञानाचे नाही तर मनाचेही शतक आहे. भारतीयांच्या

मानसिक क्षमतेबद्दल कधीही शंका नव्हती. मानवजातीला 'शून्याची' देणगी भारतीयांनी दिली आणि सध्याच्या डिजिटल इकॉनॉमीचा पाया रचला. शून्य आणि एक यांच्या बायनरी भाषेतून प्रगत संगणकप्रणालीने जन्म घेतला. खेळाच्या ऑलिंपिकमध्ये हॉकीशिवाय गोल्ड मेडल मिळवण्याचा पराक्रम आपण करू शकलो नाही, पण 'सायन्स ऑलिंपियाड'मध्ये' मात्र भारताच्या १९ पैकी १९ जणांनी गोल्ड मेडल मिळवले. पण मन आणि मनोधारणा (mind and mindset) यांमध्ये मूलभूत फरक आहे. मन म्हणजे बुद्धिमत्ता, सूक्ष्म निरीक्षण, स्मार्ट ॲनॅलिसिस, स्मार्ट सिंथसिस आणि यातून निर्माण होणारा तुमचा जीवनविषयक दृष्टिकोन. भारतीयांच्यात मन आणि मनोधारणा यांत नेहमी तुंबळ युद्ध चालू असते. मन आपण २१व्या शतकात आहोत हे मान्य करते, पण मनोधारणा मात्र नेहमी आपले पाय मागे खेचत असते. अगदी १५ व्या शतकातसुद्धा बुरसटलेले, रूढिप्रिय, प्रतिगामी, एकांगी विचार असताना 'वसुधैव कुटुम्बकम्'ची संकल्पना रुजविणारे भारतीय, आपल्या खेड्यापाड्यांतल्या, वाड्यावस्तीतल्या लोकांना या २१व्या शतकाच्या प्रगतिप्रक्रियेत सामावून घेण्याची इच्छा दाखवत नाहीत.''

संत ज्ञानेश्वरांनी 'हे विश्वचि माझे घर' ही संकल्पना मांडली; पण आपण आपल्या देशातल्याच बांधवांना आपल्यात सामावून घेत नाही. जात, पात, वंश, धर्म यांची बंधने अजूनही ग्रामीण (शहरी भागातही) भारतात रूढ आहेत. परस्परसामंजस्याने आणि सलोख्याने काम करण्याऐवजी एकमेकांवर कुरघोडी करण्यात आणि दुसऱ्याला खाली खेचण्यात काही लोक स्वत:ला धन्य मानतात. यश मिळविण्यासाठी सकारात्मक विचारांची, रचनात्मक कार्याची, प्रगत विचारांची आणि एकमेकांना बांधून ठेवण्याच्या मनोवृत्तीची २१व्या शतकात गरज आहे. गुरुर्ब्रह्मा गुरुर्विष्णु, गुरुर्देवो महेश्वर:, गुरु: साक्षात् परब्रह्म, तस्मै श्रीगुरवे नम: । गुरूचे स्थान ब्रह्मदेवासारखे–जगन्नियंत्यासारखे– आहे, असे आपण म्हणतो; पण आजकाल असे गुरू विरळाच. कारण ध्येयनिष्ठेने आणि निरामय भाव राखून काम करणाऱ्यांची आजकाल लोक कदरच करीत नाहीत. २१व्या शतकाचा सामना करायचा असेल, तर मन आणि मनोधारणा यांत ताळमेळ हवा. क्रौर्य आणि खोटेपणा यांची जगात वाढ होत असताना मनोधारणेत बदल झाला, तरच खऱ्या यशाची प्राप्ती होईल. संघर्ष, संघटन आणि शिक्षण यांतून कोणत्याही संकल्पनेला आकार मिळतो. चौकटीतून बाहेर पडणे अशाच लोकांना शक्य होते.

धोका ओळखा

यशस्वी होण्यासाठी आत्तापर्यंत केलेले विवेचन हे बहुतांशी वैयक्तिक आणि सामाजिक यशाचा विचार करून केलेले आहे. धंद्यात किंवा व्यवसायात यश

मिळविण्यासाठी व्यवसायाशी निगडित विशिष्ट धोके ओळखणं फार महत्त्वाचं आहे. व्यवसायात महत्त्वाचे सूत्र म्हणजे रोखीने व्यवहार टाळणे फायदेशीर असते. बऱ्याच वेळा असा किती माझा मोठा धंदा आहे, कशाला ते जमाखर्च आणि बँक अकाउंट? रोख पैसे दिले आणि पैसे घेतले, मामला खतम, असा विचार नवा उद्योजक करणे शक्य आहे. पण व्यावसायिक सातत्याच्या दृष्टीने, व्यवसायाला कर्ज देणाऱ्या बँकांच्या दृष्टीने व्यवहारांची योग्य ती नोंद होणे आवश्यक आहे. धंदा वाढून उत्पन्न कराच्या आणि इतर सरकारी कर आणि नियमांच्या कक्षेत जेव्हा उद्योग येईल, तेव्हा सुरुवातीला केलेले असे रोखीचे व्यवहार त्रासदायक ठरण्याची शक्यता असते. स्वयंशिस्त लावली तर जे रोखीतून साधायचे ते चेक, डिमांड ड्राफ्टच्या माध्यमातून व्यवसाय/व्यवहार करूनही साधता येते.

आयकर कायदा कलम ४० अ पोटकलम ३ मधील तरतुदीनुसार करदात्याने धंद्याचा खर्च करताना एखाद्या दिवशी एकदा किंवा अनेक वेळा मिळून रु. २०००० (रुपये वीस हजार) पेक्षा जास्त रोख रक्कम कोणत्याही एका व्यक्तीस दिली, तर ती दिलेली रक्कम धंद्याचा खर्च किंवा वजावट म्हणून धरली जाणार नाही. म्हणजेच धंद्याचे निव्वळ उत्पन्न काढताना तो खर्च वजा केला जाणार नाही, किंवा त्या रकमेने उत्पन्न वाढविले जाईल आणि त्यावर आयकर भरावा लागेल. थोडक्यात, वजावट नाही, उत्पन्नात वाढ आणि परिणामी द्याव्या लागणाऱ्या करात वाढ असा तिहेरी तोटा होण्याची शक्यता असते.

तसेच धंद्याच्या हिशेब पुस्तकांमध्ये वर्षाखेरीस (म्हणजे ३१ मार्च रोजी) पैसे देण्याऐवजी फक्त देणे म्हणून खर्चाची तरतूद केली असेल आणि पुढील वर्षी ती रक्कम रु. २०,००० पेक्षा जास्त असूनही एकाच दिवशी रोख दिली गेली, तर ज्या वर्षी असे खर्चाचे देणे रोख स्वरूपात दिले गेले असेल, त्या वर्षीचे ते उत्पन्न म्हणून गणले जाईल. म्हणजेच ज्या वर्षी तो खर्च केला जाऊन त्याबाबतच्या देय रकमेची तरतूद केली असेल, त्या वर्षी त्याची वजावट मिळेल; परंतु जेव्हा ती रक्कम एकाच दिवशी रोख स्वरूपात दिली जाईल, त्या वर्षीचे ते उत्पन्न म्हणून गणले जाऊन त्या वर्षीचा नफा वाढवून त्यावर त्या प्रमाणात कर भरावा लागेल. अर्थात रोखीच्या व्यवहारासंबंधीच्या या नियमांना काही अपवाद आहेत; पण योग्य त्या सल्लागाराचा वेळीच सल्ला घेतला तर पुढे येणाऱ्या अडचणी आणि धोके आपल्याला टाळता येतील आणि यशाचा प्रवास सुखकर होईल.

जेणे काम तेणो थाए, बीजा करे सो गोता खाए।

त्यामुळे आपल्याला जरी हिशोब, विक्रीव्यवस्थापन, मनुष्यबळव्यवस्थापन या विषयांसंबंधी जुजबी ज्ञान असले, तरी वाढत्या व्यवसायाबरोबर त्या क्षेत्रातल्या तज्ज्ञ

व्यक्तींचा सल्ला वेळीच घेऊन व्यवसायवाढीबरोबरच त्या व्यवसायाशी संबंधित कायदेशीर बाबींची पूर्तता करण्याची सवय स्वत:ला लावून घेतली पाहिजे. उदाहरणार्थ, काही व्यापाऱ्यांना/व्यावसायिकांना वाटते, की उधारी दिली तर अधिक दर लावता येतो व नफा जास्त मिळतो, एक महिना उधारीकरता १ ते ३ टक्के जास्त लावले तर नफा वाढतो; पण प्रत्यक्षात यात आपण स्वत: मुद्दलाची जोखीम स्वीकारत असतो. याउलट, रोखीत व्यवहार केला तर खेळते भांडवल हातात येऊन, ते परत धंद्यात वापरून त्यावर अधिक नफा कमावता येतो. प्रत्येक वेळी रोखीत मिळालेले पैसे उत्पादनात गुंतवून, उत्पादन आणि सेवाव्याप्ती वाढवून १ ते ३ टक्क्यांच्या उधारीवर मिळणाऱ्या व्याजापेक्षा ६ ते ९ टक्के नफा वाढवता येतो, आणि मुद्दलही रोखीच्या व्यवहाराने आपल्याला परत मिळालेले असल्यामुळे वाढीव जोखीम उद्भवत नाही. दुसरा मुद्दा म्हणजे बऱ्याच वेळा आपण स्वत: जर उत्पादनासाठी रोखीने खरेदी करून कच्चा माल, मशिनरी आणि वितरणव्यवस्था करणार असलो, तर आपण आपला माल उधारीवर विकून उधारी वाटत का फिरायचे? शिवाय उधारी देताना आपण फक्त वाढत्या विक्रीचा विचार करतो; ग्राहकाची पत, त्याचे बँक अकाउंट, त्याची व्यवसाय करण्याची पद्धत, त्याच्या इतर भागीदारांची परिस्थिती या गोष्टींचा बारकाईने अभ्यास करतो का? ही काहीही शहानिशा न करता दिलेली उधारी धोकादायक ठरू शकते. याउलट, उधारीत पैसे अडकवण्यापेक्षा कच्च्या मालामध्ये पैसे घातले तर उत्पादन वाढेल, ग्राहकाला जास्त सुविधा, सेवा देता येतील, धंदा वाढेल. उधार देऊन आपण आपला नाही, तर आपल्या ग्राहकाचा धंदा वाढवत असतो; कारण आपला ग्राहक त्याला दिलेल्या उधारीचे पैसे त्याच्या ग्राहकाकडून पैसे मिळाल्यावरच आपल्याला देतो किंवा देऊ शकतो. अशा परिस्थितीत आपण दिलेली उधारी म्हणजे आपल्या ग्राहकाला मालाच्या स्वरूपात आपण दिलेले 'रोखीचे कर्जच' असते. मग त्याऐवजी पैसेच व्याजाने का देत नाही? पैसे उधार देणे सोपे असले तरी धोकादायक असते. स्वत:जवळ आवश्यकतेपेक्षा जास्त पैसे किंवा भांडवल असेल, तर कदाचित उधारी देणे शक्यही होईल; पण जो माणूस आपला व्यवसाय बँकेकडून, वित्तीय संस्थेकडून किंवा आपल्या सग्यासोयऱ्यांकडून उधार घेतलेल्या रकमेवर (कर्जावर) करत असतो, त्याने व्यवसायामध्ये 'उधारी' देताना सखोल विचार केला, तर तो यशस्वी होईल. लग्न करताना आपण कुंडली पाहतो, चांगले कार्य सुरू करताना शुभमुहूर्त पाहतो; त्याचप्रमाणे व्यापार करताना योग्य-अयोग्य गोष्टींची कुंडली मांडणे फार आवश्यक आहे.

मीच नेहमी बरोबर !

काम नीट होण्यासाठी नीट वागायचं असतं, हे आपण विसरतो. कुणी पडलंच तर, 'चुकलो देवा, पुन्हा नाही असं वागणार', अशी कबुली देण्याचं धाडस बऱ्याच

जणांमध्ये नसतं. दोष दुसऱ्यावर टाकून आपण आपली सुटका करून घेण्याचा प्रयत्न करत असतो. सरकारी कामकाज ढिले आहे, अधिकारी मदत आणि मार्गदर्शन करत नाहीत, पुरेसे भांडवल नाही, कामगारांना कामच करायला नको, एक ना अनेक कारणं आपण शोधतो आणि अपयशाचे खापर दुसऱ्याच्या माथी मारायचा प्रयत्न करतो. पण स्वत:चे काय चुकले, याचा लेखाजोखा तटस्थपणे मांडण्याचा आपण किती वेळा प्रयत्न करतो? स्वत:तील राक्षसावर ज्यांचा विश्वास आहे, पण स्वत:तील देवाला जे आठवत नाहीत, त्यांची अवस्था सैरभैर होते आणि योग्य दिशा न मिळाल्यामुळे ते निराश होतात. त्यामुळे 'शॉर्टकट' न शोधता उद्‌भवलेल्या परिस्थितीचा योग्य तो परामर्ष घ्या. आपण कुठे चुकलो, काय करायला हवे होते, काय केले नाही, हे कदाचित तुमचे तुम्हालाच जाणवेल आणि पुढचा मार्ग सुकर होईल. पण हा प्रयत्न सच्च्या निष्ठेने केला, तरच भविष्यात सुधारणा होऊ शकते; अन्यथा 'पहिले पाढे पंचावन्न.' कारण वर्षानुवर्षांच्या सवयीमुळे माणूस काही वेळेस वेगळा विचार करू शकत नाही. निवडणुकीतील पराभवानंतर नेतेमंडळी नेहमी जाहीरपणे बोलतात, की 'पक्षाला आत्मचिंतनाची आणि स्वपरीक्षणाची गरज आहे.' पण शेवटी पक्ष किंवा संस्था म्हणजे तरी काय? त्या पक्षाचे कार्यकर्ते किंवा संस्थेत विविध स्तरांवर काम करणारे लोकच ना? जोपर्यंत त्यांना स्वत:ला वैयक्तिक रीत्या स्वत:त बदल घडवून आणता येत नाही, चुकीची वागणूक सुधारता येत नाही , तोपर्यंत असे आत्मचिंतन फायदेशीर होणार नाही.

कामाविषयी निष्ठा

नोकरदार असो वा व्यावसायिक, कोणीही असलात तरी तुमच्या नीतितत्त्वावरून तुमची कामाची निष्ठा समजून येते. अशी निष्ठा जपण्याचा खाजगी जीवनातही फायदा होतो. कामाच्या ठिकाणी आपले काम चोखपणे पार पाडणाऱ्या नोकरदाराची जशी गरज असते, तशीच आई, वडील, बहीण, भाऊ अशी वैयक्तिक जीवनातली अनेक नाती जपताना आपली भूमिका चोखपणे बजावली तरच वैयक्तिक जीवन सुखी होते. कर्मचाऱ्यांच्या वर्क एथिक्सवरून कंपनी माणसाची उपयुक्तता ठरवते, त्याचप्रमाणे आप्तेष्टांशी असलेल्या तुमच्या बांधीलकीवरून तुमच्याशी किती घनिष्ट आणि पारदर्शक संबंध ठेवायचे, हे तुमचे नातेवाईक ठरवतात. पण पैसे मिळविण्याच्या, यश मिळविण्याच्या, झटपट मोठे होण्याच्या हव्यासापायी तुम्ही प्रत्येक वेळी या संबंधांना तिलांजली देत असाल, तर तुमच्यावर विश्वास ठेवणाऱ्यांचा तुमच्याविषयी विश्वास कमी होतो. आणि एकदा अशी सवय लागली, की "Everything is fair in love & war', असा समज करून घेऊन व्यवसायात आणि वैयक्तिक आयुष्यातही तुम्हाला अशा तडजोडी करण्याची सवय लागते.

पण नीतिमत्ता कायम सांभाळून काम करीत राहिले, तर त्याचे दूरगामी फायदे तुम्हाला यथावकाश दिसू लागतात. म्हणजे एखाद्या कामात किंवा प्रॉजेक्टमध्ये अपयश जरी आले तरी तुमचे वरिष्ठ, नातेवाईक, मित्रमंडळी तुम्हाला समजून घेतात आणि उत्तम नीतितत्त्वे बाळगणारा हा माणूस भविष्यात निश्चितच उज्ज्वल यश मिळवेल, हे जाणून तुम्हाला साथ देत राहतात. नीतिमूल्ये पाळण्याचे अनेक फायदे आहेत.

१) तुमची व्यवसायातील पत आणि वैयक्तिक संबंधातील सदिच्छा वाढते.

२) तुमची स्वत:ची कार्यक्षमता तर वाढतेच; पण तुमच्या उच्च नीतिमत्तेला आदर्श मानून तुमच्याबरोबर काम करणाऱ्यांची कार्यक्षमताही वाढते.

३) आर्थिक लाभ होतो.

४) तुमचे यश कायमस्वरूपी राहते.

या सर्व फायद्यांसाठी नोकरी-व्यापार करताना प्रामाणिकपणा, विश्वासार्हता, कार्यक्षमता, सकारात्मक सवयी, पुढाकार घेण्याची वृत्ती, चूक कबूल करण्याची वृत्ती, इतरांविषयी आदर, पारदर्शकता, परस्परसहकार्याने काम करण्याची वृत्ती अशा अनेक सद्गुणांची योग्य सांगड घालावी लागते.

शिक्षण आणि ज्ञान

शिक्षण आणि ज्ञान यांत फार फरक आहे. नुसतं शिक्षण घेणं याचा अर्थ एखाद्या विषयाची माहिती करून घेणं; पण त्या विषयाचं ज्ञान आहे याचा अर्थ जे काही आपण शिकलो, ते नीट समजलं असा अर्थ होतो. व्यवसायामध्ये किंवा यश मिळविण्यासाठी हा फरक समजणे आवश्यक आहे. प्रत्येकाने आपली क्षमता आणि ताकद ओळखली पाहिजे, त्याचप्रमाणे प्रत्येकाने आपल्या स्वत:च्या मर्यादासुद्धा जाणल्या पाहिजेत. आपल्या स्वत:च्या अंगी असलेल्या कमकुवतपणाची जाणीव होऊन आपले दोष ओळखणं हे आपली शक्तिस्थाने ओळखण्यापेक्षाही जास्त महत्त्वाचं आहे. आभाळाला गवसणी घालण्याची स्वप्नं बघू नयेत. त्यापेक्षा आपले पाय जमिनीवर घट्ट रोवून उभं राहावं व आपल्याभोवती काम करत राहावं. अवतीभवती खूप अंधकार आहे, दु:खं आहेत; पण त्या अंधारात राहण्यापेक्षा एखादी मेणबत्ती लावता आली, तर ते कितीतरी चांगलं! जेवढ्या मेणबत्त्या लावता येतील, तेवढ्या लावण्याचा प्रयत्न करणं खूप महत्त्वाचं!

शिक्षण प्राप्त करणं याचा अर्थ परीक्षेत चांगले गुण मिळवणं किंवा प्रमाणपत्रे मिळवणं, असा होत नाही. जीवन ही एक परीक्षाच आहे; पण इथे अभ्यासक्रम अनोळखी असतो. प्रश्नपत्रिका तर अजून तयारच झालेल्या नसतात, त्याचप्रमाणे त्या प्रश्नपत्रिकेची आदर्श उत्तरपत्रिकाही तयार नसते. अनेक दिशांहून अनेक प्रश्न येतात. आपण त्या वेळी पळून जायचं नसतं. कोणत्याही संकटाचा सामना करण्यासाठी

शिक्षण आणि आर्थिक स्वावलंबन ही दोन शस्त्रे आहेत. पण त्यासाठी आयुष्यभर आत्मविश्वासानं जगता आलं पाहिजे. म्हणूनच स्वत:चा सर्वांत जवळचा मित्र आणि शत्रू तुम्ही स्वत:च आहात.

यश हे अनेक गोष्टींच्या एकत्रित परिणामाचं फलित आहे, नुसत्या परिश्रमाचं नव्हे. आपल्याला योग्य संधी उपलब्ध हवी. बरोबरीनं काम करायला योग्य व्यक्ती हव्यात आणि योग्य काळवेळ हवी. शिवाय थोडाफार भाग नशिबाचाही असतो. ज्या संस्कृतीमध्ये परस्परांनी मिळविलेल्या यश-कीर्तीमुळे सर्वांनाच आनंद मिळतो, ती संस्कृती सर्वोत्तम असते. याउलट, असूया आणि मत्सर तुम्हाला रसातळाला पोचवते. व्यापारासाठी हिंदुस्थानात आलेले ब्रिटिश, डच आणि फ्रेंच पुढे भारतीयांवर सत्ता गाजवू शकले; कारण ब्रिटिशांनी त्या वेळच्या राजे-महाराजे, संस्थानिक आणि वतनदार यांमध्ये एकमेकांत असूया निर्माण करून दुही माजवली आणि आपल्यावर १५० वर्षे राज्य करून या सुवर्णभूमी भारताची सर्वार्थाने धूळदाण उडवली.

विधायक की विघातक

खोटी स्तुती ही 'सोन्याच्या वधस्तंभासारखी' असते. टिस्कोचे चेअरमन मि. जे. जे. इराणी म्हणतात, ''कृतिविना नुसत्या कल्पना म्हणजे केवळ स्वप्न. कल्पनेविना केलेली नुसती कृती म्हणजे केवळ वेळ घालवणे. पण कल्पना आणि कृती यांचा संगम झाला, की त्याने जगात परिवर्तन घडू शकते.''

एक भाषा बोलणाऱ्या प्रदेशातील रहिवासी दुसरी भाषा बोलणाऱ्या प्रदेशात व समाजात रहायला गेल्यास त्याला सर्वप्रथम त्या ठिकाणची भाषा शिकावी लागते. तेथील राहणीमान, रीतिरिवाज, आचार-विचार आणि संस्कृती यांच्याशी परिचित व्हावे लागते. याबाबत दुर्लक्ष केले तर पावलोपावली मुका, बहिरा आणि नवख्याप्रमाणे त्याला त्रस्त व्हावे लागते. व्यवसायात असणाऱ्या माणसालाही यशस्वी होण्यासाठी ही सर्व पथ्ये पाळावी लागतात. ममता बॅनर्जींनी पश्चिम बंगालमधल्या टाटांच्या नॅनो प्रॉजेक्टला विरोध केल्यानंतर श्री. रतन टाटांनी या प्रॉजेक्टमध्ये केलेल्या मोठ्या गुंतवणुकीत आणि प्रोजेक्ट वेळेत पूर्ण होण्यात फार मोठा अडसर निर्माण झाला होता; पण नॅनो टीमने यावर मार्ग काढत गुजरातमधल्या 'साणंद' येथे प्रकल्प पुन:स्थापित करून मध्यमवर्गीयांचे स्वप्न असलेली 'नॅनो' गाडी बाजारात आणली. गुजरातचे मुख्यमंत्री श्री. नरेंद्र मोदींच्या सहकार्याने आणि उद्यमशील प्रयत्नांमुळे टाटा ग्रुपने नव्या प्रदेशात तेथील राहणीमान, रीतिरिवाज, आचार-विचार यांच्याशी जुळवून घेत प्रॉजेक्ट यशस्वी केला. प्रत्येक उद्योजकाने हे लक्षात ठेवायला हवे.

एकविसावे शतक म्हणजे एक प्रकारे अशा परिस्थितीचा कालावधी आहे, की त्यात प्रवेश करणाऱ्यांना जुनाट सवयी विसराव्या लागतील आणि नव्याने नवीन ज्ञान

प्राप्त करून ते आचरणात आणावे लागेल. अशी परिस्थितीशी जुळवून घेण्याची क्षमता आणि इच्छा नसेल, तर एक पाऊलसुद्धा पुढे जाणार नाही. युग-परिवर्तनात माणसाची आकृती आता जशी आहे तशीच राहील, पण त्याची प्रकृती मात्र बदलून जाईल. येथे प्रकृती म्हणजे श्रद्धा, भावना, विचार, इच्छा आणि कृतींचा समूह. आणि व्यक्तीचे गुण, कर्म आणि स्वभाव या प्रकृतीला अनुरूप राखायला हवेत;, तर उज्ज्वल भविष्याची निर्मिती करता येईल. समाजातील एक घटक अदूरदर्शीपणा, स्वार्थ, वाईट सवयी यांनी ग्रस्त आहे. तात्कालिक फायद्यालाच सर्वस्व मानणारी माणसे फक्त स्वत:पुरता विचार करतात आणि समाज, संस्कृती आणि पर्यावरण यांकडे दुर्लक्ष करतात. परमार्थ हा त्यांच्यासाठी केवळ मनोरंजनासारखा चर्चेचा विषय बनला आहे. फार झाले तर आत्मप्रशंसेसाठी उदारपणाची दवंडी पिटून आपल्या मलिनतेवर थोडीफार चकाकी आणण्याचा प्रयत्न केला जातो, एवढेच.

प्रत्येक समस्येच्या गर्भातच ती सोडविण्यास लागणारी सामग्री असते. प्रत्येकाच्या जीवनात उन्नती व उत्क्रांती येत जावी यासाठी सांगितलेली क्रिया म्हणजे यज्ञ. शरीर हे यज्ञाचे कुंड किंवा यंत्र. या ठिकाणी पूर्वीच अस्तित्वात असलेल्या वैश्वानर अग्नीमुळे (विशिष्ट हार्मोन रसायने) अन्नात असलेल्या जड शक्तीचे आहाररसात रूपांतर होते. या यज्ञात रक्त, मांस, मेद, अस्थी, मज्जा आणि वीर्य या आहाररसात रूपांतरित होते. सर्व शरीरकर्मे करण्यासाठी लागणारी शक्ती व सर्जनक्षमता वीर्यात असते व त्याचेच ओजात-प्रकाशात-ज्ञानात रूपांतर पुढील सात पातळ्यांवरच्या यज्ञात होते. प्रथम पडलेल्या पावसाच्या प्रोक्षणाने जीव, वनस्पती, अंकुर नंतर पाने, फुले, अन्न तयार होते व संपूर्ण ब्रह्मांडाची रचना घडू शकते. वेद व यज्ञ हे एकमेकांना पूरक आहेत. प्रत्येक कर्म हे यज्ञच असले पाहिजे. म्हणजे कर्म करताना खर्च केलेल्या शक्तीचे उन्नत शक्तीमध्ये रूपांतर झाले नाही, जडाचे रूपांतर जडातच झाले, तर त्याचा फायदा नसतो. खाल्लेल्या अन्नाने फक्त पोट भरले, त्याचे रूपांतर शक्तीत झाले नाही, तर फायदा काय? तेव्हा प्रत्येक कर्म हा एक यज्ञ आहे व सृष्टीचा क्रम चालू ठेवण्यासाठी कर्म केले पाहिजे. कर्म तर केलेच पाहिजे, म्हणजे यज्ञ तर होणारच. झालेल्या कर्माच्या फलांची अपेक्षा सोडणे आवश्यक आहे. अनासक्त कर्म करणे, फलाशा सोडून कर्म करणे या रूपाने केलेले यज्ञ समाजाला धारण करायला उपयोगी पडतील.

श्रीमद्‌भगवद्‌गीतेच्या १५ व्या अध्यायात म्हटले आहे -

ऊर्ध्वमूलमध:शाखम् अश्वत्थं प्राहुरव्ययम् ।
छन्दांसि यस्य पर्णानि यस्तं वेद स वेदवित् ।।

डोके वर आहे व तेथून निघालेले सर्व संदेश खालपर्यंत पसरतात. मेंदूचे (ब्राह्मणाचे)

रक्षण करणे आवश्यक असते. मेंदूत कुठल्याही प्रकारचा व्हायरस, वाईट विचार किंवा राग येऊ नये, म्हणजे कुठल्याही प्रकारचा कुविचार येऊ नये. मेंदूत असावेत सद्विचार. 'सर्वेत्र सुखिन: सन्तु' हे विचार ज्या मेंदूमध्ये असतील, त्याचा शरीरधर्मही योग्य राहील आणि मेंदू, मन आणि कृती यांचा योग्य समन्वय साधला जाईल.

❋❋❋

नावीन्याचा ध्यास

सन १९२३ मध्ये वॉल्ट एलिस डिस्ने अमेरिकेतील कॅन्सस प्रांतातून चित्रपटसृष्टीची मायानगरी असलेल्या कॅलिफोर्नियात आला, त्या वेळेला त्याच्याबरोबर ॲलिस इन वंडरलॅन्ड ही एक कार्टून फिल्म होती. या फिल्ममधील प्रत्येक पात्रासाठी १५०० अमेरिकन डॉलर या अल्प मोबदल्यात त्याने त्या फिल्मच्या वितरणाचे हक्क, एम. जे. विंसलर हिला विकले. इथूनच वॉल्ट डिस्ने स्टुडिओची मुहूर्तमेढ रोवली गेली. वॉल्टने मग ओसवाल्ड आणि लकी रॅबिट या नवीन पात्रांची निर्मिती करून कार्टून फिल्म सिरीज बनविण्याची तयारी केली. ओसवाल्डला भरपूर लोकप्रियताही मिळाली, पण वॉल्टला स्वत:ला त्या प्रसिद्धीचा फायदा मिळू शकला नाही. कारण या सिरीजवर काम करणाऱ्या त्याच्या सहकाऱ्यांनीच मिन्टझ्बरोबर काम करायची तयारी दर्शविली. वाल्टकडे ओसवाल्डचे कायदेशीर हक्क नव्हते आणि त्याला विंकलरचा नवरा मिन्टझ्बरोबर काम करण्याची इच्छाही नव्हती . त्यामुळे परत वॉल्टने ओसवाल्डपेक्षा वेगळे पात्र निर्माण करण्याचा चंग बांधला. हे पात्र नवे आणि ओसवाल्डपेक्षाही प्रभावी असे चितारणे गरजेचे होते आणि या विचारमंथनातून मॉर्टियर या उंदराचे पात्र जन्मले; पण बायकोच्या सूचनेनुसार वॉल्टने त्या पात्राचे नामकरण मिकी असे केले आणि सरतेशेवटी 'मिकी माउस' जन्माला आला, ज्या पात्राने ॲनिमेशन क्षेत्रात इतिहास घडवला. पहिले दोन ॲनिमेशनपट फारसे यशस्वी झाले नाहीत. त्यानंतर वॉल्टने या पात्रांना स्वत:चाच आवाज दिला... पात्रं बोलू लागली आणि Steam-boat Willie ची निर्मिती झाली आणि मिकीची लोकप्रियताही वाढली. त्यानंतर डोनाल्ड डक, प्लूटो, गुफी अशा अनेक नवीन पात्रांची आणि स्नो व्हाइट या जगप्रसिद्ध ॲनिमेशन पटाची निर्मिती केली. सततच्या नावीन्याच्या ध्यासामुळेच वॉल्ट इतकी लोकप्रियता आणि यशही मिळवू शकला.

कार्टून फिल्मच्या यशानंतर वॉल्डने 'डिस्नेलॅण्ड पार्क'ची निर्मिती करण्याची योजना आखली; पण कंपनीच्या भागधारकांनी त्याच्या या प्रस्तावाला विरोध केला. वॉल्ट निराश झाला नाही. स्वत:च्या विमापॉलिसीवर कर्ज घेऊन, कंपनीतल्या कर्मचाऱ्यांकडून आर्थिक मदत घेऊन आणि स्वत:ची सुट्टी व्यतीत करण्यासाठी हौसेने विकत घेतलेले घर विकून अमेरिकन ब्रॉडकास्टिंग कंपनीच्या सहकाऱ्यांनी पैसे उभे केले. आजच्या डिस्नेलँडची लोकप्रियता वॉल्टच्या या नावीन्याच्या ध्यासाला दिलेली एक प्रकारची पावतीच आहे.

श्रद्धा आणि यश

प्रयत्नांमुळे यश मिळते हे जरी खरे असले, तरी त्या प्रयत्नांमागे खरी श्रद्धा, निष्ठा आणि तळमळ असेल, तर ते यश स्वत:ला आणि इतरांनाही खूप आनंददायक होते. ही श्रद्धा आणि निष्ठा जोपासण्यासाठी भारतीय परंपरेमध्ये पूजा, व्रतवैकल्ये, उपास-तापास, जप-जाप्य करणे आवश्यक आहे, असे म्हटले आहे. काही लोकांना ते थोतांड वाटते. त्यांच्या दृष्टीने काम हीच श्रद्धा असते. हे जरी खरे असले, तरी ज्या विवेकबुद्धी ऋतंभरा प्रज्ञेमुळे यथार्थतेचे ज्ञान होते, त्या गायत्री मंत्राची उपासना करणे प्रत्येकाला अगदी सहज शक्य आहे. त्यात कोणत्याही प्रकारचे उपचार किंवा अवडंबर नाही, तरीदेखील प्राणिमात्रांना तारण्याच्या क्षमतेमुळे आदिशक्ती ही गायत्री मानली गेली आहे. जी चांगले गुण आणि कल्याणकारी तत्त्वांनी ओतप्रोत असते, त्या बुद्धीचे नाव गायत्री आहे. तिच्या प्रेरणेने मनुष्याचे शरीर व बुद्धी अशा मार्गावर चालते, की पदोपदी कल्याणाचे दर्शन होते. प्रत्येक पावलागणिक आनंदाचा संचार होत असतो. प्रत्येक क्रिया आणि कर्म त्यास अधिकाधिक पुष्ट, सशक्त व सुदृढ बनवते व व्यक्ती अधिकाधिक गुणसंपन्न व शक्तिशाली बनत जाते. त्यामुळे प्रत्येकाने गायत्रीमंत्राचे पठण केल्यास मनातील दुर्बुद्धिजनित विचार व कार्ये क्षीण होऊन माणसाच्या यशाला श्रद्धेचे कोंदण लाभते. आदिशक्तीचा साक्षात्कार या गायत्रीमंत्राच्या चोवीसअक्षरी मंत्राच्या रूपात झाला आहे.

ज्ञानाचे चार प्रकार आहेत. ऋक्, यजु, साम आणि अथर्व. कल्याण ईश्वरप्राप्ती, ईश्वरीय तत्त्वज्ञान, दिव्यत्व, आत्मशक्ती, धर्मभावना, कर्तव्यपालन, प्रेम, तप, दया, उपकार, उदारता व सेवा हे ऋक्च्या अंतर्गत येतात. पराक्रम, पुरुषार्थ, साहस, शौर्य, संरक्षण, आक्रमण, नेतृत्व, यश-कीर्ती, विजय, पद, प्रतिष्ठा हे सर्व 'यजु'मध्ये येतात. क्रीडा, विनोद, मनोरंजन, संगीत, कला, साहित्य, प्रिय कल्पना, खेळ, गतिशीलता, रुची, तृप्ती इत्यादींना 'साम'च्या अंतर्गत घेतले जाते. धन, वैभव, वस्तूंचा संग्रह, शास्त्र, औषधी, अन्न, वस्तू, धातू, ग्रह, घर, वाहन यांसारख्या सुख-समाधानाच्या बाबी 'अथर्व'च्या कक्षेत येतात. कोणत्याही व्यक्तीची चेतना याच चार

क्षेत्रांतर्गत परिभ्रमण करत असते. ऋक् याला धर्म, यजूला मोक्ष, सामाला काल, अथर्वला अर्थदेखील म्हटले जाते. वेदाचा अर्थ 'ज्ञान'. या अर्थी हे चारही वेद एकच आहेत. म्हणजे माणसाला ज्ञानसंपन्न करणारे आहेत. तरीदेखील व्यक्तीच्या अंत:करणामध्ये असे चार प्रकारांत हे ज्ञान दिसून येते; म्हणून एका वेदाला सोयीसाठी चार भागांमध्ये विभक्त करण्यात आले आहे.

गायत्री मंत्राच्या एकेका अक्षरामध्ये सूक्ष्म तत्त्वे सामावलेली आहेत. संपूर्ण विश्वव्यवस्थेमागे व आतमध्ये जे संतुलन व सुव्यवस्था दिसून येते, ते गायत्री शक्तीचेच काम आहे. हिच्याच प्रेरणेने 'विश्व-ब्रह्मांडा'चे संपूर्ण कार्यव्यवहार व घडामोडी विशिष्ट उद्देशपूर्वक आपल्या महाप्रवासाच्या दिशेने अग्रेसर होत आहेत. या गायत्रीरूपी विश्वमातेची कृपा प्राप्त झाली, की व्यक्ती विश्वमानव बनून संपूर्ण विश्व आपले कुटुंब असल्याच्या उदार भावनेने जगू लागते. यश मिळविण्यासाठी हे फार आवश्यक आहे.

गायत्री मंत्रातील चोवीस अक्षरांचा संदर्भ शरीरातील चोवीस ग्रंथींशी आहे, त्या जागृत झाल्यावर सद्बुद्धीप्रकाशक शक्तींना सतेज करतात. गायत्री मंत्राच्या उच्चारणाने सूक्ष्म शरीररूपी वीणा ही २४ स्थानी झंकृत होते व तिच्यातून अशा स्वरलहरी उत्पन्न होतात, ज्यांचा प्रभाव अदृश्य जगतातील महत्त्वपूर्ण तत्त्वांवर पडतो. आर्थिक महासत्तेच्या स्पर्धेत 'ब्रिक' देशांमध्ये अग्रभागी असणाऱ्या भारताला ही शक्तीच लाभदायक ठरणार आहे. भविष्याचा वेध घेताना भारतीयांची ही आध्यात्मिकताच कदाचित भारतीयांची श्रेष्ठ शक्ती ठरू शकते. जगात संहार आणि खोटेपणा बोकाळला आहे. माणसामाणसांत दरी निर्माण झालेली आहे आणि ही दरी प्रेमाने केलेल्या कामाने आणि सद्भावनेनेच कमी होऊ शकते. त्यामुळेच आर्थिक व आध्यात्मिक जगाचे नेतृत्व करण्यासाठी प्राचीन भारतीय सभ्यतेने समृद्ध, जीवनमूल्यांची कदर करणाऱ्या आणि लोकशक्तीने सशक्त असलेल्या भारताकडे आता जगाचे लक्ष लागले आहे. रोजच्या व्यवहारात सचोटीने राहण्याचे जे सामर्थ्य सर्वगुणसंपन्न माणसांत निर्माण होते, ते खरे सामर्थ्य ही भारतीयांची पूर्वापार धारणा आहे.

आधुनिकतेच्या हव्यासापायी भारतातील बरेच लोक (विशेषत: सुशिक्षित) पाश्चिमात्यांचे अनुकरण करताना दिसतात; पण प्रत्यक्षात मात्र पाश्चिमात्य राष्ट्रेच आता भारतीय प्राचीन ज्ञान, वाङ्मय (वेद, पुराणे) आणि मूल्यांचे महत्त्व समजू लागली आहेत. फक्त त्यांचा हा समज योग्य ठरविण्याची क्षमता भारतीयांकडे निर्माण झाली पाहिजे. स्वाध्यायामुळे सन्मार्गाकडे रुची निर्माण होते. सत्संगाने स्वभाव व संस्कार शुद्ध होतात, कीर्तनाने एकाग्रता व तन्मयतेची वृद्धी होते. दान-पुण्याने त्याग व अपरिग्रहाची भावना निर्माण होते व वाढीस लागते. पूजा-उपासनेद्वारे आस्तिक भावना व ईश्वर विश्वासाची भावना उत्पन्न होते. ही भारतीय मूल्ये म्हणजे कर्मकांड

आणि थोतांड नसून 'सर्वसमावेशक सहजीवनाचा' उत्तम मार्ग आहे, हे पाश्चिमात्यांना परत एकदा पटवून देण्याची क्षमता भारतीयांनी स्वत:मध्ये निर्माण केली पाहिजे.

गायत्री मंत्र सर्वश्रेष्ठ आहे. याहून श्रेष्ठ अन्य कोणताच मंत्र नाही. जे काम जगातील अन्य कोणत्याही मंत्राने होऊ शकत नाही, ते निश्चितच गायत्री मंत्रामुळे होऊ शकते. गायत्रीची साधना निष्काम भावनेने केली, तर तिचे फळ निश्चितच मिळते. एखादे वेळी अभीष्ट फळ जरी मिळाले नाही, तरीसुद्धा गायत्रीसाधनेने श्रम वाया जात नाहीत. गायत्रीसाधनेमुळे साधकामध्ये एक सूक्ष्म दैवी चेतना उत्पन्न होते. प्रत्यक्षात त्याच्या शरीर वा आकृतीमध्ये कोणताच विशेष बदल होत नाही; परंतु आतल्या आत प्रचंड उलथापालथ मात्र अवश्य होते. आध्यात्मिकतेच्या वृद्धीमुळे प्राणमय कोश, विज्ञानमय कोश आणि मनोमय कोशामध्ये जे परिवर्तन होते, त्याची छाया अन्नमय कोशामध्ये- शारीरिक ठेवणीमध्ये- होतेच, असे नाही. पण गायत्री मंत्राच्या पठणाने पुढील सकारात्मक बदल नक्कीच अनुभवास येतात-

१) शरीर हलकेफुलके व मन उत्साही होते.

२) शरीरातून एक विशिष्ट प्रकारचा सुगंध दरवळू लागतो.

३) त्वचेवर स्निग्धता व कोमलतेचा अंश वाढू लागतो.

४) तामसिक आहार-विहाराविषयी माणसाला घृणा वाटू लागते व सात्त्विक विषयात मन रमू लागते.

५) स्वार्थाकडे कमी आणि परमार्थाकडे अधिक लक्ष राहते.

६) डोळ्यांमध्ये तेज झळकू लागते.

७) एखादी व्यक्ती वा कार्याविषयी साधकाने थोडाजरी विचार केला, तर त्या संबंधीच्या बऱ्याच अशा बाबींचा स्वत:हून भास होतो, की ज्या पडताळून पाहिल्यास त्या अचूक असल्याचे आढळून येते.

८) दुसऱ्याच्या मनातील भाव जाणून घेण्यास वेळ लागत नाही.

९) भविष्यात घडणाऱ्या गोष्टींचा पूर्वाभास होऊ लागतो.

१०) शाप वा आशीर्वाद खरे होऊ लागतात.

आपल्या गुप्त शक्तींद्वारे माणूस इतरांचे बरेच लाभ किंवा हानी करू शकतो. पण गायत्री पठणाने लाभदायक गोष्टी करण्याची मनोवृत्तीच वाढीस लागते.

गायत्री त्रिगुणात्मक आहे. तिच्या उपासनेमुळे जिथे सत्त्वगुण वाढू लागतात, तिथेच कल्याणकारक आणि उपयोगी रजोगुणांचीही अभिवृद्धी होते. रजोगुणी आत्मबल वाढल्याने मनुष्याच्या गुप्त शक्ती जागृत होतात, ज्या सांसारिक जीवनातील संघर्षामध्ये अनुकूल प्रतिक्रिया उत्पन्न करतात. उत्साह, साहस, स्फूर्ती, आळसहीनता, आशा, दूरदृष्टी, तीव्र बुद्धी, काळाची व संधीची जाण, वाणीमध्ये माधुर्य, व्यक्तिमत्त्वामध्ये

आकर्षण, स्वभावामध्ये मनमिळाऊपणा यांसारखे अनेक लहान-मोठे गुण वाढीस लागतात, ज्यांचा यश:प्राप्तीसाठी उपयोग होतो. उणिवा ज्या माणसाला दु:खी बनवतात, यशापासून दूर नेतात, त्या गायत्रीउपासकामध्ये असल्या तर नष्ट होऊन जातात व त्याच्या ठिकाणी अशी वैशिष्ट्ये निर्माण होतात, की ज्यांमुळे मनुष्य क्रमश: समृद्धी, संपन्नता आणि उन्नतीकडे झेपावत राहतो. एकदा रस्त्यावर गाडी भरधाव वेगाने धावली, की ती स्वत:च नीट चालू लागते, चालत राहते. त्याचप्रमाणे गायत्रीपठणाने प्रसन्न झालेले मन नेहमी यशाचाच विचार करते.

रवींद्रनाथ टागोरांच्या मतानुसार भारतवर्षास जागृत करणारा हा गायत्री मंत्र एवढा सरळ आहे, की त्याचे एका श्वासातच उच्चारण केले जाऊ शकते. स्वामी विवेकानंद तर गायत्री मंत्राला सद्बुद्धीचा मंत्र म्हणत. त्यामुळे अंधविश्वास व अंधपरंपरा म्हणून नव्हे, तर त्याचे महत्त्व जाणून घेतल्यावर आत्मोन्नतीसाठी आणि यशासाठी गायत्री पठणाची मदत घेतली, तर काय हरकत आहे? गायत्रीसाधनेमुळे व्यक्तीमध्ये जे असामान्य फेरबदल होतात, त्यांचा सर्वांत पहिला प्रभाव त्या व्यक्तीच्या अंत:करणावर पडतो. हा प्रभाव व्यक्तीच्या विचारांना, मनाला व भावांना योग्य मार्गाने चालण्यासाठी प्रेरित करतो. व्यक्तीमध्ये चांगल्या गुणांची वृद्धी होण्यास प्रारंभ होतो. परिणामी तिच्या दोष-दुर्गुणांमध्ये घट होऊ लागते. साधकामध्ये अनेक गुण व वैशिष्ट्यपूर्ण बाबी उत्पन्न होऊ लागतात, ज्या जीवनास अधिक सरळ, यशस्वी व शांतीमय बनविण्यास मदत करतात. चांगल्या गुणांच्या वृद्धीमुळे शारीरिक क्रिया व व्यवहारांमध्ये कमालीचे परिवर्तन होते. कुमार्ग, व्यभिचार व वासनेमध्ये मन फार कमी धाव घेते. स्वत:च्या दिनचर्येमध्ये स्वच्छता, सुव्यवस्था आणि श्रम-संतुलनाचा क्रम जुळू लागतो, जो प्रगती करण्यासाठी आणि यश:प्राप्तीसाठी पूरक ठरतो. गायत्री मंत्राच्या उपासनेमुळे जेवढे यश मिळत जाते, तेवढ्याच प्रमाणात इंद्रियसंयम, मनोनिग्रह आणि मनोविकारांचे शमन आपोआप होत जाते. असे म्हणतात, की 'विपत्ती एकटीच येत नाही, तर ती नेहमी आपल्यासोबत आपले संपूर्ण कुटुंबच घेऊन येते.' गायत्री मंत्राच्या उपासनेने धैर्य, साहस, विवेक आणि प्रयत्नांच्या चौकोनी नावेत बसूनच संकटरूपी नदीस पार करणे सहज सोपे होते.

ॐ भू: भुव स्व:, तत्सवितुर्वरेण्यम्
भर्गो देवस्यधीमहि, धियो यो न: प्रचोदयात्'
या गायत्री मंत्रात अलौकिक सामर्थ्य आहे.

१) ॐकाराचा अर्थ आहे की परमात्मा सर्वत्र समस्त प्राणिमात्रांमध्ये सामावलेला आहे, म्हणून जनसेवेसाठी निष्काम भावनेने कर्म करायला हवे व आपल्या मनास स्थिर व शांत ठेवले पाहिजे.

२) भू: चे तत्त्वज्ञान आहे की, शरीर अस्थायी उपकरण आहे म्हणून त्यावर अत्यधिक आसक्त न होता आत्मबल वाढविण्याचा श्रेष्ठ मार्गाचा, सत्कर्माचा आश्रय घेतला पाहिजे.

३) 'भुव:' चा अर्थ आहे, पापभीरू मनुष्य देवत्व प्राप्त करतो. कारण तो पवित्र व आदर्श साधनांचा अंगिकार करतो

जो पवित्र आदर्श व साधनांचा अंगीकार करतो, तोच बुद्धिमान आहे.

४) 'स्व'चा अर्थ आहे की, विवेकाद्वारे शुद्ध बुद्धीने सत्य जाणून संयम आणि त्यागाच्या नीतीचे आचरण करण्यासाठी स्वत:स व इतरांना प्रेरणा दिली पाहिजे.

गायत्रीला 'त्रिवेणी' म्हणतात. 'गा' हे पहिले अक्षर गंगाबोधक आहे. 'य' हे दुसरे अक्षर यमुनेचा संकेत करते. 'त्री' हे तिसरे अक्षर त्रिवेणीचे अस्तित्व दर्शवते. त्रयी शक्तीमध्ये कित्येक त्रिक् सामावलेले आहेत, उदा;

१) सत् चित् आनंद, २) सत्य शिव सुंदर, ३) सत रज तम, ४) ईश्वर, जीव, प्रकृती, ५) ऋक्, यजु, साम, ६) ब्राह्मण, क्षत्रिय, वैश्य, ७) गुण, कर्म, स्वभाव, ८) शैशव, यौवन, वृद्धत्व ९) ब्रह्मा, विष्णू, महेश, १०) उत्पत्ती, वृद्धी, नाश, ११) हिवाळा, उन्हाळा, पावसाळा, १२) धर्म, अर्थ, काम, १३) आकाश, पाताळ, पृथ्वी, १४) देव, मनुष्य, असुर, १५) अज्ञान, दुबळेपणा, अभाव. ज्यांच्या योग्य मिलापाने माणूस यशस्वी होऊ शकतो.

याउलट आत्मकेंद्रित, स्वार्थप्रेरित व्यक्ती हळूहळू इतकी निष्ठूर आणि कंजूष बनते, की आपल्या जवळ असलेली साधने व संपत्ती चांगल्या उद्देशांकरिता वापरण्याची, समाजाभिमुख होण्याची त्याला इच्छाच होत नाही. आजच्या जगात निष्ठूरपणा इतका वाढला आहे की, इतरांचे दु:ख आणि पतन दूर करण्यासाठी थोडासुद्धा उत्साह आजच्या माणसात राहिलेला नाही. लोकलाजेस्तव जरी लोककल्याणाचे काम केले तरी त्याच्या मोबदल्यात स्वस्त प्रशंसा कशी मिळवता येईल, याचाच विचार स्वार्थी मनुष्य करीत असतो. ज्यांच्याकडून मोबदला मिळण्याची आशा असते, त्यांच्याबरोबर चांगली वागणूक आणि त्यांनाच मदतीचा हात दिला जातो. या प्रवृत्तीतूनच दुष्प्रवृत्ती, कपटकारस्थाने, अपराध, गुन्हे आणि अनर्थ यांची निर्मिती होते. ही भयावह परिस्थिती इतकी वाढली आहे, की सामान्य माणसाला जीवन जगणे मुश्कील झाले आहे. राजकारणी-समाजकारणी-अर्थकारणी आणि उद्योजक हातमिळवणी करून सर्वसामान्यांना वेठीला धरण्याचा उद्योग करीत आहेत. लोकरक्षणासाठी निवडून दिलेले लोकप्रतिनिधीच अनेक वेळेला लोकभक्षकासारखे वर्तन करीत आहेत. अवजड व मोठ्या उद्योगसमूहांमुळे लघुउद्योगावर पोट भरणारा श्रमजीवी अगणित मजूरवर्ग बेकार-बेरोजगार बनत आहे. या श्रीमंत उद्योजकांच्या विरुद्ध तोंड उघडण्याची कोणीही

हिंमत करीत नाही. वर्षानुवर्षे शेतीक्षेत्रासाठी तरतूद केलेली अनुदाने आणि सबसिडी शेतकऱ्यांकडे खऱ्या लाभार्थींकडे– न पोचल्यामुळे शेतकरी भुकेकंगाल आणि नियोजनकर्ते गब्बर झाले आहेत. संवेदनशील उद्योजकाने, व्यापाऱ्याने, सल्लागाराने नेकीने व्यापार करताना हा विचार मनात ठेवला, तर यातून मार्ग काढण्याची खबरदारी तो वेळीच घेऊ शकेल आणि यशस्वी होईल.

कलेने कामुकतेचे रूप धारण केले आहे, सेवेने शोषणाचा मार्ग स्वीकारला आहे, नेत्यांनी अनुयायांना नाडण्याचा प्रघात सुरू झाला आहे. श्रीमंत वर्ग व उद्योजक अशा वस्तू निर्माण करण्यात गुंग झाला आहे, की सामान्य लोकांना त्या आकर्षित करून दिपवून टाकताना दिसतात; पण शेवटी त्या समाजाला घातक सिद्ध होतात. नवा भारत घडवायचा असेल, २०२० जरी नाही तरी २०५० पर्यंत भारताला जगाची महासत्ता बनवायचे असेल, तर देशाच्या प्रत्येक नागरिकाने–'भारतीयाने'–या सर्व गोष्टींचा त्याग करून नवे विचार, नवी कृती आचरली पाहिजे. युगपरिवर्तनासाठी महान शिल्पकार आवश्यक असतातच, जे नवीन युग आणि नवीन वातावरण निर्माण करू शकतील. व्यक्तिव्यक्तीच्या उन्नयनाने समाज आणि देश घडवायचा असेल, तर प्रत्येकाने हे परिवर्तनाचे कंकण हातात बांधून ते हात एकमेकांत गुंफून एकमेकाला मदत करायला सिद्ध झाले पाहिजे.

एकदा एक जपानी आणि अमेरिकन उद्योगपती नायजेरियाच्या जंगलात त्यांची सुट्टी व्यतीत करण्यासाठी गेले होते. एके दिवशी संध्याकाळी असाच फेरफटका मारत असताना जपानी उद्योगपतीला समोरच्या झाडीतून अस्वल येताना दिसले. या अचानक उद्भवलेल्या संकटाने दोघांचीही गाळण उडाली. पण त्याही परिस्थितीत जपानी माणसाने आपल्या पायातले चामड्याचे बूट काढले आणि पटकन स्पोर्ट्स बूट पायात चढवले. अमेरिकनाने कुतूहलाने जपानी माणसाला विचारले, 'स्पोर्ट्स शूज वापरून अस्वलापासून लवकर दूर पळून जाण्याचा तुझा विचार दिसतो.' जपानी माणूस म्हणाला, 'ते शक्य नाही; पण स्पोर्ट्स शूजमुळे मी अस्वलापासून तुझ्यापेक्षा जास्त लांब जाऊ शकतो. (स्वतःचे प्राण वाचवायचा सध्या तोच एकमेव पर्याय आहे.) वैयक्तिक आयुष्यात आणि व्यवसायामध्येही जेव्हा अचानक असे आणीबाणीचे प्रसंग येतात, तेव्हा झटकन काहीतरी योग्य मार्ग शोधणे आवश्यक असते.

एका धोब्याकडे राम आणि शाम नावाची दोन गाढवे होती. त्या दोन्ही गाढवांवर ओझे लादून धोबी रोज नदीवर कपडे धुण्यासाठी जात असे. रामला वाटायचे, आपण फार सशक्त आणि उत्साही आहोत आणि शामपेक्षा उत्तम काम करून मालकाला खूश करू शकतो. त्यामुळे जादा ओझे घेऊन आणि जास्त वेगाने पुढे जाऊन ते मालकाला खूश करत असे. शाम मात्र नेहमीच्या वेगाने चालून नेहमीचेच ओझे घेत

असे. त्यामुळे धोब्याला शामने रामसारखे काम करावे असे वाटत असे आणि 'तू रामप्रमाणे काम अधिक वेगाने काम का करत नाहीस', असे तो विचारीत असे. पण शाम धोब्याच्या अपेक्षा पूर्ण करू शकत नसल्यामुळे धोबी त्याला वारंवार शिक्षा करत असे. मालक आपली अडचण समजून घेत नाही, हे जाणून शाम रामला म्हणतो, 'मित्रा, इथे आपण फक्त दोघेच जण आहोत. त्यामुळे आपण स्पर्धा करण्यापेक्षा प्रत्येकाने सारखे ओझे उचलून एकाच नॉर्मल गतीने काम करू.' यावर रामला मात्र वाटले, आता आपण अधिक ओझे उचलून अधिक वेगाने चालून धोब्याला अधिक प्रभावित केले पाहिजे; म्हणजे तो अधिक खूश होईल आणि शाबासकी देईल. मी अधिक ओझे वाहीन आणि अधिक वेगाने जाईन, असेही त्याने मालकाला सांगितले. परिणामी दिवसागणिक त्याच्या पाठीवरचे ओझे वाढत गेले. शामचे ओझे कमी झाले, पण जास्त शिक्षा व्हायला लागली. रामला मात्र आपण फारच शक्तिमान आहोत असे वाटायला लागले. पण यथावकाश या अतिओझ्याने आणि दगदगीने ते आजारी पडले आणि काम करायला त्याला शक्तीच उरली नाही. आता ते धोब्याच्या अपेक्षा पूर्ण करू शकत नव्हते. धोबी चिडला आणि त्याने रामलाही शिक्षा करायला सुरुवात केली. शेवटी त्याने रामला विकून टाकले आणि नवीन गाढव खरेदी केले. मथितार्थ- आपले सर्व सहकारी सक्षम आहेत, हे ध्यानात ठेवा. प्रत्येकाने समान जबाबदारी स्वीकारली, तर कायम नेहमीच्या वेगाने आणि उत्साहाने काम करणे दीर्घकालासाठी शक्य होते. पण जास्त हुशारी दाखवून, दुसऱ्याला कमी लेखून आपल्या मालकाला खूश करण्यासाठी आणि दुसऱ्याला हिणवण्यासाठी जास्त हुशारी दाखवली, तर ती तुमच्या अंगाशी येऊ शकते. आपला सहकारी दबावाखाली असताना त्याला हिणवण्यासाठी आणि स्वत: जास्त श्रेय लाटण्याचा प्रयत्न केला, तर रामप्रमाणे अतिओझ्याने आहे ती पतही तुम्ही घालवून बसाल.

व्यवसाय उभारण्यात किंवा यशस्वी करण्यात आणि व्यवसाय नेस्तनाबूत किंवा अयशस्वी करण्याला एकच महत्त्वाची गोष्ट बऱ्याच वेळेला कारणीभूत ठरते- ती म्हणजे 'मी'पणा किंवा अहंकार. जेव्हा गोष्टी मनासारख्या किंवा अपेक्षेप्रमाणे होत नाहीत, तेव्हा तुम्ही काही गोष्टी इतरांवर लादायचा प्रयत्न करता, तक्रार करता आणि मनासारख्या गोष्टी न झाल्यास इतरांना दोष देत राहता. कारण दुसऱ्याविषयी तुमचा दृष्टिकोन तेव्हा शत्रुत्वाचा होतो. इतर तुमच्यापेक्षा वेगळे, कमीपणाचे आहेत अशी तुमची भावना होते. त्यामुळे तणावाखाली तुम्ही स्वत:ही काम करू शकत नाही आणि इतरांनाही करू देत नाही. परिणामी तुमच्या वाट्याला अपयश येते. त्यामुळे 'मी'पणा सोडा, वर्तमानात जगा. भूतकाळ हा सरून गेला आहे आणि भविष्य अजून साकारायचे आहे, हे लक्षात घ्या आणि सकारात्मक विचार करून तुमच्या कुवतीप्रमाणे

काम करा आणि तणावमुक्त होऊन यश मिळवा.

दुसऱ्याशी तुलना करून स्वत:ला कधीही कमी लेखू नका. तुम्ही स्वत: एक वैशिष्ट्यपूर्ण व्यक्ती आहात, हे नेहमी ध्यानात ठेवा. स्वत:चे अस्तित्व योग्य रीतीने जाणून घ्या. तुमच्यावर टीका करणाऱ्यांना, दोष देणाऱ्यांना तुमचे मित्र माना. त्यांच्या चिकित्सक नजरेमुळे कदाचित तुमची दृष्टी साफ होईल आणि तुम्हाला यथार्थतेचे खरे ज्ञान होईल. दुसऱ्यांना क्षमा करायला शिकलात, तर आयुष्यात आलेले कटू अनुभव आणि सहन केलेले त्रास विसरायला तुम्हाला मदत होईल. कुवत ओळखून एका वेळी एकच काम घ्या आणि ते पूर्ण करण्याचा प्रयत्न करा. वेळ मिळाला तर त्याचा सदुपयोग दुसऱ्याला मदत करण्यासाठी करा जेणेकरून तुमच्या चिंता, तणाव आणि चिडचिडेपणा कमी व्हायला मदत होईल. सकारात्मक विचार राखून तुम्ही दु:खाला सुखात, दु:खाला आनंदात आणि टीकेला प्रशंसेमध्ये बदलू शकता आणि असे झाले, तर यश तुमचेच आहे!

***

लेखक परिचय

प्रा. डॉ. प्रमोद विष्णू जोगदेव, यांनी स्वत: अर्थार्जन करून एस.एस.सी.नंतरचे आपले सर्व शिक्षण पूर्ण केले. यासाठी अंगभूत कौशल्य आणि शैक्षणिक पात्रता यांचा पुरेपूर वापर करून घेतला. पूर्णवळ/ अर्धवेळ नोकरी करत असतानाच टायपिंग व सायक्लोस्टाइलची कामे, अकाऊंट्स रायटिंग, कंपन्यांच्या सर्व्हेसाठी कॉन्ट्रॅक्ट बेसिसवर काम अशा सर्व करता येण्यासारख्या गोष्टी करून डॉक्टरेट मिळवली. १९७६ पासून बँक ऑफ इंडियामधे २० वर्षे नोकरी केली. बँक ऑफ इंडिया ॲसेट मॅनेजमेंट कंपनी मध्ये कंपनी सेक्रेटरी व लिगल मॅनेजर असताना स्वेच्छा निवृत्ती घेतली. त्यानंतर फोर्बस् मार्शल ग्रुप कंपनीमध्ये ८ वर्षे कंपनी सेक्रेटरी म्हणून नोकरी केल्यावर २०११पासून शैक्षणिक क्षेत्रात कार्यरत आहेत. विविध शिक्षणसंस्थांमध्ये व्यवस्थापनशास्त्राच्या अध्यापनाचे काम केल्यावर सध्या ते 'सिंबायोसिस सेंटर फॉर डिस्टंस लर्निंग' या प्रथितयश संस्थेमध्ये व्यवस्थापनशास्त्र विभागाचे प्रमुख आहेत. या सर्व प्रवासात त्यांचा तरुणांशी आणि विशेषत: विद्यार्थ्यांशी आलेला संबंध, विद्यार्थ्यांना भेडसावणाऱ्या समस्या, विद्यार्थ्यांमध्ये निर्माण झालेली असुरक्षिततेची भावना या गोष्टी जाणवल्यामुळे तरुणांना यशाचा मार्ग दाखवण्यासाठी हे पुस्तक लिहिले.

मराठा चेंबर ऑफ कॉमर्स, इंडस्ट्रीज् अँड अग्रिकल्चर, इंडियन कौन्सिल ऑफ आरबिट्रेशन अँड कन्सिलिएशन, इन्स्टिट्यूट ऑफ बँकिंग अँड फायनान्स आणि इन्स्टिट्यूट ऑफ कंपनी सेक्रेटरीज् ऑफ इंडिया या संस्थांचे ते सदस्य असून या संस्थांच्या विविध उपक्रमांमध्ये त्यांचा सक्रीय सहभाग असतो.

विविध संस्थांमध्ये त्यांचे व्यवस्थापन विषयातील संशोधनात्मक लेखांचे वाचन व प्रकाशन झालेले आहे. अनुभवातून त्यांनी लिहिलेल्या स्फुट ललित साहित्यालाही अनेक संस्थांकडून मान्यता मिळालेली आहे व अनेक संस्थांकडून त्यांचा गौरव करण्यात आला आहे.

www.ingramcontent.com/pod-product-compliance
Lightning Source LLC
Chambersburg PA
CBHW030548030726
47495CB00004B/1175
* 9 7 8 9 3 8 2 9 8 8 1 1 3 *